தூங்காநகர நினைவுகள்

தூங்காநகர நினைவுகள்

மதுரையின் முழுமையான வரலாறு

அ.முத்துக்கிருஷ்ணன்

விகடன்
பிரசுரம்

Title:
THOONGA NAGARA NINAIVUGAL
© A.MUTHUKRISHNAN

ISBN : 978-81-951647-2-1

விகடன் பிரசுரம்: **1085**

நூல் தலைப்பு :
தூங்காநகர நினைவுகள்

நூல் ஆசிரியர் :
© **அ.முத்துக்கிருஷ்ணன்**

முதற்பதிப்பு : **டிசம்பர், 2021**

மூன்றாம் பதிப்பு : **டிசம்பர், 2024**

விலை : **₹ 500**

பதிப்பாளர்:
பா.சீனிவாசன்

துறைத் தலைவர்:
எம்.அப்பாஸ் அலி

முதன்மைப் பொறுப்பாசிரியர்:
அ.அன்பழகன்

தலைமை உதவி ஆசிரியர்:
ப.சுப்ரமணி

தலைமை வடிவமைப்பு:
மா.முகமது இம்ரான்

இந்தப் புத்தகத்தின் எந்த ஒரு பகுதியையும் பதிப்பாளரின் எழுத்துபூர்வமான முன் அனுமதி பெறாமல் மறுபிரசுரம் செய்வதோ, அச்சு மற்றும் மின்னணு ஊடகங்களில் மறுபதிப்பு செய்வதோ காப்புரிமைச் சட்டப்படி தடை செய்யப்பட்டதாகும். புத்தக விமர்சனத்துக்கு மட்டும் இந்தப் புத்தகத்திலிருந்து மேற்கோள் காட்ட அனுமதிக்கப்படுகிறது.

 **விகடன் பிரசுரம்**
757, அண்ணா சாலை, சென்னை-600 002.

மொபைல்: 80560 46940 / 95000 68144
Website: http://books.vikatan.com
e-mail: books@vikatan.com

பதிப்புரை

முதல் சங்கம், இடைச்சங்கம், கடைச்சங்கம் என மூன்று சங்கம் வைத்து தமிழ் வளர்த்த மூதூர், கலை, பண்பாடு, கலாசாரத்தை நல்வகை பேணும் நான்மாடக் கூடல் நகர், தூங்கா நகரம் என இத்தனை சிறப்புப் பெற்ற நகரம் மதுரை. பழைமையான கோயில்களிலும் கட்டடங்களிலும் கோட்டைகளிலும் தன் பழம்பெருமைகளைக் கட்டிக்காத்து வரும் பெருமைமிக்க ஊர் மதுரை.

பாண்டியர்கள் முதல் நாயக்கர்கள் வரை பல்வேறு ஆளுகைகளின் கீழிருந்த மதுரை மாநகரைச் சுற்றிலும் வரலாற்றின் எச்சங்கள் எங்கெங்கும் காணக்கிடைக்கின்றன. அதன் வீதிகள் ஒவ்வொன்றும் ஒரு வரலாற்றைச் சொல்லிக்கொண்டிருக்கின்றன. இப்படிப் பல பெருமைகள் கொண்ட மதுரையைப் பற்றிய வரலாறு, நிகழ்காலத் தகவல்களைக் கொண்டு விகடன்.காம்-ல் வெளியான கட்டுரைகளின் மொத்தத் தொகுப்பு இந்த நூல்.

தொழிலாளர்களுக்கென தனியே ரயிலை இயக்கிய மதுரா கோட்ஸ் ஆலை, முதன்முதலில் ரயிலைக் கண்ட மதுரை மக்களின் மனநிலை, மருதநாயகம் கான் சாகிப் ஆன பிறகு மதுரை கவர்னராக இருந்து மதுரை மக்களுக்குச் செய்த பணிகள், வெளிநாட்டினர் ஏன் மதுரை மாநகரை அதிகம் நேசிக்கிறார்கள்... இதுபோன்ற பழம்பெரும் மதுரை பற்றிய வரலாற்றுப் பக்கங்களைக் காட்டுகிறார் நூலாசிரியர்.

தொல்மதுரையைக் காணத் தொடங்குங்கள்...

என்னுரை

மதுரை ஒரு வசீகரிக்கும் நகரம், ஒரு வண்ணமயமான நகரம், திருவிழாக்களின் நகரம், பரபரப்பின் உச்சத்தில் இயங்கிக்கொண்டேயிருக்கும் நகரம், வரலாற்றை தன்னுள் புதைத்துவைத்திருக்கும் நகரம். இந்த நகரத்தின் கல்பாவிய தெருக்களில் இருந்துதான் இந்தத் தொடரை எழுதுவதற்கான உத்வேகத்தைப் பெற்றேன். நான் என் இளம் பருவத்தில் இந்தத் தெருக்களில் நடமாடிய நேரம் இந்த நகரமும் அதன் மக்களும் என் மீது காட்டிய அக்கறையும் பிரியமுமே நான் இந்த நகரத்தை நேசிக்க அடிப்படையாக அமைந்தது.

இந்த அக்கறை என் மீது காட்டப்பட்டதில்லை மாறாக இந்த நகரத்துக்கு 3,000 ஆண்டுகளாக வந்து செல்லும் உலகத்தவர் மீதெல்லாம் இந்த அக்கறையை இந்த ஊர் மக்கள் செலுத்தியிருக்கிறார்கள் என்பதை அறியும் தருணத்தில் என் வயதுடன் 3000த்தை சேர்த்துக்கொண்டேன். வரலாற்றை, ஆவணங்களை வாசிக்க வாசிக்க இந்த ஊரில் கிடைத்த கற்கருவிகள், பாறை ஓவியங்கள், கல்வெட்டுகள் இன்னும் என் வயதை அதிகரித்தபடி இருந்தது.

இந்தத் தொடரை எழுத எழுத இந்த நகரமே தன் வரலாற்றை எழுதிக் கொண்டது. இந்தத் தொடர் ஒவ்வொரு வாரமும் வெளிவரும்போது மதுரையில் வசிக்கும் மதுரைக்காரர்கள் தொடங்கி உலகம் முழுவதும் இடம்பெயர்ந்து வாழும் மதுரைக்காரர்கள் வரை எனக்குக் கொடுத்த உற்சாகம் அளவற்றது. ஒவ்வொரு வாரமும் எனக்கு பல ஆச்சர்யங்களை வாசகர்கள் வைத்திருந்தார்கள். இந்தக் காலம் முழுவதுமே என்னை நான் ஒருமுகப்படுத்த இந்தக் குரல்கள், மின்னஞ்சல்கள், தொடர்பாடல்கள் பெரும் உதவியாய் இருந்தன. ஒவ்வொரு செவ்வாய்க்கிழமை மதியம் 3 மணியில் இருந்து இந்தக் கொண்டாட்டம் தொடங்கும்.

நண்பர்கள் சரவணன், ராஜண்ணா, சித்திரைவீதிக்காரன், விஷ்ணு, சூர்யா, சமய மோகன், சுரேஷ் காத்தான், உதயகுமார், தட்சிணாமூர்த்தி, சுகன்யா, அசோக், சிவா, சாந்தி, ராஜா என இந்த நகரத்தை தீவிரமாக காதலிப்பவர்கள் என்னுடன் தொடர்ந்து

உரையாடிபடி இருந்தனர். இந்த உரையாடல்கள்தான் என்னை அடுத்த வாரத்துக்குத் தயார்படுத்தும். அதேவேளையில் முக்கிய கட்டுரைகள், ஆவணங்கள் தொடங்கி புத்தகங்கள் வரை என் வீடு வந்து சேர்ந்தன. அதனால்தான் இந்த நகரமே எழுதிக்கொண்டது என்கிறேன்.

இந்தத் தொடரின் தலைப்பை உறுதிப்படுத்தியதும் தம்பி ஹக்கீம் வடிவமைத்துக் கொடுத்த தலைப்பு எனக்கு பெரும் உற்சாகத்தைக் கொடுத்தது. அடுத்த அடுத்து அவர் வடிவமைத்துக் கொடுத்த தலைப்புகள் தொடர் முடியும் வரை எனக்கு உற்சாகத்தை வழங்கியபடி இருந்தது. இந்தத் தொடரில் ஓர் அத்தியாயத்தில் மதுரையில் வாழ்ந்த ஒரு வரலாற்று நாயகியான குஞ்சரத்தம்மாளுக்கு உருவம் இல்லை என்று சொன்னதும் உடனே அவரை என் கண் முன் நிறுத்திய ஓவியர் ரவி பெல்லட் அவர்களுக்கும் என் நன்றிகள்.

நான் கேட்டபோது எல்லாம் புகைப்படங்களை எடுத்துக் கொடுத்து அவற்றை இந்தத் தொடரில் பயன்படுத்திக்கொள்ள இசைவு தெரிவித்த புகைப்பட கலைஞர்களும் என் தம்பிகளுமான அருண் பாஸ், பிரசாத், ரகுநாத், வெற்றி, சேகர், அமர்நாத், கார்த்திகேயன் ஆகியோரின் உதவியை நினைவு கூருகிறேன். ஓர் அட்டைப்படத்துக்காக பெரும் வேட்டையில் ஈடுபட்டபோது 'என் ஆபிஸுக்கு ஒரு எட்டு வந்துட்டு போங்க' என்றார் வரைபடவியலாளர் (cartographer) ரத்தின பாஸ்கர். அவர் இந்த நகரத்தை எவ்வாறு நேசிக்கிறார் என்பதைப் பார்த்து அசந்து போனேன். ரத்தின பாஸ்கர் அவர்களின் அலுவலகம் மதுரை நகரத்துக்கான ஒரு காட்சி வடிவ ஆவணக் காப்பகம் என்றால் மிகையில்லை. 1763-ல் பிரெஞ்சு அரசின் மதுரை வரைப்படத்தை வெவ்வேறு இடங்களில் துண்டு துண்டாக சேகரித்து அதை முழு வடிவில் இந்தத் தொடருக்குப் பரிசளித்தார். ரத்தின பாஸ்கர் அவர்கள் மதுரைக்கும் கலைக்கும் ஆற்றிவரும் சேவையை தமிழ்ச் சமூகம் ஒரு நாள் கொண்டாடும் என்பதில் ஐயமில்லை.

இந்தத் தொடர் எழுதும் காலத்தில் அதற்கான சூழலை எனக்களித்த என் அம்மா பொன்மலர் மற்றும் குடும்பத்தார் ரவி–காமாட்சி, கல்யாணி, செபஸ்தியம்மாள், மேரி, டெய்சி, அந்தோனி, அமுதா ஆகியோருக்கு எப்பொழுதும் என் அன்பும் நன்றியும். எங்கள் குழந்தைகள் அகில், அபினாஷ், அனுஷா, யுவன், அனன்யா, அக்ஷயா, ஆகாஷ்–க்கு என் முத்தங்கள். ஒவ்வொரு வாரமும் என் எழுத்தின் முதல் வாசகராக, வாசித்து விட்டு பிழை திருத்தியும் எப்படி வந்துள்ளது என்கிற தனது பார்வையையும் வழங்கிய என் சகி சோபியா லாரன்ஸ் அவர்களின் ஒத்துழைப்பும் தொந்தரவும் இன்றி இந்தத் தொடர் சாத்தியமில்லை.

எப்போதும் என் வாழ்வின் ஆதார சுருதியாக இருக்கும் தோழமைகள் ரத்தின விஜயன், விஜய் ஆனந்த், புனித பாண்டியன், சதீஷ், மணி அண்ணண், பவா செல்லத்துரை, ஷைலஜாவுக்கு என் அன்பு. இந்தத் தொடர் எழுதும் காலத்தில் என்னுடன் தொடர்ந்து பயணித்த செந்தில், கோமதி, தியாகு, சோமு, இந்திர குமார் ஆகியோருக்கு என் வாழ்த்துகள்.

விகடனின் இணையத்தில் தூங்காநகர நினைவுகள் தொடரை எழுத வாய்பளித்த விகடன் ஆசிரியர் முருகன், ஆசிரியர் குழு நண்பர்கள் நீலகண்டன், ஒவ்வொரு வாரமும் இணையப் பதிவேற்றம் செய்த சீனிவாசனுக்கு என் அன்பு நன்றியும். தூங்காநகர நினைவுகள் தொடரை புத்தகமாக வெளியிடும் விகடன் பிரசுரம் நண்பர் அன்பழகன், வடிவமைப்புக் கலைஞருக்கும் என் நன்றிகளைத் தெரிவித்துக்கொள்கிறேன்.

இனி இந்த நூலை மதுரை நகரத்துக்கும் தமிழ்கூறு நல்லுலகுக்கும் சமர்ப்பிக்கிறேன். இதனை இனி நீங்கள்தான் முன்னெடுத்துச் செல்வீர்கள் என்பதில் ஐயமில்லை.

என்றும் தோழமையுடன்

அ.முத்துக்கிருஷ்ணன்

20.12.2021

அ.முத்துக்கிருஷ்ணன்

மதுரை மாவட்டத்தில் பிறந்த அ.முத்துக்கிருஷ்ணன் தனது பள்ளிப்பருவம் வரை மும்பை நகரத்தில் வசித்தார். 1986-ல் மதுரைக்கு இடம்பெயர்ந்த அவர் தனது பள்ளிப்படிப்பை முடித்துவிட்டு தனது மின்னணுவியல் மற்றும் தொலைத்தொடர்பியல் பொறியியல் இளநிலைப் படிப்பை முடித்தார்.

பல்வேறு வேலைகள், சுயதொழில்கள் என இந்த சமூகத்துடன் நெருக்கமாக பயணித்த இவரை தீண்டாமைக் கொடுமைகள், ஜாதிய வன்மங்கள், ஏற்றத்தாழ்வுகள் தொந்தரவு செய்யவே, இதன் காரணங்களை அழுத்தமாக அறிய முற்பட்டார். இந்த ஈடுபாட்டால் தனது 21-வது வயதில் தமிழ் மொழியைக் கற்றார்.

தொடர் வாசிப்பும் அவரை எழுத்துப்பாதையைத் தேர்வு செய்ய வைத்தது. வரலாறு, தொல்லியல், விளிம்புநிலை மக்கள், சிறுபான்மையினர், சுற்றுப்புறச்சூழல், உலகமயம், மனித உரிமைகள் எனப் பல்வேறு தளங்கள் சார்ந்த கட்டுரைகளை கடந்த 16 ஆண்டுகளாக தமிழில் எழுதிவருகிறார்.

மனித உரிமை மீறல்கள், சுற்றுப்புறச்சூழல் சீர்கேடுகள், மதசார்பின்மை, அணு உலை எதிர்ப்பு என்று கொதிகலனாக இருக்கும் பிரச்னைகளை நுட்பமாக அறிந்து கொள்ள இந்தியா முழுவதும் பயணித்திருக்கிறார். புது டெல்லியிலிருந்து 9 நாடுகளின் வழியே 10,000 கி.மீ. தரைவழியாகப் பயணித்து பாலஸ்தீனத்தின் காசாவுக்குச் சென்ற சர்வதேச குழுவில் இடம்பெற்ற ஒரே தமிழர். பாலஸ்தீனத்தின் உரிமைக்காகப் பேசும் இந்திய அளவிலான ஆர்வலர்கள் கொண்ட அமைப்பின் ஒருங்கிணைப்பாளர்களில் ஒருவராக இருக்கிறார்.

'பசுமை நடை' எனும் தொல்லியல் வரலாறு சார்ந்த விழிப்புஉணர்வை உருவாக்கும் அமைப்பொன்றை ஒருங்கிணைத்து நடத்தி வருகிறார். உலக மக்களின் பண்பாடுகளை அறியும் ஆர்வம் உள்ள இவர், தனது எழுத்து, பேச்சு, ஆய்வு என்கிற தளங்களில் இதுவரை 20-க்கும் மேற்பட்ட நாடுகளுக்குச் சென்ற அனுபவம் உள்ளவர். தொடர்ந்து புதிய நூல்களை வாசித்து நவீன போக்குகளை அறியும் ஆர்வம் உள்ள இவர், மதுரையில் நவீன நூல்களைக் கொண்ட நூலகத்தையும் வைத்திருக்கிறார்.

எழுத்தாளர், மொழிபெயர்ப்பாளர், உரைகள், விவாத நிகழ்ச்சிகளில் பங்கேற்பவர் என்ற பல்வேறு ஈடுபாடுகளைக் கொண்ட இவரின் பத்துக்கும் மேற்பட்ட நூல்கள் தமிழில் வெளிவந்துள்ளன. 2017-ம் ஆண்டில் பெரியார் மற்றும் அம்பேத்கர் விருதுகள், இவரின் எழுத்து, சமூகப் பங்களிப்புக்காக வழங்கப்பட்டன.

இந்த நூல்...

என் அத்தியந்த நண்பர்கள்
சிவா-சாந்தி ஆகியோருக்கு...

உள்ளே...

1. மதுரை: நகரமே வரலாறா... வரலாறே நகரமா? — 15
2. மதுரை மலைகளில் மூதாதையர்களின் ரேகைகள் — 23
3. புதைந்து கிடக்கும் மனிதகுல வரலாறு — 32
4. கேட்பாரற்றுக் கிடக்கும் செம்மொழிச் சான்றுகள் — 39
5. சங்க கால மதுரையில் ஓர் உலா! — 47
6. சங்கம் வளர்த்த மாமதுரை — 54
7. பாண்டிய வேந்தர்களின் மீன் கொடி — 61
8. திரைகடலோடிய தமிழர்கள் வாணிகத்தில் சாதித்த வரலாறு — 69
9. மதுரை பற்றிய உலகத்தவர் குறிப்புகள் — 76
10. ஹொய்சாளப் பேரரசு முதல் நாயக்கர் ஆட்சி வரை — 84
11. கான் சாகிப் என்கிற கும்மந்தான் — 92
12. மதுரை - சிற்றூர், பேரூர், மூதூர்! — 101
13. கிழந்தியக் கம்பெனியின் இரும்புக் கரம் — 110
14. தாது வருடப் பஞ்சத்தின் அவலச் சுவை — 118
15. மதுரையை ரசவாதம் செய்த நீர் — 127

16.	மதுரா மில்ஸ் - நவீனத்தின் வருகை	135
17.	கோட்டைக் கொத்தளத்தின் கால் தடங்கள்	145
18.	ஐரோப்பாவுக்குச் சென்ற மதுரையின் நிலக்காட்சிகள்	155
19.	மதுரைக்கு வந்த ரயில்	164
20.	தபாலின் சிறகுகள்	173
21.	மதுரை கல்விச் சாலைகளும் சமூக மாற்றமும்	184
22.	வெயிலைப் பருக வந்தவன்	194
23.	காலம்தோறும் மதங்கள்	204
24.	எல்லா நாளும் கொண்டாட்டம்	214
25.	மதுரை வண்ணங்களின் கலவை	224
26.	கால மாற்றத்தில் கலைகள், கலைஞர்கள்	234
27.	விடுதலை வேள்வியில் மதுரை	244
28.	கீழடி - வரலாற்றின் ரகசியம்	253
29.	முடிவற்ற மதுரையின் வரலாறு	262

1

மதுரை: நகரமே வரலாறா... வரலாறே நகரமா?!

வரலாறு நாம் அனைவருமே பத்தாம் வகுப்பு வரை படித்த ஒரு பாடம். பள்ளிப் பருவத்தில் வரலாறு சிலருக்குப் பிடித்த பாடமாகவும் சிலருக்கு மனப்பாடம் செய்து எப்படியாவது 'பாஸ்' ஆனால் போதும் என்ற பாடமுமாகவே இருந்திருக்கும். என் பள்ளிப் பருவத்தில் எனக்கு வரலாற்று பாடம் என்றாலே பெரும் பயம். இந்த வருடங்களை, தேதிகளை எல்லாம் நினைவில் வைத்திருக்கவே இயலாது என்பதுதான் காரணம். கணக்கு பாடமோ எனக்கு கிலோ என்ன விலை என்பதால் நம்பர்கள் மீதே ஓர் அலர்ஜி. கணக்கு பாடத்தில் இருந்து தப்பித்து வந்தால் வரலாறு, இயற்பியல், வேதியியல் என்று எல்லா பாடங்களிலும் இந்த நம்பர்கள் வந்து என்னை விரட்டி விரட்டி துரத்தியது. பொறியியல் படிக்கச் சென்றபோது அங்கேயும் பொறியியற் கணிதம் *(Engineering Mathematics)* என்று ஒரு பாடம் வந்து என் மூன்று வருட நித்திரையைத் தொலைத்தது.

பள்ளிப் பருவம் முழுவதுமே என் அம்மா வரலாற்று நாவல்களை பெரும் விருப்பத்தோடு வாசித்துக் கொண்டிருப்பார். நேரம் கிடைக்கும் போது எல்லாம் அவரை புத்தகமும் கையுமாகப் பார்க்கலாம். எனக்கு இத்தனை கசப்பாக இருக்கும் ஒரு பண்டம், எப்படி அம்மாவுக்கு அத்தனை தித்திப்பாக இருக்கிறது என்பது என் மனதில் ஒரு கேள்வியாக என்னுள் பயணித்துக் கொண்டேயிருந்தது.

என் பால்ய காலம் முழுவதும் இந்தியாவின் மிக நவீன நகரங்களில் ஒன்றான மும்பையில் கழிந்தது. வாழ்க்கை எங்களை அங்கிருந்து மதுரைக்குத் துரத்திவிட்டது.

மதுரைக்கு வந்த சில ஆண்டுகள், 'இது மிகவும் பழைய ஊர்' என்கிற எண்ணம் என் மனதில் ஓர் ஒவ்வாமையாகவே இருந்தது. மனித மனம் எப்போதுமே நவீனம் நோக்கியே ஈர்க்கப்படும். என் மனதும் மும்பை நகரத்தை ஓர் ஏக்கத்துடன் ஏந்தி நின்றது.

வரலாறு என்றால் என்ன என்று வாசித்து அறிந்துகொள்ள அரசு நூலகங்கள் நோக்கிச் சென்றேன். அங்கே தேடித்தேடி கலிகோ பைண்டிங்கில் தூசு படிந்த புத்தகங்களை எடுத்து நெடியேற வாசிக்கத் தொடங்கினேன்.

அங்கிருந்த புத்தகங்களில் 'கடந்த காலத்தைப் பற்றி எழுதியவை ஆராய்ச்சி செய்து பொருள் விளக்கம் கொடுக்கப்பட்ட நிகழ்ச்சித் தொகுப்பு', 'எடுத்துக்காட்டுகள் மூலம் பெறப்படும் தத்துவமே வரலாறு', 'வரலாறு என்பது கடந்த கால அரசியல் ஆகும், அரசியல் என்பது இன்றைய வரலாறு ஆகும்', 'வரலாறு என்பது மாமனிதர்களின் வாழ்க்கைச் சரித்திரமே ஆகும்', 'வரலாறு என்பது கடந்த காலத்திற்கும் நிகழ்காலத்திற்கும் இடையே நடைபெறும் முடிவற்ற பேச்சுவார்த்தை ஆகும்' என்று ஐம்பது பக்கங்கள் வாசிக்கும் முன்னே என் கழுத்தில் திருகு வலி வந்து சுளுக்கு எடுக்க நல்லெண்ணை வாங்கிக்கொண்டு மண்டபத்து கடை அருகே இருக்கும் ஒரு மூதாட்டியிடம் சென்றேன். சுளுக்கு சரியாவதற்கு முன்பே வரலாறு குறித்து நான் நூலகத்தில் வாசித்தது எல்லாம் மறந்து போய்விட்டது.

இது எல்லாம் நமக்கு ஒத்துவராது என்று முடிவு செய்து மெல்ல மதுரை நகரத்திற்குள் உலாவத் தொடங்கினேன். நான் வசித்த திருப்பரங்குன்றத்தில் இருந்து எப்படியும் தினசரி மதுரை டவுனுக்குப் போகவேண்டிய வேலை இருக்கும். கல்லூரி காலத்திலும் நண்பர்களைச் சந்திக்க டவுனுக்குத் தான் சென்றாக வேண்டும். வேலைக்குச் செல்லும் காலத்திலும் நகரத்தில்தான் அலுவலகம். அதன் பின் சொந்தமாக தொழில் செய்த காலத்தில் தினசரி மதுரை நகரத்தின் ஒவ்வொரு வீதியிலும் சுற்றி அலைவதுதான் வேலையே.

இந்த அலைந்து திரிதலில்தான் மெல்ல மெல்ல மதுரை நகரம் என் வசப்பட்டது. இப்போது நான் மதுரை நகரத்தையே வாசிக்கத் தொடங்கினேன். மதுரை நகரமெங்கும் வரலாறு வியாபித்திருந்ததை என் கண்களை அகல விரித்து உள்வாங்கினேன்.

மதுரையில் நம் மூதாதைய மனிதர்கள் கற்கருவிகளுடன் வேட்டையாடிக் கொண்டிருந்தார்கள். இதே நிலப்பரப்பில் வாழ்ந்த நம் ஆதி மனிதர்கள் கறுப்பு சிவப்பு மட்கலன்களை பாவித்தார்கள் என்பதை அவர்களின் வசிப்பிடங்கள் உறுதிசெய்தன. துவரிமானில் கிருதுமால் நதி உருவாகும் இடத்தில் இருந்த மனிதர்களின் கைகளில் செதுக்கிச் செய்யப்பட்ட கருவிகள் வைத்திருந்தார்கள். விளாங்குடியிலும் பரவையிலும் அம்மிகள், உரல்கள், குழவிகள், மண்வெட்டிகள், கருக்கரிவாள்கள் எனப் பெருங்கற்கால கருவிகள் புழங்கின.

பள்ளிச்சந்தைத் திடலின் நெசவும், துணிகளுக்குச் சாயம் காய்ச்சும் வேலையும் படுஜோராக நடைபெறுகின்றன. கீழடியில் முத்து மணிகள் அணிந்த பெண்கள் யானைத் தந்தத்தால் செய்யப்பட்ட தாயக்கட்டைகளுடன் வீட்டுத் திண்ணைகளில் விளையாடிக் கொண்டிருக்கிறார்கள்.

நகரின் மேற்குப்புறம் இருக்கும் கோட்டை சுவரில் இருந்து அகன்ற பாதை ஒன்று என்னை அழைத்துச் செல்கிறது. கடம்பமரங்கள் சூழ அந்தப் பாதையை பின் தொடர்கிறேன். பாதை நெடுகிலும் மனிதர்கள் உரையாடிக்கொண்டிருக்கிறார்கள். சாலையோர வியாபாரிகள் ஏதோ ஒரு புதிய பொருளை விற்றுக் கொண்டிருக்கிறார்கள். அதனை வேடிக்கை பார்க்கவே கூட்டம் அலைமோதுகிறது. சிரிப்பும் பேச்சு சத்தமும் அந்த வெளியை உற்சாகமாக மாற்றுகிறது.

திண்டுக்கல் சாலையில் உள்ள சத்திரங்களின் திண்ணைகளில் லாந்தர் விளக்கொளியில் பேச்சு சத்தம் கேட்கிறது. முகச்சாடையை பார்த்தால் யாரோ அசலூர்காரர் போல் தெரிகிறது. விசாரித்துப் பர்த்தால் அவர் கிரேக்க தூதர்

மெகஸ்தினஸ் என்றார்கள். மெகஸ்தினஸ் தன் ஊர்க் கதைகளை தர்க்கங்களைப் பற்றி விவரித்துக் கொண்டிருக்கிறார். மக்கள் அதனை சுவாரஸ்யமாக கேட்டுக் கொண்டிருக்கிறார்கள்.

அப்படியே மேலமாசி வீதிப்பக்கம் போனால் மௌரிய பேரரசின் அமைச்சர் கௌடில்யரை ஒரு குழு நகரம் எங்கும் அழைத்துச் செல்கிறது, இந்த நகரத்தின் அமைப்பை, பெருமைகளை அவருக்கு காட்டிக் கொண்டிருக்கிறது.

வைகை ஆற்றுப்பக்கம் யாழ்ப்பாணர்கள் பாடிக்கொண்டு இருக்கிறார்கள். சோலைகள் சூழ்ந்த திருமலைராயர் படித்துறையில் யுவான் சுவாங் நீராடிவிட்டு அங்கிருப்பவர்களுடன் உரையாடிக் கொண்டிருக்கிறார். சீனாவின் தாயான மஞ்சள் நதியின் பெருமைகளையும் அந்த ஆற்றில் வரும் பெரும் வெள்ளங்களைப் பற்றியும் சீனாவின் முக்கிய திருவிழாக்கள் பற்றியும் பெருமிதம் பொங்கச் சொல்லிக் கொண்டிருக்கிறார்.

தமிழ்ச் சங்கத்தில் தமிழறிஞர்கள் கூடி நூல்களை அரங்கேற்றி தமிழ் மொழியையே கூர்தீட்டிக் கொண்டிருக்கிறார்கள். நற்றிணை, முல்லைப்பாட்டு, இன்னா நாற்பது, ஏலாதி எனக் காதில் தமிழ் பாய்கிறது. திருமலை நாயக்கர் அரண்மனையின் நாட்டியச் சாலையில் விறலியர் நடனங்கள் அரங்கேறிக்கொண்டிருக்கின்றன. கள்ளழகர் பல லட்சம் பேர் புடைசூழ மூன்றுமாவடியைத் தாண்டி கோரிப்பாளையம் நோக்கி வந்துகொண்டிருக்கிறார்.

கீழக்குயில்குடி மலையில் அமைந்துள்ள சமணப் பள்ளியில் பெண் ஆசிரியர் ஒருவர் பாடம் நடத்திக்கொண்டிருக்கிறார். சரவணபெலகுளாவில் இருந்து இங்கு பயில வந்த மாணாக்கர் சிலர் தீர்த்தங்கரரிடம் விடைபெற்று பெருவழிச்சாலையில் கிளம்புகிறார்கள்.

வைத்தியநாதய்யரும், ஆர்.எஸ். நாயுடுவும் ஆலயப் பிரவேசத்தை திட்டமிட்டுக்கொண்டிருந்தார்கள். யாரோ ஒரு பெண்மணி ஓடிக் கொண்டிருந்தார், உற்றுப்பார்த்தால் அது சொர்ணத்தம்மாள்,

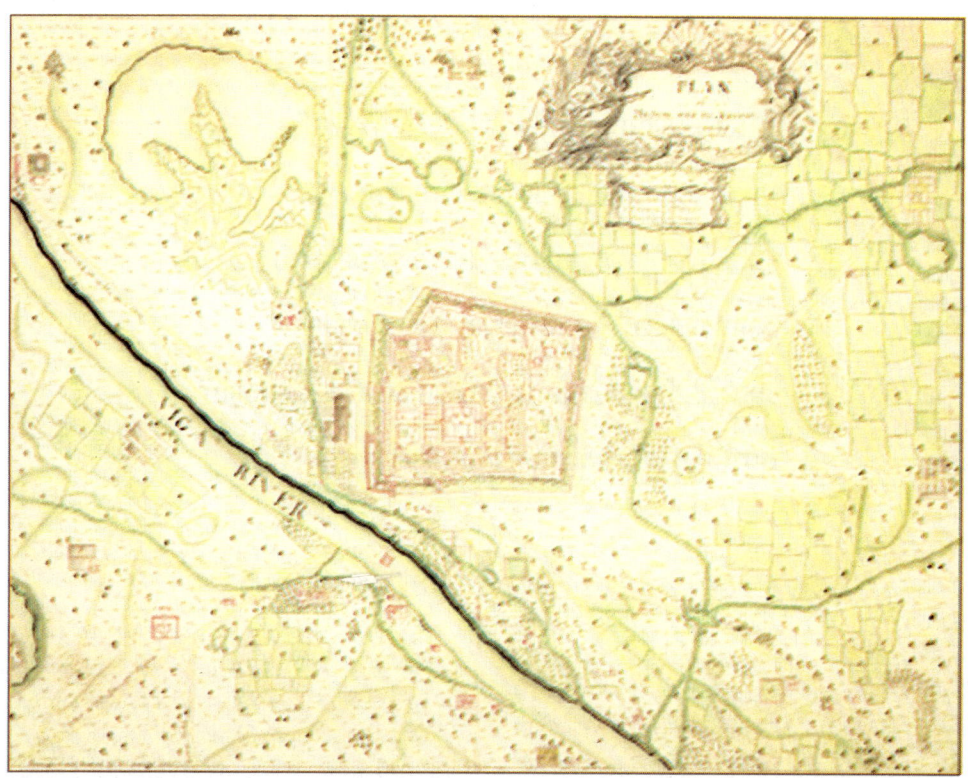

அவரை பிரிட்டிஷ் காவல்துறை நிர்வாணமாக்கி வயல் வெளியில் விரட்டிக்கொண்டிருந்தது. அவர் இருளில் ஓடி மறைகிறார்.

இந்த நகரமே வரலாறுதான் என்பதை மதுரை எனக்கு உணர்த்தியது. இன்று வரை உணர்த்திக்கொண்டேயிருக்கிறது. வேட்டை மனிதர்கள் நிலமாகவும் அதே நேரம் இன்றைய தொழில்நுட்ப யுகத்தின் சாட்சியமாகவும் தொடர்ச்சியான வரலாற்றை சுமந்து நிற்கிறது இந்த நகரம். ஒரு நகரம் வரலாறு நெடுகிலும் எப்படி இத்தனை உயிர்ப்போடிருந்தது என்பதை நினைக்கவே வியப்பாக இருக்கிறது.

உலகம் முழுவதுமே மன்னர்களும் மதங்களும் வரலாற்று ஆசிரியர்களின் கைகளை பிடித்துக்கொண்டு வரலாற்றை உருவாக்கியிருக்கிறார்கள். அதனால்தான் வரலாறு என்பது ஆட்சி மாற்றங்களின் தொகுப்பாகவே இருந்து வந்துள்ளது. நவீன அரசுகள் உருவான பின்னும் அவைகள் பல்கலைக்கழகங்களின் வழியே வரலாற்று துறைகளின் வழியே தங்களுக்கு வேண்டிய ஒரு மேன்மையான வரலாற்றை உருவாக்கவே முனைந்தன. சான்றாதாரங்கள், ஆவணங்கள், கருத்தரங்குகள் செவ்வியல் கருவிகளைக் கொண்டு அவர்கள் ஒரு சீரான செப்பனிடப்பட்ட வரலாற்றையே தயாரித்தார்கள். தேசம், தேசியம் என்கிற கருத்தாக்கங்களுக்கு இப்படியாக தயாரிக்கப்பட்ட வரலாறுதான் தேவைப்படுகிறது.

> "இன்று கீழடியில் எளிய மக்கள் பாவித்த ஒவ்வொரு பொருளும் அவர்களின் மண் பானைகளில் இருக்கும் ஒவ்வொரு எழுத்தும் வரலாற்றுக்குப் புதிய வெளிச்சத்தைப் பாய்ச்சிக் கொண்டிருக்கிறது."

இன்று வரலாறு இந்த எல்லைகளை கடந்து வந்துள்ளது. வாய்மொழி வரலாறு, நாட்டுப்புறப் பாடல்கள், கதைகள், கதைப்பாடல்கள், புதிர்கள், விடுகதைகள், மக்களின் சொலவடைகள், எளிய மக்களின் நினைவுகள், கும்மிப்பாடல்கள், ஒப்பாரிகள் என இவையும் வரலாற்று உருவாக்கத்திற்கான முக்கியச் சான்றுகளே என உலகம் முழுமையிலும் ஏற்றுக் கொள்ளப்பட்டுள்ளது. இவற்றை உள்ளடக்கிய பிறகு உலகம் முழுவதும் வரலாறு புதிய அர்த்தத்தைப் பெற்றுள்ளது.

இன்று கீழடியில் எளிய மக்கள் பாவித்த ஒவ்வொரு பொருளும் அவர்களின் மண் பானைகளில் இருக்கும் ஒவ்வொரு எழுத்தும் தமிழர்கள் வரலாற்றுக்குப் புதிய வெளிச்சத்தைப் பாய்ச்சிக் கொண்டிருக்கிறது. தமிழகத்தின் ஒவ்வொரு தொல்லியல் அகழ்வாய்வில் இருந்து வரலாறு புதிய அர்த்தம் பெற்றுக்கொண்டிருக்கிறது.

2

ஆதி மனிதனின் பாறை ஓவியங்கள் - மதுரை மலைகளில் மூதாதையர்களின் ரேகைகள்!

பள்ளிப் பருவத்திலேயே என் மனதைப் புவியியல் பாடம் கவர்ந்துவிட்டது. ஜூன் மாதம் பள்ளியில் புதிய புத்தகங்கள் வந்தவுடன் நான் முதலில் புவியியல் பாடப்புத்தகத்தை முழுவதுமாக ஒரே மூச்சில் வாசித்து முடித்து விடுவேன். நாம் வாழும் இந்தப் பூமி, அதன் தோற்றம், நிலப்பரப்பு, மனிதனுக்கும் இந்த நிலத்திற்குமான தொடர்பு, மனிதனுக்கும் இயற்கைக்கு மான தொடர்பு என இவற்றை அறிந்துகொள்வதில் இருந்த எனது ஆர்வம் அடங்கமறுத்தது. இது மொத்தமும் நான் என்னைப் பற்றி அறிந்துகொள்வதுதானே என்கிற உணர்வோடு மேலதிகமாக வாசிக்க முற்பட்டேன். வாசிக்க வாசிக்க என் ஆவல் அதிகரித்துக்கொண்டே சென்றது.

மெல்ல மெல்ல என் கைகளுக்குக் கிடைத்த புத்தகங்களின் வழியே உலகம் முழுவதும் பயணித்தேன். சீனப் பெருஞ்சுவர், நைல் நதி, அமேசான் காடுகள், ஆல்ப்ஸ் மலைச் சிகரங்கள், மச்சுபிச்சு கோட்டை, எகிப்தின் பிரமிடுகள், இஃபில் டவர் என் ஒவ்வொரு நாளும் நித்திரையில் இருந்து வெவ்வேறு இடங்களில் கண்விழித்தேன். பாஸ்போர்ட் இல்லை, விசா இல்லை, ஆனால் மனதில் எனக்கு இருந்த வாசிப்பும் ஆசையும் செலவில்லாமல் பயணிக்கக் கற்றுக்கொடுத்தது.

உலகின் வரலாறுகளை, மனிதர்களின் வரலாற்றை மிகுந்த ஆர்வத்துடன் அறிந்துகொள்ள துடித்த காலம் அது, நூலகத்தில் கிடைக்கும் புத்தகங்களை எல்லாம் வாசித்து முடித்தேன். சார்லஸ்

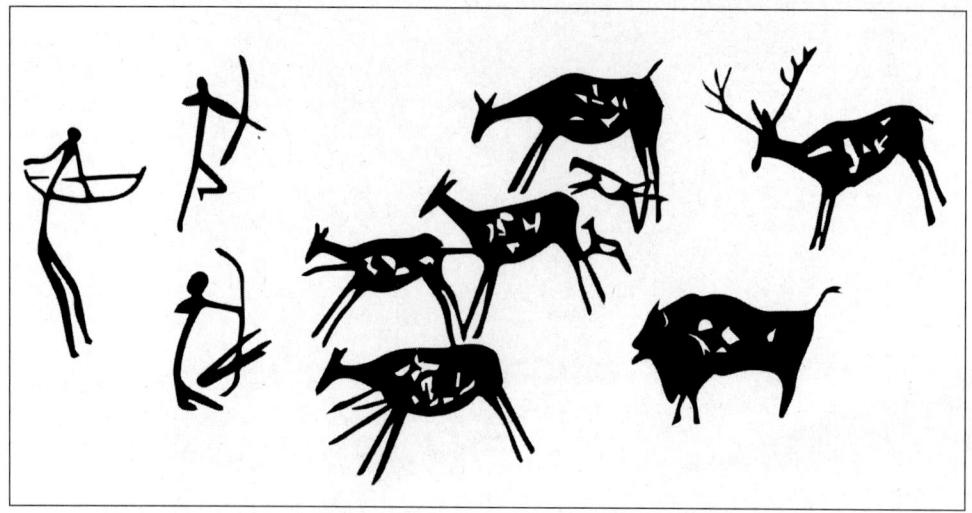

டார்வின் 22 வயதில் எச்எம்எஸ் பீகிள் (HMS Beagle) என்ற கப்பலில் பயணம் கிளம்பிய செய்தி எனக்கு பெரும் ஆர்வத்தை ஏற்படுத்தியது. அவரைப் பின்தொடர்ந்து மனிதனின் பரிணாம வளர்ச்சியை வாசிக்கத் தொடங்கினேன். என் தேடலின் எல்லைகளை வாசிப்பு விரிவுபடுத்தியபடியே இருந்தது.

இந்த பெரும் பிரபஞ்ச வெளியின் சூரியக் குடும்பத்தின் இந்த பூமியில் மட்டும்தான் உயிர்கள் சாத்தியமானது. உயிர்களின் பரிணாமத்தில் மனிதன் சாத்தியமானான். ஒரு முழுமையான மனிதன் தோன்ற எத்தனை லட்சம் ஆண்டுகள் ஆனது? மனித மூதாதைகள் எப்படி வேட்டையாடினார்கள்? ஆதி மனிதர்கள் என்ன கருவிகள் பயன்படுத்தினார்கள்? மொழி உருவாவதற்கு முன் அவன் வேட்டையின் நுட்பங்களை தன் சகபாடிகளுடன் எப்படிப் பகிர்ந்து கொண்டான்? ஆதி மனிதன் எப்படி வேட்டையை ஓவியங்களாக குகைகளில் தீட்டியிருக்கிறான்? கேள்விகள் அடுக்கடுக்காய் மனதில் எழுந்துகொண்டேயிருந்தன.

என் பதின் பருவத்திலேயே இந்த ஓவியங்களை வாழ்வில் ஒரு முறையேனும் பார்த்துவிட வேண்டும் என்கிற ஆவல் மேலோங்கியது. இந்தக் குகை ஓவியங்கள் எங்கெல்லாம் உள்ளது என்பதை ஒரு நோட்டு புத்தகத்தில் பட்டியலிட்டேன். ஆப்பிரிக்கா, அல்ஜீரியா, ஆஸ்திரேலியா, இந்தோனேஷியா, அர்ஜென்டினா, பல்கேரியா, பிரான்ஸ் என அந்தப் பட்டியல் நீண்டு சென்றது.

மனித மூதாதையர்கள் பயன்படுத்திய கருவிகளை எல்லாம் பார்க்கும் ஆவல் ஏற்பட்டது, உலகின் முக்கிய அருங்காட்சியங்களில் இவை எல்லாம் இருக்கிறது என்பதை அறிந்து கொண்டு வாழ்வில் வேலைக்குச் சென்று சம்பாதித்ததுமே இதை எல்லாம் பார்க்கக் கிளம்ப வேண்டும் என்று உறுதிமொழி எடுத்துக் கொண்டேன்.

கிடாரிப்பட்டி அழகர்மலையில் பெருங்கற்காலம் மற்றும் புதிய கற்காலத்தில் வரையப்பட்ட பாறை ஓவியங்கள் உள்ளன. மனித உருவம் கொண்ட கோட்டோவியம், நீண்ட

கொம்புடைய மான், கையில் கருவியுடன் மனித உருவம் மற்றும் அதன் அருகில் ஒரு நாய், எளிய கோடுகளாலான மான் ஏணி போன்ற ஒரு வடிவம் அதைத் தவிர்த்து இனம் காணமுடியாத விலங்குகளும், உருவங்களும் அழகர்மலை பாறைகளின் மீது வரையப்பட்டுள்ளது.

கருங்காலக்குடியின் மேற்குப் பகுதியில் இருக்கும் மலைக் குன்றில் இயற்கையாய் அமைந்துள்ள மலைக் குன்று ஒன்றின் விதானப் பகுதியில் சில ஓவியங்கள் கண்டுபிடிக்கப்பட்டுள்ளன. வெவ்வேறு காலகட்டத்தைச் சேர்ந்த ஓவியங்கள் சிவப்பு மற்றும் வெள்ளை வண்ணத்தில் வரையப்பட்டுள்ளன. திமிலுடன் இரண்டு மாடுகள், கோட்டோவியத்தில் மாட்டின் உருவம் மற்றும் அடையாளம் காண இயலாத உருவங்கள் சிலவும் உள்ளன.

அணைப்பட்டியில் பெருங் கற்காலம் மற்றும் பிந்தைய காலங்களில் வரையப்பட்ட பாறை ஓவியங்கள் உள்ளன. இரண்டு மனித உருவங்கள் எதிரெதிரே நிற்றல், இரண்டு மனித உருவங்கள் கைபிடித்து நடந்து வருதல், குதிரை மீது ஏறி வருபவன், குதிரையின் மீது மனித உருவம் பயணிப்பது, குதிரையில் வரும் ஒருவரை தரையில் இருந்து ஆயுதத்துடன் தாக்க முற்படுவதும் அருகே விழுந்த நிலையில் குதிரையும் வீரனும், கையில் வாள் மற்றும் கேடயத்துடன் மனித உருவம், தலை அலங்காரத்துடன் மனித உருவம், நடனமாடும் ஆண்களும் பெண்களும், பூ அலங்கார ஓவியம், விலங்கின் மீது ஆயுதங்களுடன் மனித உருவம் என இந்தக் குகையில் வெவ்வேறு காலகட்டத்தைச் சேர்ந்த ஐம்பதுக்கும் மேற்பட்ட ஓவியங்கள் வெள்ளை நிறத்தில் காணப்படுகின்றன.

கருங்காலக்குடி ஓவியப் பாறை

எளிய கோடுகளில் மான் - அழகர்கோயில்

திமிலுள்ள மாடுகள்-கருங்காலக்குடி

மதுரை கீழவளவில் பிற்கால கற்செதுக்கு ஓவியங்கள் காணப்படுகின்றன. யானையின் ஓவியமும் பிற்கால கோட்டோவியத்தில் மான்களும் காணப்படுகின்றன.

தமிழகத்தில் உள்ள பாறை ஓவியங்கள் பெரும்பாலானவை சிவப்பு மற்றும் வெள்ளை நிறத்தில் தீட்டப்பட்டுள்ளன. சில இடங்களில் கறுப்பு மற்றும் மஞ்சள் நிறங்கள் பயன்படுத்தப்பட்டுள்ளன. பெரும்பாலான இடங்களில் ஓவியங்கள் ஒரே நிறத்தில் வரையப்பட்டுள்ளன.

மதுரை தவிர்த்து குறும்பவரை, மகராஜகடை, குமுதிபதி, கீழவளவு, திருமலை, ஓதியத்தூர், கோவனூர், மல்லப்பாடி, வெள்ளரிக்கோம்பை, கீழ்வாலை, கல்லம்பாளையம், ஏர்பெட்டு-செம்மநாரை, உசிலம்பட்டி குறிஞ்சிநகர், ஆழியார், ஆலம்பாடி, கரிக்கையூர் என தமிழகம் முழுவதுமே பாறை ஓவியங்கள் விரவிக்கிடக்கிறது.

என் பதின்பருவத்தில் நான் பாறை ஓவியங்களைப் பார்க்க உலகமெங்கும் பயணிக்க வேண்டும் என்று தீர்மானித்திருந்தபோது எனக்கு மதுரையிலேயே நான்கு மலைகளில் பாறை ஓவியங்கள் இருக்கின்றன என்கிற தகவல் ஒரு சேர மகிழ்ச்சியையும் பெரும் சோர்வையுமே ஏற்படுத்தியது.

உலகம் முழுவதும் இருக்கும் பாறை ஓவியங்கள் உள்ள மலைகள், குகைகள் பாதுகாக்கப்பட்ட பகுதிகளாக அறிவிக்கப்பட்டு, அதற்கு முழுமையான அடிப்படைக் கட்டமைப்புகளை ஏற்படுத்தி தேசிய முக்கியத்துவம் வாய்ந்த வளாகங்களாகப் பராமரிக்கப்படுகின்றன. இந்த இடங்களுக்கு பள்ளி, கல்லூரி மாணவர்கள் அழைத்துச் செல்லப்படுகிறார்கள். அவர்களின் பாடப்புத்தகங்களில் அவர்களின் நிலத்தின் பெருமிதங்களாக இந்தப் பாறை ஓவியங்கள் இடம் பெற்றுள்ளன.

உலகம் முழுவதில் இருந்தும் சுற்றுலா பயணிகளைக் கவரும் வண்ணம் இந்தப் பாறை ஓவியங்களை முதன்மைப்படுத்தி வண்ண வண்ணத் துண்டறிக்கைகள் முதல் இணையதளங்கள் வரை

குதிரைப் பயணம்–அணைப்பட்டி

நடனக் காட்சி

உருவாக்கியிருக்கிறார்கள். ஆனால், மதுரையில் இருக்கும் இந்தப் பாறை ஓவியங்களை சுமந்து நிற்கும் மலைகளுக்கு செல்ல முறையான பாதை கிடையாது. நீங்கள் முள்மண்டிய சீமக்கருவேலங்காடுகளின் வழியேதான் செல்ல வேண்டும். பல இடங்களில் இந்த ஓவியங்கள் மீதும் அதன் அருகிலும் பலர் புதிய வண்ணங்கள் கொண்டு எழுத்துகள் எழுதியிருப்பார்கள், அல்லது இதையொத்த கோடுகள் வரைந்திருப்பார்கள்.

உலகம் முழுவதும் இப்படியான சான்றுகளில் இருந்துதான் மனிதனின் பரிணாம வளர்ச்சி குறித்த பெரும் தொடர்ச்சிகள் உறுதி செய்யப்பட்டுள்ளது. அப்படியெனில் நம் மூதாதையர்களின் விரல் ரேகைகளின் சாட்சியங்களாக திகழும் இந்த ஆகப்பெரிய பொக்கிஷங்கள் ஏன் மழையிலும் வெயிலிலும் கேட்பாரற்றுக் கிடக்கின்றன? இந்தச் சமூகத்தின் பெரும் பாரம்பர்யம் மிக்க இந்த சொத்துகளைப் பாதுகாக்க ஏன் இங்கே ஆட்கள் இல்லை? இந்த மலைகளைச் சுற்றி வாழும் கிராம மக்களுக்கு ஏன் இவை முக்கியம், இவை பாதுகாப்பட வேண்டியவை என்பது குறித்த விழிப்புஉணர்வு ஏற்படுத்தப்படவில்லை?

கேரளாவில் உள்ள பாறை ஓவியங்களை நீங்கள் பார்க்கச் சென்றால் அங்கே அதற்கு முழுமையான கட்டமைப்புகள் உள்ளன. நாம் கட்டணம்

> மதுரையில் ஒரு நிரந்தர பாறை ஓவியக் கண்காட்சி/அருங்காட்சியகம் அமைக்கப்பட வேண்டும், பாறை ஓவியங்களைப் பற்றிய ஒரு முழுமையான கையேடு உருவாக்கப்பட வேண்டும்.

செலுத்தியதும் நம்மை அந்த மலைப்பகுதிகளுக்கு சுற்றுலாவாக அழைத்துச் செல்கிறார்கள். மறையூரில் பழங்குடிகள் பயிற்சியளிக்கப்பட்டு இந்த வருவாயில் பாதி அவர்களுக்கு சம்பளமாக செல்கிறது. இந்த ஏற்பாடுகள் உள்ளதால் அங்கே பாறை ஓவியங்கள் கூடுதல் பாதுகாப்பு பெறுகின்றன.

கர்நாடகத்தின் ஹிரேகுடா, ஒடிசாவின் குடாஹண்டி மற்றும் யோகிமாத்தாவில் முக்கிய பாறை ஓவியங்கள் உள்ளன. இந்தியாவிலேயே மத்தியப் பிரதேசத்தின் பிம்பெட்காவில் உள்ள பாறை ஓவியங்கள் யுனெஸ்கோவில் உலகப் பாரம்பர்ய இடங்களுக்கான பட்டியலில் இடம் பெற்றுள்ளது. பிம்பெட்காவில் மட்டும் பத்து கிலோ மீட்டர் சுற்றளவில் உள்ள ஏழு மலைகளில் 750 குகைகள் உள்ளன. இந்தக் குகைகளில் 10,000 ஆண்டுகளுக்கு முன்பு தீட்டப்பட்ட பாறை ஓவியங்கள் உள்ளன.

ஆஸ்திரேலியாவின் உலுரு கட்டஜுட்டா தேசிய பூங்காவில் மூன்று நாள்கள் தங்கியிருந்தேன். அங்கே இருக்கும் உலுரு மலையில் உள்ள குகைகளின் பாறை ஓவியங்களைப் பார்க்க விடிகாலையிலேயே மாலா நடை (Mala walk) ஏற்பாடு செய்யப்படுகிறது. அந்த மாலா நடையையில் ஒரு அபாரிஜின் வழிகாட்டி அங்குள்ள குகைகள், பாறை ஓவியங்களைப் பற்றியும் அங்கே வசித்த மூதாதையர்களைப் பற்றியும் அவர்களின் வாழ்க்கை முறைகள் பற்றியும் விவரித்தார். அந்தப் பாறை ஓவியங்கள் 30,000 வருடங்களுக்கு முற்பட்டவை என்பதை அவர் கூறும் மொத்த கூட்டமும் பெருமூச்சுவிட்டது. இந்த மாலா நடையை முடித்துவிட்டு பெரும் ஏக்கத்துடன் அறைக்குத் திரும்பினேன்.

'தமிழர் தகவலாற்றுப்படை' என்கிற அரசின் தமிழிணையத்தில் தமிழக பாறை ஓவியங்களை

ஆஸ்திரேலியா உலூருவின் மாலா நடை

முழுமையாக ஆவணப்படுத்தும் பணி சமீபத்தில் தொடங்கி நடைபெற்று வருகிறது. இந்த அற்புத பொக்கிஷங்களை கொண்டு மதுரையில் ஒரு நிரந்தர பாறை ஓவியக் கண்காட்சி/அருங்காட்சியகம் அமைக்கப்பட வேண்டும். மதுரையின் பாறை ஓவியங்களைப் பற்றிய ஒரு முழுமையான கையேடு உருவாக்கப்பட வேண்டும். மதுரையின் பாறை ஓவியங்களைப் பற்றிய ஓர் அற்புதமான துண்டறிக்கை விமான நிலையங்களிலும் ரயில் நிலையங்களிலும் சுற்றுலா தகவல் மையங்களிலும் கிடைக்கும் காலம் விரைவில் வர வேண்டும். இந்தக் கனவுகளுடனும் கேள்விகளுடனும்தான் மதுரை நகருக்குள் உலாவிக் கொண்டிருக்கிறேன்.

3

புதைந்து கிடக்கும் மனிதகுல வரலாறு!

தொல்லியல் என்பது மூதாதையர்கள் விட்டுச் சென்ற தொல் எச்சங்களை ஆய்வு செய்து பண்பாட்டை அறிந்து கொள்ளும் ஒரு வழிமுறை. இந்தத் தடயங்களை ஆய்வு செய்யும்போது நமக்கு நம் மூதாதையர்கள் மற்றும் முன்னோர்களின் வாழ்வியல் குறித்த ஒரு புரிதல் ஏற்படுகிறது. மனிதனின் பரிணாம வளர்ச்சியை இந்த ஆய்வுகள் துல்லியப்படுத்த உதவுகின்றன.

என் பள்ளி பாடப் புத்தகங்களில் மொஹெஞ்சொ-தரோ- ஹரப்பா பற்றிய பாடங்கள் இருந்தன. அதற்குப் பிறகு ஒருசில புத்தகங்களில் அகழாய்வு குழிகளில் தொல்லியலாளர்கள் இருக்கும் புகைப்படங்களைப் பார்த்து வியந்திருக்கிறேன். என்ன ஓர் அற்புதமான வேலை, வரலாற்றையே கைகளால் வருடிப் பார்க்கும் வாய்ப்புள்ள ஒரு வேலையல்லவா இது?

'ஹே ராம்' திரைப்படத்தின் முதல் காட்சியில் கமல்ஹாசனும் ஷாருக்கானும் பாகிஸ்தானில் உள்ள மொஹெஞ்சொ-தரோவின் ஓர் அகழாய்வுக் குழிக்குள் இரண்டு மண்டை ஓடுகளில் இருந்து பிரஷ் வைத்து மண்ணை கோதிக்கொண்டிருப்பார்கள். அவர்களின் பிரித்தானிய உயரதிகாரி வந்து உடனடியாக இந்தப் பணிகளை நிறுத்திவிட்டு ஒரு மணி நேரத்திற்குள் இந்த இடத்தில் இருந்து கிளம்புங்கள், இந்தியா- பாகிஸ்தான் பிரிவினையை ஒட்டி மதக்கலவரங்கள் மூள்கிறது, உங்களை எல்லாம் பாதுகாக்கும் பொறுப்பு என்னுடையது என்பார். இவர்கள் இருவரும் அங்கிருந்து கிளம்ப மனமின்றியிருப்பார்கள். அப்போது சாக்கேத் ராம்

கதாபாத்திரம் சொல்லும், "5000 ஆண்டுகளாக இந்தப் பொருள்கள் பாதுகாப்பாகத்தானே இருந்தன. நாம் மீண்டும் இங்கு அகழ்வாய்வு செய்ய வருவோம். எல்லாம் பாதுகாப்பாகவே இருக்கும்" என்பார்.

மதுரை அருகில் இருக்கும் ஆவியூரிலும் 1864-ல் ராஃபர்ட் ப்ரூஸ் ஃபுட் (*Robert Bruce Foote*) என்கிற நிலவியல் அறிஞர், மனித மூதாதையர்கள் வசித்ததற்கான எச்சங்களான கற்கருவிகளைக் கண்டுபிடித்தார். இதற்கு ஒரு வருடம் முன்னர் 1863-ல் தான் அவர் சென்னை பல்லாவரத்தில் ஒரு கற்கோடரியை கண்டெடுத்திருந்தார். இந்த இரு கண்டுபிடிப்புகள் இந்திய தொல்லியல் வரலாற்றில் முக்கியமான திருப்பங்களை ஏற்படுத்தின. இந்த கற்கோடரிகள் 16 லட்சம் ஆண்டுகளுக்கு முந்தையது என்று ஆய்வுகள் தெரிவிக்கின்றன.

1887-ல் அலெக்சாண்டர் ரியா (*Alexandar Rea*) என்கிற தொல்லியல் துறை அதிகாரி மதுரை அனுப்பானடி பகுதியில் மிக முக்கியமான அகழாய்வுகளை மேற்கொண்டார். இந்த அகழாய்வுகளில் ஏராளமான ஈம எச்சங்களை அவர் கண்டறிந்தார்.

அனுப்பானடியைப் போலவே அவர் மதுரைக்கு மிக அருகில் இருக்கும் பரவை, துவரிமான் மற்றும் தாதம்பட்டியிலும் ஏராளமான முதுமக்கள் தாழிகள், எலும்புகள், மண்டை ஓடுகள் மற்றும் இரும்பு ஈட்டி முனைகள் அகழ்ந்தெடுத்தார்.

1887-ல் பார்டெல் (*Bartel*) என்கிற காவல்துறை அதிகாரி பல முதுமக்கள் தாழிகளை துவரிமானில் கண்டுபிடித்தார். இதனைத் தொடர்ந்து பரவையிலும், துவரிமானிலும் இரும்பு ஈட்டி முனைகள், எலும்புக் கூடுகள், மண்டை ஓடுகள், வழவழப்பான பளிங்கு போன்ற பானைகள், சிவப்பு நிறத்திலான பாசி மணிகள் (*carnelian beads*) உள்ளிட்ட பல பொருள்கள் கண்டெடுக்கப்பட்டன.

பழைய கற்காலத்தின் நடுப்பகுதியைச் சேர்ந்த கருவிகள் மரட்டாற்றின் களிமண் படுகையிலும் சிவரக்கோட்டையிலும் கண்டறியப்பட்டுள்ளன. திடியன், தெ.கல்லுப்பட்டி, போடிநாயக்கனூர் அருகில் உள்ள கோடாங்கிப்பட்டி, தத்தனோடை மேடு பகுதிகளில் ஜாஸ்பர், சால்சிடனி, கிரிஸ்டல், அகேட் (*Agate*), உலோகக் கலவைகளைக் கொண்டு செய்யப் பட்ட சுத்தியல்கள், நுண் கற்கருவிகள் கண்டறியப்பட்டன.

துவரிமானில் கிருதுமால் நதி உருவாகும் இடத்தின் மேற்பரப்பிலேயே ஒருமுனைக் கத்திகள், இருமுனைக் கத்திகள், வெட்டுக் கருவிகள், சுரண்டிகள், பிறை வடிவக் கருவிகள், துளையிடும் கருவிகள் கிடைத்துள்ளன.

வெள்ளாங்குளம், துவரிமான், கோவலன் பொட்டல் பகுதிகளில் புதிய கற்காலக் கருவிகள் பல கிடைத்துள்ளன. அரிட்டாப்பட்டியில் உள்ள பெருமாள் மலை அடிவாரத்திலும், விளாங்குடி, பரவை, அனுப்பானடி, பேரையூர் பகுதிகளில் நூற்றுக்கணக்கான தாழிகள் கண்டறியப்பட்டன.

மதுரைக்குத் தெற்கே வெள்ளாளக் குளத்தில் கல்வட்டங்கள், சுடுமண் தலைகள், உருவங்கள் கிடைத்துள்ளன. கருங்காலக்குடி, நிலக்கோட்டை, பரவை, துவரிமான், தாதம்பட்டி,

Pan troglodytes (chimpanzee)
Gorilla gorilla
Homo heidelbergensis
Homo sapiens
0
1
2
3
millions of years ago
Australopithecus boisei
Australopithecus robustus
Homo habilis
Homo neanderthalensis
Homo erectus
Australopithecus garhi
Australopithecus africanus
Homo rudolfensis
Homo ergaster (erectus)

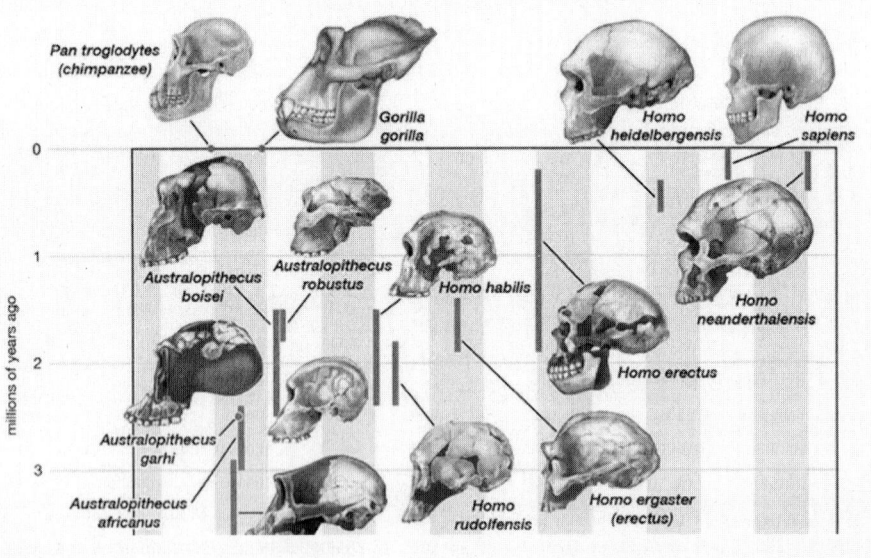

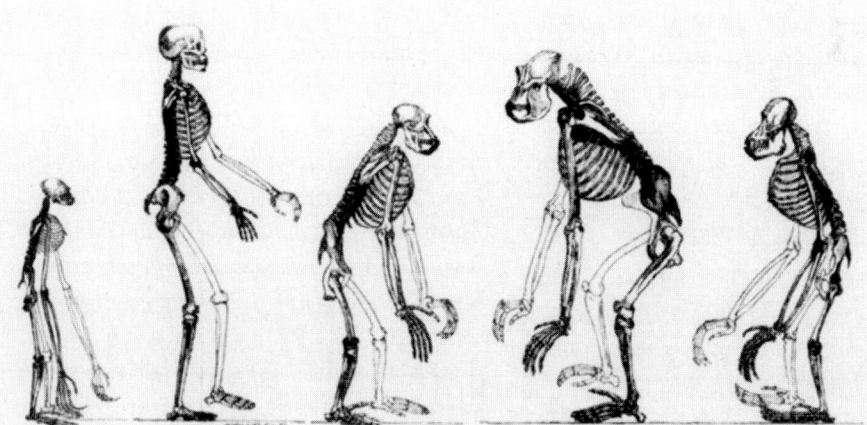

'கிப்பன் மனிதன் சிம்ப்பன்சி கொரில்லா ஒராங்குட்டான்

அனுப்பானடி மற்றும் செங்குளம் ஆகிய பகுதிகளிலும் முதுமக்கள் தாழி, ஈமத்தாழிகள் நிறையவே கிடைத்துள்ளன.

கீழ் மதுரை, மேலமாத்தூர், கீழக்குயில்குடி, மேலப்பனங்காடி, கீழப்பனங்காடி, கீழ் இரணியல் முட்டம் ஆகிய பகுதிகளில் சிறிய மண் குடுவைகள், வட்ட பாத்திரங்கள், பிரிமனைகள், வேலைப்பாடுகளுடன் கூடிய கறுப்புப் பானைகள் காணப்பட்டன. மற்றும் கறுப்பு, சிவப்பு நிறத்திலான தாழிகள் கிடைத்துள்ளன.

1891-ல் ஜாவாவில் தான் நிமிர்ந்து நின்ற மனிதனின் (*Homo Erectus*) முதல் தொல் எச்சம் உலகில் கண்டுபிடிக்கப்பட்டது. அதன்பின் சீனாவின் பீக்கிங் மனிதன் (*Peking Man*) மற்றும் இலங்கையின் பலாங்கொடை மனிதன் (*Balangoda Man*) அகழாய்வில் கிடைத்தனர். 1970-களில் இந்தியாவில் நிமிர்ந்து நின்ற மனிதனின் (*Homo Erectus*) ஒரே ஒரு தொல் படிமம்தான் கிடைத்துள்ளது, அதை நர்மதா மனிதன் (*Narmada Man*) என்று அழைக்கிறோம். இந்த நிமிர்ந்து நின்ற மனிதர்கள் 25 லட்சம் ஆண்டுகள் முதல் 16 லட்சம் ஆண்டுகளுக்கு முன்னர் வரை இந்த நிலப்பரப்பில் அலைந்து திரிந்திருக்கிறார்கள்.

பழைய கற்காலத்தில் நம் மூதாதையர்கள் சொர சொரப்பான பெரிய கற்களால் வேட்டையாடினார்கள். அதன் பின்னர் கற்கோடரிகளை ஆயுதங்களாகப் பயன்படுத்தினார்கள். பரிணாமத்தில் அடுத்து வந்த ஆதி மனிதன் புதிய தொழில்நுட்பத்தை அடைந்து கூர்நுனி ஆயுதங்களை உருவாக்கினான். அடுத்து அவன் அடைந்த தொழில்நுட்ப மேம்பாட்டில் சிறிய சுரண்டிகள், பட்டைக்கத்திகள், இரும்பு கூர்நுனிகள் கொண்ட ஆயுதங்கள் நோக்கி நகர்ந்தான். இந்த கூர்நுனிகள் உள்ளிட்ட ஆயுதங்கள்தான் அவனை பாதுகாத்தது என்பதால் அதையே வணங்கத் தொடங்கினான்.

ஒரு வேட்டை சமூகமாக, நாடோடி சமூகமாக இருந்த அவன் ஒரே இடத்தில் குடியேறி ஒரு கிராமமாக வசிக்கத் தொடங்கினான். வேட்டைச் சமூகமாக இருந்த மனிதன் கால்நடை வளர்ப்பில் ஈடுபட்டு பயிர் சாகுபடி நோக்கி நகர்கிறான். பானை, சக்கரம், நெருப்பு ஆகிய இந்த மூன்று கண்டுபிடிப்புகள்தான் மனித குல வரலாற்றின் முதல் தொழில் புரட்சிக்கு வித்திட்டது. மனிதனுக்கு கல்லும் அதன் பின்னர் மண்ணும் வசப்பட்டது அதனால் மட்கலத்தொழிலில் புதிய புதிய சாதனைகளைச் செய்தான். கறுப்பு, சிவப்பு, வடிவங்கள், அளவுகள், வேலைப்பாடுகள், வழவழப்பு, பளபளப்பு என ஒவ்வொரு காலத்திலும் மட்பாண்டங்கள் புதிய உயரங்களை எட்டின.

ஆதிமனித இனத்தின் முன்னோடிகளாக ஆஸ்ட்ரொலோப்பிதச்ஸ் (*Australopithecus*), ஹோமோ ஹெபிலிஸ் (*Homo habilis*), ஹோமோ எரக்டஸ் (*Homo erectus*), ஹோமோ ஹெய்டெல்பெர்கென்ஸிஸ் (*Homo heidelbergensis*) இருந்தனர். இதன் பின்னர் நியாண்டர்தல்ஸ்-ம் (*Neanderthals*) அதில் இருந்து படிப்படியாக பரிணாம வளர்ச்சி பெற்றனர். பூமியில் பல மனித இனங்கள் தோன்றி மறைந்து பிறகு வேறு இனங்கள் தோன்றியுள்ளன. பருவ நிலை

தாழிக்குள் எலும்புகள்

கற்திட்டைகள்

மாற்றங்களால் (Climate Change) தான் இந்த பூமியில் வாழ்ந்த பல உயிர்கள் ஒட்டுமொத்தமாக அழிந்து மீண்டும் புதிய வடிவில் முகிழ்ந்திருக்கிறது.

இன்றில் இருந்து 75,000 ஆண்டுகளுக்கு முன்னர் தற்கால மனிதன் (Homo Sapiens) உருவானான். மனிதனின் பரிணாம வளர்ச்சியில் ஒவ்வொரு இனமும் இந்த பூமியெங்கும் இடம்பெயர்ந்து தன் எல்லைக்கு உட்பட்டு பயணித்துள்ளது. ஆனால் தற்கால மனிதன் டோபா எரிமலைக்கு (Toba Volcano) முன்போ பின்போ நம் நிலப்பரப்பிற்கு வந்து குடியேறினான். தான்சானியா, எத்தியோப்பியா, கென்யா, தென் ஆப்பிரிக்கா என இங்கேதான் ஆதிமனிதனின் முன்னோடிகளின் பல எச்சங்கள் கிடைத்துள்ளன. இந்தியாவில் நர்மதா மனிதன் மற்றும் ஜுவாலாபுரம் சாம்பல் படிமங்களில் கிடைத்த கருவிகள் மிகவும் முக்கியமானவை.

1972-ல் திருநெல்வேலியின் சாத்தான்குளத்தின் அருகே காராமணி ஆற்றின் கரையில் களிமண், மணல் கலந்த படிவம் ஒன்றிலிருந்து நிலவியல் அறிஞர் சுகி.ஜெயகரன் அவர்கள் ஒரு காண்டாமிருகத்தின் மண்டையோட்டின் ஒரு பகுதியை அகழ்ந்து எடுத்தார். இந்த ஒற்றைக் கொம்பு காண்டாமிருகம் இன்றுள்ள காண்டாமிருகத்தை விட சற்றே பெரியது. இதே காலகட்டத்தில் இலங்கையின் ரத்தினாபுரி படிவங்களில் காண்டாமிருகத்தின் எலும்புகள் கண்டறியப்பட்டன.

இதனை ஒரு வருடம் அவர் தன்னுடன் வைத்திருந்தார், பின்னர் அவர் பூனேயில் உள்ள டெக்கான் கல்லூரிக்கு எடுத்துச் சென்று அங்கே உள்ள பேராசிரியர்களை வைத்து இதை மறுகட்டமைப்பு செய்தார். இது Current Science உள்ளிட்ட இதழ்களில் கட்டுரையாக வெளிவந்தது. 1974 வாக்கில் காண்டாமிருகத்தின் எலும்பை அவர் சென்னை அரசு அருங்காட்சியகத்திற்கு ஒப்படைத்தார், சமீபத்தில் அங்கு சென்று வந்த சுகி.ஜெயகரன் அவர்கள் அது கவனிப்பாரற்றுக் கிடந்ததை பார்த்து மிகுந்த வேதனையடைந்தார்.

இதுதான் அரசின் நிலை என்றால், பொதுவாக பல இடங்களில் கிடைக்கும் பெரிய அளவிலான எலும்புகள் காளவாசலில் எரிக்கப்பட்டு சுண்ணாம்பாக மாற்றப்பட்டு தொழிற்சாலைகளுக்கும் குடிமைச்சமூக பயன்பாட்டிற்கும் அனுப்பப்படுகின்றன. ரியல் எஸ்டேட்காரர்கள் பலர் ஃப்ளாட்

> 16 லட்சம் ஆண்டுகளுக்கு முந்தைய ஒரு கற்கோடரி என்றால் அது இந்தியாவின் ஆகப்பெரும் சொத்தில்லையா, மதுரை போன்ற ஒரு வரலாற்று நகரத்தில் ஏன் நமக்கு உலகத்தரமான ஒரு அருங்காட்சியகம்கூட இல்லை?

போடும் வேகத்தில் பல முதுமக்கள் தாழிகளை புல்டோசர்கள் வைத்து தகர்த்து வெளியே தெரியாமல் தரைமட்டம் ஆக்கிய சம்பவங்கள் பல ஊர்களில் நிகழ்ந்துள்ளது. கிருஷ்ணகிரி முதல் கொடைக்கானல் நடு மலைப்பகுதி வரை 3,500 ஆண்டுகள் பழமையான கற்திட்டைகளை, கற்பதுக்கைகளைப் பெயர்த்து எடுத்து வீடுகள் கட்ட உபயோகிக்கிறார்கள்.

மதுரையில் கடந்த ஒரு நூற்றாண்டாக சேகரித்த தொல்லியல் பொருள்கள் எல்லாம் ஒரு சேர மக்கள் பார்வைக்கு எங்காவது இருக்கிறதா, 16 லட்சம் ஆண்டுகளுக்கு முந்தைய ஒரு கற்கோடரி என்றால் அது இந்தியாவின் ஆகப்பெரும் சொத்தில்லையா, மதுரை போன்ற ஒரு வரலாற்று நகரத்தில் ஏன் நமக்கு உலகத்தரமான ஓர் அருங்காட்சியகம் கூட இல்லை?

ஒருமுறை தொ.பரமசிவன் அவர்களுடன் உரையாடும்போது அவர், "நாம் கற்காலத்தைக் கடந்து வந்திருக்கிறோம் என்பதற்கு நம் சமையற்கட்டில் உள்ள அம்மி, ஆட்டுரல், திருகையும் சான்று" என்றார். ஆனால் இத்தனை பெரிய சான்றுகளை இந்நேரம் நம்மில் பலர் வீடுகளில் இருந்து அதன் அருமை தெரியாமல் அப்புறப்படுத்தி வெளியே எறிந்திருப்போம். நான் உலகம் முழுவதும் பார்த்து அதிசயித்த கற்படிமங்களை சேகரித்து வைத்துள்ளேன். தமிழகம் முழுவதும் அலைந்து திரிந்து பல கற்கருவிகளை சேகரித்து பத்திரப்படுத்தி வைத்திருக்கிறேன். என் மூதாதையர்கள் பயன்படுத்திய இந்தக் கருவிகளைவிட வேறு எது பெரும் சொத்தாக இருக்க முடியும், இதை விட வேறு என்ன பொக்கிஷம் சேகரித்துவிடப் போகிறோம்! தொல்லியல் சான்றுகள் ஏன் முக்கியம் என்பதை இந்த சமூகத்தின் கடைக்கோடி மனிதன் உணரும் வரை உரையாடுவோம்.

4

கேட்பாரற்றுக் கிடக்கும் செம்மொழிச் சான்றுகள்!

பழங்காலத்தில் அரசரின் ஆணைகளை அனைவரும் தெரிந்துகொள்ளும் வகையில் பாறைகளில் அவற்றைச் செதுக்கி பதிவு செய்யும் வழக்கம் இருந்து வந்துள்ளது. உளியால் கற்களில் வெட்டிப் பதிவிடுவதால் அதனைக் 'கல்வெட்டு' என்று அழைத்தார்கள். தமிழ்மொழியின் வரலாறு அறிய கல்வெட்டுகள் முக்கியச் சான்றுகளாய் இருக்கிறது.

அடித்தல், அழித்தல், திருத்தல், மாற்றி எழுதுதல், புதிதாக ஒன்றைச் சேர்த்து எழுதுதல் என்று எவ்வகையிலும் யாரும் பின்னாட்களில் மாற்றிவிடக்கூடாது என்பதால் இப்படி கல்லில் செதுக்கப்படும் ஒரு நடைமுறை கடைப்பிடிக்கப்பட்டிருக்கிறது. அதனால்தான் ஆயிரக்கணக்கான ஆண்டுகளுக்குப் பின்பும் எந்த மாற்றமுமின்றி இந்தச் சான்றுகள் உள்ளது உள்ளபடியே- நமக்கு கிடைத்துள்ளன.

கல்வெட்டுச் சான்றுகள் முதன்மைச் சான்றுகளாக வரலாற்றில் ஏற்றுக் கொள்ளப்படுகிறது. கல்லெழுத்துக் கலையாக கல்வெட்டுகள் தமிழ்நாட்டில் பரிணமித்துள்ளன. இந்தியாவிலேயே அதிகமான எண்ணிக்கையில் கல்வெட்டுகள் தமிழகத்திலேயே கிடைத்துள்ளன. அதாவது இந்தியாவில் உள்ள மொத்த கல்வெட்டுகளில் 60 சதவிகிதம் தமிழ்நாட்டில்தான் உள்ளன.

கல்வெட்டுகள் அதன் காலகட்டம் மற்றும் மொழி வடிவத்திற்கு ஏற்ப நான்கு வகையில் அழைக்கப்படுகிறது. தமிழ் பிராமி கல்வெட்டுகள் என்று அழைக்கப்பட்ட கல்வெட்டுகள் அதன் காலகட்டமும் வரலாற்று ஆய்வுகள் மற்றும் புதிய

மதிரை என்ற சொல் 2,200 ஆண்டுகளுக்கு முன்பான இன்றைய மதுரையின் பெயராக இருந்து வந்துள்ளது என்பதன் மூலம் நமது மதுரையின் தொன்மையை நம்மால் உணர முடிகிறது.

தெளிவுகளின் அடிப்படையில் இன்று தமிழி கல்வெட்டுகள் என்று அழைக்கப்படுகின்றன. இவை தவிர்த்து தமிழகத்தில் வட்டெழுத்துக் கல்வெட்டுகள், கிரந்த கல்வெட்டுகள், தமிழ் கல்வெட்டுகள், பிறமொழி கல்வெட்டுகளும் கிடைத்துள்ளன.

மதுரையை கல்வெட்டுகளின் தலைநகரம் என்றே அழைக்கலாம். திருப்பரங்குன்றம், அழகர்மலை, கருங்காலக்குடி, மேட்டுப்பட்டி, விக்கிரமங்கலம், அரிட்டாப்பட்டி, நரசிங்கம், வரிச்சூர், கொங்கர் புளியங்குளம், கீழவளவு, திருவாதவூர், முத்துப்பட்டி, மீனாட்சிபுரம் ஆகிய இடங்களில் 2,500 ஆண்டுகள் பழைமையான தமிழி கல்வெட்டுகள் இருக்கின்றன.

கீழக்குயில்குடி, அரிட்டாப்பட்டி, ஆனைமலை, முத்துலிங்காபுரம், யா.நரசிங்கம்பட்டி ஆகிய இடங்களில் 9, 10-ம் நூற்றாண்டைச் சேர்ந்த வட்டெழுத்து கல்வெட்டுகள் கிடைத்துள்ளன. இவை பெரும்பாலும் அரசு ஆணைகளாக விளங்குகின்றன.

ஆனையூர், திடியன், நிலையூர், உலகாணி, முத்துலிங்காபுரம், அழகர்கோயில், எழுமலை, அல்லிகுண்டம், உறப்பனூர், கள்ளிக்குடி, நல்லமறம் ஆகிய ஊர்களில் கிரந்தக் கல்வெட்டுகள் கிடைத்துள்ளன.

கள்ளிக்குடி, உலகாணி, நலமறம், சாத்தங்குடி, திருவாதவூர், எழுமலை, சிந்துப்பட்டி, அலப்பலச்சேரி, வடக்கம்பட்டி, சந்தையூர், பழையூர், அழகர்கோயில், முத்துலிங்கபுரம், திரளி, பேரையூர், தும்மநாயக்கன்பட்டி, மேலத்திருமாணிக்கம், ஆனையூர், திடியன், கூடக்கோயில், கொக்குலாஞ்சேரி, புளியக்கவுண் டன்பட்டி, சின்னப்பூளாம்பட்டி, வெள்ளமடம் ஆகிய இடங்களில் தமிழ் கல்வெட்டுகள் உள்ளன.

ஆனையூர், கூடக்கோயில் ஆகிய இரு இடங்களில் பிறமொழிக் கல்வெட்டுகள் உள்ளன. இந்த பகுதிகளை நீங்கள் மதுரை மாவட்டத்தின் வரைபடத்தில்

பார்த்தால் அவை மாவட்டம் முழுவதும் விரவிக்கிடக்கின்றன என்பதை கண்களால் உணர முடியும்.

மதுரையில் உள்ள மலைகளில் உள்ள பல்வேறு கல்வெட்டுகளில் கிடாரிப்பட்டி மற்றும் மாங்குளம் ஆகிய இரு மலைகளில் உள்ள கல்வெட்டுகளில் என்ன செய்திகள் உள்ளது என்பதை நாம் பார்க்கலாம்.

அழகர்மலை - கிடாரிப்பட்டி

அழகர்மலை சங்ககாலத் தமிழர் வரலாற்றில் மிகவும் குறிப்பிடத்தக்க பெயர் பெற்ற மலைகளில் ஒன்று. அழகர்கோயிலை சூழ்ந்துள்ள இந்த மலைகளில் கிடாரிப்பட்டி கிராமத்திற்குப் பின்புறம் உள்ள மலையில் உள்ள குகையின் முகப்பில் 13 இடங்களில் சிறு சிறு வரிகள் கொண்ட தமிழி கல்வெட்டுகள் காணப்படுகின்றன. இவை அனைத்தும் 2,200 ஆண்டுகளுக்கு முன்பாக வெட்டப்பட்டவை. இங்குள்ள தமிழ் பிராமி கல்வெட்டுக்களின் சிறப்பம்சங்களில் ஒன்று 'மதிரை' என்ற சொல் குறிப்பிடப்பட்டுள்ளதுதான். இந்த மதிரை என்ற சொல் 2,200 ஆண்டுகளுக்கு முன்பான இன்றைய மதுரையின் பெயராக இருந்து வந்துள்ளது என்பதன் மூலம் நமது மதுரையின் தொன்மையை நம்மால் உணர முடிகிறது.

'மதிரை பொன் கொல்லன் அதன் அதன்

... அனாகன் த...

மத்திரைகே உபு வாணிகன் வியக்கன் கணதிகன்

கணக அதன் மகன் அதன் அதன்

சபமிதா இன பமித்தி

பாணித வாணிகன் நெடுமலன்

கொழு வணிகன் எள சந்தன்

ஞ்சி கழுமாற நதன் தார அணிஇ கொடுபிதஅவன்

தன்மன் கஸபன் அவ்விரு அ அர்உம் குடுபிதோ

வெண்பளிஇ அறுவை வணிகன் எளஅ அடன்

தியன் சந்தன்

கணிநாகன் கணிநதன் இருவர் அமகல்.'

என்பவைதான் அந்த 13 கல்வெட்டுகள் கூறும் செய்திகளாகும்.

மதிரை பொன்குலவன், மதிரை உப்பு வணிகன், மதிரை அறுவை வணிகன், மதிரை பனித வணிகன், மதிரை கொல் வணிகன் (பொன், உப்பு, துணி, சர்க்கரை, இரும்பு) என்றெல்லாம் குறிப்பிடப்பட்டுள்ளது. இதன் மூலம் 2,300 ஆண்டுகளுக்கு முன்னரே இந்தப் பகுதி ஒருங்கிணைந்த வணிக வளாகமாக, வர்த்தக சங்கங்களாக (Chamber of Commerce) செயல்பட்டு வந்துள்ளது என்பதையும் அறிய முடிகிறது.

சந்தரிதன் கொடுபிதோன்

வெள்அறை நிகமதோர் கொடிஓர்

கணிய் நத்திய் கொடிய்அவன்

மாங்குளம் கல்வெட்டு

இந்தக் குகைகளில் சமணர்கள் வாழ்ந்து வந்தார்கள் என்பது இந்தக் கல்வெட்டுகளில் குறிப்பிடப்பட்டுள்ளது. இங்கு வாழ்ந்து வந்த வணிகர்கள்தான் படுக்கைகளையும், மலையில் புருவம் போன்ற அமைப்பையும் சமணர்களுக்கு வெட்டிக் கொடுத்து, பல தர்ம காரியங்கள் செய்து வந்துள்ளதாக இந்தக் கல்வெட்டுகள் கூறுகின்றன. கடல்வழி வணிகர்கள் பௌத்தத்தை ஆதரித்ததையும் உள்நாட்டு வணிகர்கள் சமணத்தை ஆதரித்ததையும் நாம் அறிவோம்.

இந்தப் பகுதியை மிகப்பெரிய 'வணிகபெருவழி' எனச் சொல்லலாம். இந்த மலை திண்டுக்கல் - மதிரை மற்றும் நத்தம் - மதிரை என இரு வழியாக இருந்துள்ளது. மேலும் இந்த வழியில் உள்ள ஆனைமலை, வெள்ளரிப்பட்டி, அரிட்டாபட்டி, மாங்குளம் மலைகளும் இதே கருத்தை (வணிகப்பெருவழியின் தொடர்ச்சி) உணர்த்துகிறது.

மாங்குளம் மீனாட்சிபுரம்

இரண்டாயிரம் ஆண்டுகளுக்கு முன்பு பாண்டியர்கள் மதுரையை ஆண்ட வரலாற்றை நாம் அறிவோம். இந்த வரலாற்றுக்கான முக்கியச் சான்றாக விளங்குவது மாங்குளம் மீனாட்சிபுரம் தமிழிக் கல்வெட்டுகள். தமிழக வரலாற்றுக்கு முக்கியத்துவம் வாய்ந்த செய்திகளைத் தருகின்றன. நெடுஞ்செழியன் என்ற சங்ககாலப் பாண்டிய மன்னனின் பெயர் பொறித்த இரண்டு கல்வெட்டுகள் மாங்குளத்தில் உள்ளன. செழியன், வழுதி போன்ற பாண்டியர் குடிப் பெயர்களும், பட்டப்பெயர்களும் குறிப்பிடப்பட்டுள்ளன.

'கணிய் நந்தஅ ஸிரிய்இ குவ் அன்கேதம்மம் இத்தாஅ நெடுஞ்சழியன் பண அன் கடல்அன் வழுத்திப் கொட்டு பித்தஅ பளி இய்'

என்பது முதல் கல்வெட்டு. நெடுஞ்செழியனின் அலுவலன் கடலன் வழுதி, கணிநந்த ஸ்ரீகுவன் என்ற துறவிக்கு இப்பள்ளியையும், கற்படுக்கைகளையும் வெட்டிக் கொடுத்ததைக் குறிப்பிடுகிறது.

'கணிய் நத்திய் கொடிய் அவன்'

என்ற மற்றொரு கல்வெட்டில் கொடிய அவன் என்பது கொட்டிய அவன் என்பதன் சிதைந்த வடிவம். இதற்கு கல்லில் வெட்டிக் கொடுத்தவன் என்று பொருளாகும்.

'கணிய் நந்தஸிரிய் குஅன் தமம் ஈதா நெடுஞ்சழியன் ஸாலகன்

அழகர்மலை குகைத்தளம்

இளஞ்சடிகன் தந்தைய் சடிகன் சேஇயபளிய்'

என்னும் கல்வெட்டு தனியான குகையில் மிகத் தெளிவாகவும், அழுத்தமான எழுத்துகளாகவும் வெட்டப்பட்டுள்ளது. நெடுஞ்செழியனின் சகலையான இளஞ்சடிகனின் தந்தை சடிகன் என்பவர் இக்கற்படுக்கையை கணிய்நந்தஸ்ரீகுவனுக்கு அமைத்துக் கொடுத்துள்ளார் என்பது அதன் செய்தியாகும்.

'கணி இ நதஸிரிய்குவ(ன்) வெள் அறைய் நிகமது காவிதிஇய் காழிதிக அந்தை அஸீதன் பிணஉ கொடுபிதோன்'

இந்த நீண்ட கல்வெட்டின் பொருள், வெள்ளை நிகமத்தைச் சேர்ந்தவனும் காவிதிப் பட்டம் பெற்றவனுமான காழிதிக அந்தை அஸீதன என்பவன் இக்கற்பள்ளியை கணிநந்தஸ்ரீகுவனுக்கு வெட்டிக் கொடுத்தான் என்பது ஆகும். வெள்ளறை நிகமம் என்பது வெள்ளறை என்னும் சிற்றூரில் அமைந்திருந்த ஒரு வணிகக் குழு. வெள்ளறை என்பது மாங்குளத்திற்கு அருகிலுள்ள வெள்ளரிப்பட்டி என்னும் ஊருக்கு உரிய பெயராகும். 'நிகம' என்னும் வடசொல் நிகமம் எனப்படுகிறது. வணிகக்குழுக்களைக் குறிக்கும். தற்போது கூட பாரத் சஞ்சார் நிகாம் என்பதைக் காணலாம். காவிதி என்ற பெயர் சங்க காலத்திலேயே வழங்கப்பட்ட சிறப்புப் பட்டமாகும். இது தற்போது வழங்கப்படும் கலைமாமணி போன்ற பட்டம் போன்றதாக இருந்திருக்கலாம் என்று தமிழறிஞர்கள் கருதுகிறார்கள்.

'சந்தரிதன் கொடுபிதோன்'

என்னும் மற்றொரு கல்வெட்டு சந்தரிதன் என்ற தனிப்பட்ட நபர் ஒருவர் செய்த கொடையைக் குறிக்கிறது.

'வெள்அறை நிகமதோர் கொடி ஓர்'

என்னும் கல்வெட்டில், வெள்ளறை என்னும் கிராமத்தின் வணிகக் குழுவினர் செய்து கொடுத்த பள்ளி என்பது இதன் பொருள்.

மாங்குளம் கல்வெட்டில் தம்மம் (தர்மம்), அசுதன் (மகன்), சாலகன் (சகலன்) போன்ற பிராகிருதச் சொற்கள் கலந்து காணப்படுகிறது.

மேலும், இங்குள்ள கல்வெட்டுக்களில் 'கடல் அன்' என்று பிரித்தே எழுதப்பட்டுள்ளது. உயிர் மெய் சேர்த்து கடலன் என எழுதும் வழக்கத்திற்கு முந்தைய காலக் கல்வெட்டுகள் இவை.

இந்தக் கல்வெட்டுகளின் மூலம் சங்க காலத்தில் மக்கள் வாழ்ந்த முறைகளையும், கல்வி நிலையையும் அறிந்துகொள்ள முடிகிறது. வடநாட்டிலுள்ள கல்வெட்டுகள் எல்லாம் அரசர்கள் மட்டுமே பயன்படுத்தியிருப்பதைக் காட்டுகிறது. ஆனால் தமிழ்நாட்டில் அரசர்கள், வணிகர்கள், மக்கள் என அனைவரும் இந்த எழுத்துகளை பயன்படுத்தியிருப்பதை குகைத்தளங்கள், பானை ஓடுகள் மூலம் நாம் அறிந்துகொள்ள முடிகிறது. தமிழுக்குச் செம்மொழி அந்தஸ்து கிடைக்க இதுபோன்ற தொன்மையான கல்வெட்டுகள் உதவின. இவற்றைப் பொக்கிஷமாகப் பாதுகாத்து அடுத்த தலைமுறைக்கு கொண்டு சேர்ப்பது நமது கடமை. ஆனால் இந்தக் கடமையை நாம் நிறைவேற்றுகிறோமா?

மதுரையைச் சுற்றியிருக்கும் மலைகளில் இந்தக் கல்வெட்டுகள் உள்ளன. ஆனால் இத்தனை பெரிய பொக்கிஷங்களைப் பார்க்க நீங்கள் செல்ல வேண்டும் என்றால் இவற்றைப் பற்றிய விவரங்கள் முழுமையாக எந்தப் பொதுத் தளத்திலும் இல்லை. மதுரையின் சுற்றுலாத் தளங்களின் பட்டியலிலும் இந்த இடங்கள் இல்லை. பல குகைகளில் காலியான டாஸ்மாக் மது பாட்டில்கள், ப்ளாஸ்டிக் டம்ளர்கள்தான் உங்களை வரவேற்கும். நம்முடைய மூதாதையர்கள் வாழ்ந்த இந்தக் குகைகளில் ஒரு வழிகாட்டியோ, ஒரு காவலாளியோ கூட கிடையாது.

தமிழ்நாடு சுற்றுலா வளர்ச்சிக் கழகம், தமிழ்நாடு தொல்லியல் துறை, மத்திய தொல்லியல் துறை இந்த அமைப்புகள் ஏன் வருவாய் அதிகாரம் படைத்த அமைப்புகளாக இல்லை. இத்தனை அமைப்புகள் நம் நாட்டில் இருக்கும்போதிலும் ஏன் இத்தனை தொன்மையான இடங்கள் கேட்பாரற்றுக் கிடக்கின்றன. இந்தக் கல்வெட்டுகளைச் சுற்றி வாழ்பவர்களால்தானே இவற்றை இன்னும் பொறுப்புடன் பாதுகாக்க இயலும், இதனைச் சுற்றிய கிராமப்புறங்களில் இருந்துகூட இளைஞர்களுக்கு இத்தகைய இடங்களைப் பராமரிக்கும் பயிற்சியளிக்கப்பட்டு ஒரு தொண்டர் படை உருவாக்கப்படக்கூடாதா?

தமிழுக்குச் செம்மொழி அந்தஸ்து பெற்றுக்கொடுத்த தொன்மையான கல்வெட்டுகள் இப்படி கேட்பாரற்று, பராமரிப்பின்றி கிடப்பது நியாயம் தானா?! நம் காலத்தில் இதை அறிந்து அமைதி காக்கும் நாமும் குற்றவாளிகள்தானே?!

5

சங்ககால மதுரையில் ஓர் உலா!

ஒரு கால இயந்திரம் மதுரை ஜான்சி ராணி பூங்கா அருகில் நிறுத்தப்பட்டுள்ளது. அந்த இயந்திரத்துள் நுழைகிறேன், அதன் தொடுதிரையில் உள்ள பல தலைப்புகளில் சங்க காலம் என்பதை அழுத்துகிறேன். நொடிப்பொழுதில் அது என்னை இன்றிலிருந்து சுமார் 2,600 ஆண்டுகள் பின்னோக்கி அழைத்துச் செல்கிறது.

விழித்துப் பார்க்கிறேன் எங்கோ ஒரு வனாந்திரத்துள் இருக்கிறேன், ஒரு பாதை செல்கிறது அதைப் பின் தொடர்கிறேன், போகும் வழியில் ஒரு பெரிய ஆலமரத்தடியில் இருக்கும் மூதாட்டியைப் பார்க்கிறேன். அவரிடம் மதுரைக்கு எப்படி செல்வது என்று கேட்கிறேன். அப்படியே இந்தப் பாதையை பின்தொடர், ஒரு காதை தூரத்தில் நறுமணங்கள் உன்னை அங்கிருந்து வழிநடத்தி மதுரைக்கே கூட்டிச் செல்லும் என்கிறார்.

கோச்சடையில் யானையை மறைக்கும் நெற்கதிர்கள், சிவரக்கோட்டை காடுகளில் பெண்மானோடு துள்ளித்திரியும் ஆண்மான்கள், கோடைக்காற்று கீழக்குயில்குடி குகைகளில் அடித்துக் கடலென எழுப்பும் ஒலி, பாலமேட்டில் காட்டுப் பன்றியை வீழ்த்தி ஆரவாரம் செய்யும் புலி, குட்லாடம்பட்டி மூங்கில் காடுகள் எரிந்து போனதால் வேறு மேய்ச்சல் நிலங்களை நோக்கி வலசை செல்லும் யானைகள் என இந்த இயற்கைசூழ் நிலப்பரப்பில் வைகைக்கரையில் இருக்கும் மதுரையை நெருங்குகிறேன்.

நகரத்தை நெருங்க நெருங்க ஒரு வானுயர கோட்டையின் மதில்சுவர் கண்களில் படுகிறது, அருகில் சென்றால் ஒரு பெரும்

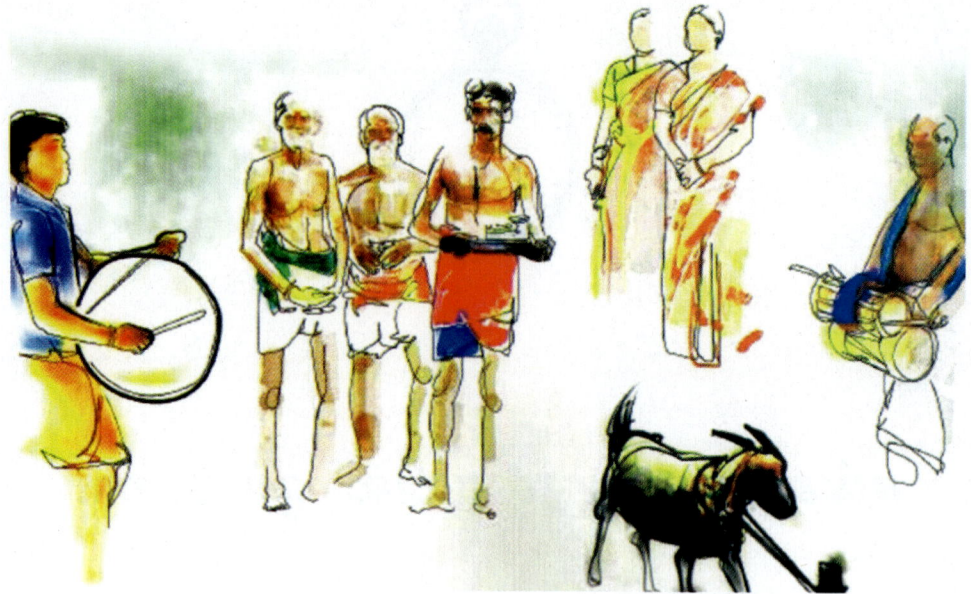

அகழி கோட்டைக்கு வெளியே வெட்டப்பட்டுள்ளது. கோட்டைச் சுவரில் நான்கு திசைகளிலும் பெரும் நுழைவாயில்கள் நிமிர்ந்து நிற்கின்றன. இந்த ஒவ்வொரு நுழைவாயிலிலும் கோட்டையின் பெருஞ்சுவர் மீதும் காவலர்கள் உள்ளனர். வைகையில் வெள்ளம் போவதுபோல் இந்த வாயில்களின் வழியே மதுரை நகருக்குள் மக்கள் போவதும் வருவதுமாக இருக்கிறார்கள்.

கீழ மாசி வீதிக்குச் செல்கிறேன். அங்கே பூக்கள், சுண்ணம் (ஒப்பனைக்கான நறுமணத்தூள்), வெற்றிலை, பாக்கு, சுண்ணாம்பு, கறி (மிளகு) ஆகியவை நாளங்காடியில் விற்கப்படுகின்றன. கடல் வணிகர் ஒருவர் முத்து, சங்கு அறுத்த வளையல், ஒரு வகையான இனிப்பு புளி, வெள்ளை உப்பு, கொழுத்த மீனின் துண்டுகள் ஆகியவற்றை விற்றுக்கொண்டிருக்கிறார். ஒரு வணிகர் வெளிநாட்டில் நாவாய்கள் மூலம் கடல்வழியே தொண்டி துறைமுகம் வந்து சேர்ந்துள்ள குதிரைகளை விற்க மதுரை நகருக்குள் நுழைகிறார். விநோதமான புதிய மட்பாண்டங்களை வியாபாரம் செய்யும் ஒருவர் கைகளில் ரோம நாணயங்களை வைத்திருக்கிறார். ஒரு மூதாட்டி காட்டரிசியும் உப்புக் கண்டமும் தலைச்சுமையாக சுமந்து மஞ்சனக்காரத்தெரு நோக்கி நடந்து செல்கிறார்.

முனிச்சாலை கடம்பவனத் தோப்பில் பெரும் கிடா வெட்டு நிகழ்கிறது. கறித்துண்டை எண்ணெயில் பொரிக்கிறார்கள், தாளிக்கும் புகை மேகம்போல் சூழ்கிறது. அங்கே ஓர் அம்மா அந்த வழியே செல்பவர்களை எல்லாம் அழைத்து பசியாற்றுகிறார். கோட்டைச் சுவரின் கிழக்குப் புறத்தில் இரும்படிக்கும் ஓசை கேட்கிறது. பெண்கள் துருத்திகள் ஊத அங்கே ஆசாரிகள் உழவுக்கான கருவிகளைத் தயாரித்துக்கொண்டிருக்கிறார்கள்.

வைகை ஆற்றின் கரைகளில்

உள்ள படித்துறை ஒவ்வொன்றிலும் பெரும்பாணர்களின் குடியிருப்புகள் உள்ளன. பாணர்களின் யாழ் இசை ஒலியை வைகை ஆற்றின் நீர் கடல் நோக்கி அழைத்துச் செல்கிறது. பிடரி மயிர் பளபளக்கும் குதிரைகள் தேர்களை இழுத்துச் செல்கின்றன, நகரத்தின் படைகள் அங்கும் இங்கும் ரோந்தில் ஈடுபட்டுள்ளன, திரும்பும் திசையெல்லாம் விதவிதமாக கொடிகள் பறக்கின்றன.

அழகிய இளம்பெண்கள் கைவீசி இளைஞர்களோடு சிரித்து பேசி நடந்து செல்கிறார்கள். வயதான பெண்கள் கூடையில் பொருள்களுடன் வீடு வீடாக விற்பனை செய்கிறார்கள், கள் குடித்த மயக்கத்தில் வீரர்கள் தெருக்களைக் கடந்து செல்கிறார்கள். செம்பி கிணற்றுச் சந்தின் வீடுகளின் முற்றங்களில் நிலவுபோல் பெண்களின் முகம் வந்து வந்து மறைகிறது.

தெற்கு ஆவணி மூல வீதி நோக்கிச் செல்கிறேன். அங்கே சங்கு அறுத்து வளையல்களை செய்து கொண்டிருக்கிறார்கள், மணிகளைத் துளையிடுபவர்கள் மும்முரமாய் வேலை செய்து கொண்டிருக்கிறார்கள். தோலும் கல்லுமாக பொன் உரசிப் பார்ப்பவர்கள் தங்கள் கைக்கு வந்த கட்டிகளை உற்றுப்பார்த்துக் கொண்டிருக்கிறார்கள். இத்தனை தொழில்கள் நடப்பதால் இந்த வெளியெங்கும் விதவிதமான ஓசைகள் நிரம்பியுள்ளன.

அணிகலன்கள் அணிந்து பெண்கள் தங்கள் கணவர்களுடன் வளையல்காரத்தெருவின் அங்காடிகளின் வழியே சித்திரைவீதி நோக்கிச் செல்கிறார்கள். மெல்ல மெல்ல நகரம் சுடர் விளக்குகளின் ஒளியில் மின்னுகிறது.

திருவிழா போன்ற ஆரவாரமான ஊர் மெல்ல அடங்குகிறது, மதுரையின் முதல் சாமம் முடிவுக்கு வருகிறது, இரண்டாம் சாமம் தொடங்குகிறது. ஆனால் உரையாடல்களின் ஓசை இப்பொழுது இன்னும் பலமாக கேட்கிறது. ஆங்காங்கே மக்கள் அசலூர்காரர்களின் கதைகளைக் கேட்டுக்கொண்டிருக்கிறார்கள்.

இசையும், ஆட்டக்காரர்களின் நடனமும் மேல வடம்போக்கி தெருவின் தேர் அருகே தொடங்குகிறது. கர்ப்பமான பெண்கள் மயில் போல் நடந்து தட்டாரச் சந்து

மதுரை போன்ற நகரத்தில் ஒவ்வொரு ஆண்டும் பழைய சாலைகளின் மீது புதிய சாலைகள் போட்டு போட்டு வரலாற்று சின்னங்கள், பழைமையான கட்டடங்கள், வீடுகள் அனைத்தையும் பள்ளமாக மாற்றிவிட்டோம்.

நோக்கிச் செல்கிறார்கள். போரில் வடுக்கள் பெற்ற போர் வீரர்கள் உண்டாட்டில் கள் அருந்தி களித்து சுண்ணாம்புக்காரத் தெருவில் கம்பீரமாய் வலம் வருகிறார்கள். மலர்கள் அணிந்த பரத்தையர் மதுரைக்கு தொலைதூரங்களில் இருந்து வந்துள்ள செல்வர்களுடன் உறவாடுகிறார்கள். இனிப்பு மணக்கும் பலாச்சுளைகள், அழகான மாங்கனிகள், கொடிகளில் இருந்து பறித்த இளம் பச்சை வெற்றிலைகள், கடிகை என்ற கண்டு சர்க்கரை, இறைச்சி சோறு எனக் கொண்டாட்டத்துடன் அல்லங்காடிகள் தொடங்கின.

நகரத்தின் ஆரவாரம் அடங்கியதும் பெண்கள் உறங்கச் செல்கிறார்கள். பகலில் அடை, மோதகம் விற்றவர்கள் உறங்கச் செல்கிறார்கள். விழாவில் ஆட்டமாய் ஆடிய ஆட்டக்காரர்கள் ஓய்ந்து சாய்கிறார்கள். ஒரு கடலின் இரைச்சல் அடங்கி குடியிருப்புத் தெருக்களில் அமைதி குடிகொள்கிறது. நள்ளிரவிலும் காவலர்கள் நகரத்தை வலம் வருகிறார்கள், பதுங்கியிருந்து திருடர்களைப் பிடிக்க அவர்கள் காத்திருக்கிறார்கள், கன்னம் வைத்து களவாட வந்தவர்கள் காவலர்களைப் பார்த்து பதுங்கி திண்ணை ஒன்றில் உறங்கிவிடுகிறார்கள். காவலர்களால் நகரத்து மக்கள் நிம்மதியாய் உறங்கு கிறார்கள்.

மதுரையின் அதிகாலை சேவல் கூவ, மயில் அகவ, களிறு முழங்க, புலி உறும விடிகிறது. கடைகளின் வாசலை மெழுகுகிறார்கள், கள் விற்போர் கடை திறக்கிறார்கள், அணிகலன்கள் அணிந்த பெண்கள் ஒலி எழுப்பியபடி தெருக்களில் செல்கிறார்கள். சமணப் பள்ளிகளில் மாணாக்கர் தங்களின் கடமைகளைத் தொடங்குகிறார்கள், அங்கே ஒரு பெண்மணி விளையாடும் குழந்தைகளுக்கு எல்லாம் தன்னிடம் உள்ள திணைமாவைப் பிரித்துத் தருகிறார்.

பட்டிணத்தடிகள் விவரிப்பது போல் நானும் அங்காடி நாய்போல் அலைந்து திரிந்தேன், மதுரை எனக்கு துளியும் சலிக்கவில்லை ஆனால் கால இயந்திரம் என்னை மீண்டும் 2021-ல்

வந்து இறக்கிவிட்டபோது கொஞ்சம் அதிர்ச்சியாகவே இருந்தது.

வைகை ஆறு சுருக்கப்பட்டு கான்கிரீட் கரைகளுடன் ஒரு சாக்கடை போல் மாறியிருந்தது. நறுமணம் கமழ்ந்த பல தெருக்களில் பாதாளச் சாக்கடை வீசிக் கிடக்கிறது. கல்லால் கட்டப்பெற்ற மதுரை ஆட்சியர் அலுவலகத்தின் தொன்மையான கட்டடம் நவீனத்தின் பெயரில் இயன்ற அளவு சிதைக்கப்பட்டு காணப்பட்டது. நகரெங்கும் இருந்த கடம்ப மரங்களையும் ஏனைய நிழல் தரும் மரங்களையும் பெரிய பெரிய பற்களுடனான இயந்திரங்கள் வெட்டிச் சாய்த்துக் கொண்டிருந்தன. சிவரக்கோட்டையின் நான்கு வழிச்சாலையில் மான்கள் அடிபட்டு ரத்த வெள்ளத்தில் துடித்துக் கொண்டிருந்தன.

சாமானியர்களை எல்லா வகையிலும் கொண்டாடிய நகரம், எங்கோ அவர்களை கைவிடத் தொடங்கிவிட்டது, நாளங்காடிகள் நடத்தும் எளிய சாலையோர வியாபாரிகளுக்கு முறையான ஓர் இடமில்லை. அவர்கள் மாமூல் அல்லது அபராதம் கட்டியே நாட்களை நகர்த்திக் கொண்டிருந்தார்கள். தூங்கா நகரின் அல்லங்காடிகள் சட்டம் ஒழுங்கு எனும் தூக்க மாத்திரிகைகள் கொடுக்கப்பட்டு வலுக்கட்டாயமாக நித்திரையில் ஆழ்த்தப்பட்டன. ஒரு நகரம் எங்கோ திசை தவறி அதன் வரலாற்றுத்தன்மையை இழந்து கொண்டிருப்பதை உணர்ந்தேன்.

உலகம் முழுமையிலும் வரலாற்று நகரங்களை அதன் பழைமை மாறாமல் பாதுகாக்க அரசு பலப்பல திட்டங்களைச் செயல்படுத்தி வருகிறது. ஆனால் மதுரை போன்ற நகரத்தில் ஒவ்வொரு ஆண்டும் பழைய சாலைகளின் மீது புதிய சாலைகள் போட்டு போட்டு வரலாற்று சின்னங்கள், பழைமையான கட்டடங்கள், வீடுகள் அனைத்தையும் பள்ளமாக மாற்றிவிட்டோம். வரலாற்றுத் தன்மை வாய்ந்த கல் பாவிய தெருக்களில் இருந்த பட்டிய கற்களை எல்லாம் எடுத்து வீசிவிட்டு கான்கிரீட் வனமாக மாற்றிவிட்டோம். சங்கம் வளர்த்த மதுரையில் எங்கள் குழந்தைகளுக்குத் தமிழ் எழுதப் படிக்கத் தெரியாது என்று பெற்றோர் பலர் பெருமைப்பட விவரிக்கிறார்கள்.

துருக்கியின் இஸ்தான்புல், சிரியாவின் டமாஸ்கஸ் ஆகிய நகரங்களில் தங்கிச் சுற்றியிருக்கிறேன். இந்த வரலாற்று நகரங்களை அதன் பழைய தன்மை மாறாமல் அங்கேயுள்ள அரசுகள் பாதுகாக்கின்றன. அவர்களின் தெருக்கள், வரலாற்றுக் கட்டடங்கள், பழைய பஜார்கள் என எல்லாமே ஒரு கால இயந்திரத்தில் நாம் சென்று பார்ப்பது போலவே கடந்த காலத்தின் வாசனையுடன் இசையுடன் தன்மை மாறாமல் பாதுகாக்கப்படுகின்றன. நம் ஊரில் வரலாற்றுப்பூர்வமான எல்லாவற்றையும் அழித்துவிட்டு அதன் மீது டைல்ஸையும் கிரானைட்டையும் ஒட்டுவதை நாகரிகம் என்று நினைக்கிறோம். வரலாற்றை உணர்வதில், பாதுகாப்பதில் எங்கோ ஒரு பிசகு நிகழ்ந்துள்ளது அல்லது நம் புரிதல்களின் மீது ஏதோ கறை படிந்துள்ளது.

6

சங்கம் வளர்த்த மாமதுரை!

இன்றைய தேதியில் இந்த உலகின் மூத்த மொழிகள் எவை? உலகின் ஆகச்சிறந்த பல்கலைக்கழகங்களின் மொழியியல் துறையினரிடம் இந்தக் கேள்வியை நீங்கள் கேட்டுப் பாருங்கள் ஒரே பதில்தான் வரும். அவை கிரேக்கம், சீனம், தமிழ். இந்த மூன்று மொழிகளுமே மிகப் பழைமையானவை. வரலாறு நெடுகிலும் பல சவால்களை சந்தித்தவை என்றபோதிலும் அதை எல்லாம் தாண்டி தன்னை நிலைநிறுத்திக் கொண்டு ஒரு பெரும் மக்கள் கூட்டத்தில் பேசப்படுகிற மொழியாக, உயிருள்ள மொழியாக இவை மட்டுமே திகழ்கின்றன.

ஓர் இனத்தின் தொன்மையை அறிந்துகொள்ள வேண்டுமானால் அந்த மக்கள் பயன்படுத்திய மொழிதான் மிக முக்கியச் சான்றாக உள்ளது. அந்த மொழியும் அந்த மொழியில் அந்த மக்கள் கூட்டம் என்னென்ன பதிவுசெய்து வைத்திருக்கிறது என்பதும் அந்த மக்களைப் பற்றிய ஒரு மதிப்பீட்டுக்கு வர உதவுகிறது.

மதுரையில் கிடைத்த பாறை ஓவியங்கள், அகழாய்வில் கிடைத்த பொருள்கள், பல காலங்களைச் சேர்ந்த கல்வெட்டுகள்போல், தமிழ் மொழியின் பழைமைக்கு முக்கிய சான்றுகளாக விளங்கும் சங்க இலக்கியங்களை இயற்றி பாதுகாத்த நகரமாக மதுரை திகழ்கிறது. மதுரைக்கும் தமிழுக்குமான உறவு என்பது மூவாயிரம் ஆண்டுகளுக்கும் முந்திச் செல்கிறது.

சுமார் மூவாயிரம் ஆண்டுகளுக்கு முன்பு தமிழில் பாடப்பட்ட பாடல்களின் தொகுப்பை சங்க இலக்கியம் என்று அழைக்கிறோம். இந்தப் பாடல்கள் அனைத்தும் தமிழ்

அவ்வையார்

இளங்கோவடிகள்

சங்ககாலப் புலவர்

நிலத்தில் வரலாற்றுச் செய்திகளை, வாழ்வியல் முறைகளைத் தன்னகத்தே கொண்டுள்ளன.

இந்தப் பாடல்களை அகம், புறம் என இரு வகையாகப் பிரிக்கிறோம். அகத்துறை என்பது காதலைப் பற்றி பேசுகிறது. புறத்துறை பிற விஷயங்களைப் பற்றி பேசுகிறது. பாணர்கள், புலவர்கள் என இரு மரபாக இவை சொல்லப்படுகின்றன. காதலும் வீரமும் சங்க இலக்கியத்தின் உயிர்நாடியாக திகழ்கிறது. சங்க இலக்கியப் பாடல்கள் ஓர் ஒழுங்கு முறையுடன் எட்டுத்தொகை, பத்துப்பாட்டு எனப் பிரிவுகளாகத் தொகுக்கப்பட்டுள்ளன.

நற்றிணை, குறுந்தொகை, ஐங்குறு நூறு, பதிற்றுப்பத்து, பரிபாடல், கலித்தொகை, அகநானூறு, புறநானூறு ஆகியவை எட்டுத்தொகை நூல்களாகும்.

நெடுநல்வாடை, பட்டினப் பாலை, குறிஞ்சிப் பாட்டு, முல்லைப் பாட்டு, மதுரைக் காஞ்சி, கூத்தராற்றுப்படை (மலைபடுகடாம்), பெரும்பாணாற்றுப்படை, சிறுபாணாற்றுப்படை, பொருநராற்றுப்படை, திருமுருகாற்றுப்படை ஆகியவை பத்துப்பாட்டு நூல்களாகவும் திகழ்கின்றன.

இந்த இலக்கியங்களில் அப்படி என்ன இருக்கிறது?

ஒரு மொழியின் சாத்தியங்கள் எவை என்பதை அறிந்துகொள்ள சங்க இலக்கியங்களை ஒருவர் வாசிப்பது அவசியம். இந்த இலக்கியங்களில் உள்ள உணர்ச்சி, அவை முன்வைக்கும் மதிப்பீடுகள், அதில் பொதிந்துள்ள கற்பனைத் திறன், இந்த மொழியின் அழகிய வடிவமைப்பு என்கிற பல தளங்களில் தமிழ் மொழி எப்படி செம்மொழியாகத் திகழ்கிறது என்பதை உலகளாவிய மொழியியல் துறை வல்லுநர்கள் தமிழ் மொழியை முன்வைத்து சிலாகித்துள்ளார்கள்.

சங்க இலக்கியங்களில் ஒரு பாடல்கூட ஆகாயத்தில் இருந்து வந்த பாடல் அல்ல. இந்தப் பாடல்கள் அனைத்துமே மண்ணில் இருந்தும் மக்களின் வாழ்க்கையில் இருந்தும் விளைந்துள்ளன. உலகத்திலேயே சாமானியர்களை அவர்களின் வாழ்க்கையை இத்தனை விரிவாக விவரித்துள்ள இலக்கியம் வேறு இல்லை, மொழி வேறு இல்லை. இந்த இலக்கியங்களின் மற்றுமொரு சிறப்பு அதன் சொற்சிக்கனம், அது கையாளும் நுட்பம், மொழியின் அடர்த்தி மற்றும் இந்தப் பாடல்கள் நமக்கு அளிக்கும் உலகளாவிய உணர்வு.

> **இன்று நாம் கடையில் சில்வர், அலுமினிய பாத்திரங்கள் வாங்கியதும் அதில் பெயர் வெட்டுகிறோம் அல்லவா... இந்தப் பழக்கம் நமக்கு மூவாயிரம் ஆண்டுகளுக்கு முன்பிருந்து தொடர்ச்சியாக வருகிறது.**

சங்க இலக்கியங்கள் குறிஞ்சி, முல்லை, மருதம், நெய்தல், பாலை என ஐந்து வகை நில அடையாளங்கள், புவியியல் சார்ந்த வெவ்வேறு விதமான வாழ்க்கை முறைகள், திணைக் கோட்பாடுகள் பற்றியும் பேசுகின்றன. ஒரு பெரும் மக்கள் கூட்டத்தின் நுட்பமாக சூழலியல் அறிவைப் பற்றியும் புரிதலைப் பற்றியும் பேசுகிறது. இந்த நிலத்தின் பறவைகள் மற்றும் விலங்குகள் பற்றியும் அத்துடன் தமிழர்கள் கொண்டுள்ள உறவைப் பற்றியும் பேசுகிறது.

சங்க காலத்தை ஒட்டி உலகம் முழுவதும் உள்ள இலக்கியங்கள் மன்னர்களை, கடவுளர்களைப் பற்றி பேசும், இதுதான் உலக மரபு. சங்க இலக்கியங்களும் மன்னர்களைப் பற்றி பேசுகிறது குறுநில மன்னர்களைப் பற்றியும் பேசுகிறது, அத்துடன் அவை தங்களின் எல்லைகளை சுருக்கிக்கொள்ளவில்லை, பெரும்பகுதி மக்களைப் பற்றியே பேசின. சங்க இலக்கியங்கள் இந்த நிலத்தின் சாமானியர்களை அவர்களின் பாடுகளை, அவர்களின் வாழ்வியலை விரிவாக அலசுகிறது. தமிழ் நிலத்தின் கடைக்கோடி கிராமத்தில் வசிப்பவனின் உற்பத்தி, உறவுகள் மற்றும் வணிகத்தைப் பற்றிப் பேசுகிறது. குடியானவர்களின் பொது உண்மைகளை, உளவியலை, குடிமக்களின் வலிமையைப் பற்றி, அவர்களின் அரசியல் அதிகாரம் பற்றியும் பேசுகிறது. தமிழ் நிலத்தின் ஒட்டுமொத்த அனுபவத்தையும் உள்வாங்கி உருவாக்கப்பட்ட இலக்கியங்களாகவே சங்க இலக்கியங்கள் திகழ்கின்றன.

சங்க இலக்கியங்கள் தமிழகத்திற்கும் கிரேக்க, ரோமாபுரிக்கும் இருந்த தொடர்புகளைப் பற்றி விரிவாக பேசுகிறது. அதேபோல் இதே காலகட்டத்தில் உருவான கிரேக்க, ரோமன், சுமேரிய இலக்கியங்களில் தமிழகம் பற்றிய விரிவான குறிப்புகள் இருக்கின்றன. காஷ்மீர் முதல் கன்னியாகுமரி வரையிலான பல வரலாற்றுத் தகவல்களையும்

சங்க இலக்கியத்தில் காணலாம். மோரியப் பேரரசு செல்வாக்குப் பெற்றிருந்ததைப் பற்றியும், அவர்களின் செல்வாக்கு தமிழக எல்லை வரை வந்ததையும் அது எப்படி முறியடிக்கப்பட்டது என்பதையும் காட்டும் சான்றுகள் சங்கப் பாடல்களில் உள்ளன.

சங்க காலத்தில் பாடிய புலவர்களில் நாற்பதுக்கும் மேற்பட்டோர் பெண்கள் என்பது சிறப்பு. குற மகள் இளவெயினியார், பாரிமகளிர், காவற்பெண்டு, காக்கைப்பாடினி நச்செள்ளையார், ஔவையார், வெள்ளி வீதியார், மதுரை ஓலைக்கடையத்தார் நல்வெள்ளையார் உள்ளிட்டவர்கள் தமிழ்ச் சமூகத்தின் வெவ்வெறு புன்புலங்களில் இருந்து வந்தவர்கள் என்பது இந்த இலக்கியத்தின் ஜனநாயகத்தன்மையை பறைசாற்று கிறது.

சங்க இலக்கியங்களில் எங்குமே வெறுப்பு உணர்வு இல்லை. வேற்று நிலத்தின் மக்கள் இங்கே வருகிறபோதுகூட அவர்களையும் நம் வாழ்வியலுடனும் மக்களுடனும் இணைக்கிற பல கூறுகளைக் நாம் காணலாம். இந்த நிலம் பன்மைத்துவமானது, இந்த நிலத்தில் பல மொழிகள், பல இனங்கள், பல நிலத்தவர்கள் ஒன்றுகூடியே வாழ்ந்திருக்கிறார்கள் என்பதை சங்க இலக்கியங்கள் அழுத்தமாக விவரிக்கிறது. நாம் என்கிற உணர்வை விதைக்கிற ஓர் இலக்கியமாகவே சங்க இலக்கியம் மலர்ந்திருக்கிறது.

இன்று நடைபெறும் பல்வேறு அகழாய்வுகளில் சாமானியர்கள் பயன்படுத்திய பானைகள் கிடைக்கின்றன. இந்தப் பானை ஓடுகளின் மேற்பரப்பிலும் உட்பரப்பிலும் தமிழ் எழுத்துக்கள், பெயர்கள் ஏராளமாகக் கிடைத்து வருகின்றன. இன்று நாம் கடையில் சில்வர், அலுமினியப் பாத்திரங்கள் வாங்கியதும் அதில் பெயர் வெட்டுகிறோம் அல்லவா... இந்தப் பழக்கம் நமக்கு மூவாயிரம் ஆண்டுகளுக்கு முன்பிருந்து தொடர்ச்சியாக வருகிறது என்பதைத்தான் இது சுட்டிக்காட்டுகிறது. அத்துடன் சங்க காலத்திலேயே மக்கள் எழுத்தறிவு பெற்றிருந்தார்கள் என்பதையும் காட்டுகிறது.

இவ்வாறாக சங்க இலக்கியங்கள் மக்களின் வாழ்விலிருந்து முகிழ்த்து எழுந்த ஓர் இலக்கியமாக, மக்கள் முன் அரங்கேற்றப்பட்ட இலக்கியமாக, ஒரு நிலத்தின் மக்கள் அதனை ஆயிரம் ஆயிரம் ஆண்டுகளாக ஓர் எடுத்துக்காட்டாக, தங்களின் முன்னோர்களின் நினைவுகளின் சேமிப்பாக, தங்களுடன் ஒரு பொக்கிஷமாக பாதுகாத்து ஒரு நெடும் பயணத்தின் சேமிப்பாக தலைமுறைகள் தாண்டியும் கடத்தியிருக்கிறார்கள். நிச்சயமாக சாமானியர்களைப் பற்றி பாடியதால்தான் சாமானியர்கள் அனைவரும் இதனை தங்களின் சொத்தாகக் கருதி பாதுகாத்து இதன் தொடர்ச்சியை இன்று நமக்களித்துள்ளனர்.

சங்க இலக்கியத்துக்கு முந்தைய காலத்தில் தொல்காப்பியமும், சங்க காலத்திற்குப் பிந்தைய இலக்கியங்களாக பதினெண் கீழ்க்கணக்கு நூல்களும் ஐம்பெரும் காப்பியங்களும் திகழ்கின்றன. உலக மொழியின் இலக்கணங்கள் யாவையும் எழுத்து - சொல் ஆகிய இரு வகைமைகளின் கீழ் ஒரு மொழி

மதுரையின் பழைய காட்சி

அகத்தியர்

தன் சிறப்பை பேசியதற்கும் முன்பே தொல்காப்பியம் எழுத்து - சொல் - பொருள் ஆகிய மொழியின் புதிய பரிணாமத்தை உலகிற்கு வழங்கியது.

நாலடியார் நான்மணிக்கடிகை, இன்னா நாற்பது, இனியவை நாற்பது, களவழி நாற்பது, கார் நாற்பது, ஐந்திணை ஐம்பது, திணைமொழி ஐம்பது, ஐந்திணை எழுபது, திணைமாலை நூற்றைம்பது, திருக்குறள், திரிகடுகம், ஆசாரக்கோவை, பழமொழி நானூறு, சிறுபஞ்சமூலம், முதுமொழிக்காஞ்சி, ஏலாதி, கைந்நிலை ஆகியவை பதினெண் கீழ்க்கணக்கு நூல்கள்.

சிலப்பதிகாரம், மணிமேகலை, குண்டலகேசி, வளையாபதி, சீவக சிந்தாமணி என்னும் காப்பியங்களை ஐம்பெருங் காப்பியங்கள் என அழைக்கிறோம்.

சங்க கால மதுரையை வைகை ஆற்றின் வளத்தை, மதுரையில் இருந்த பாண்டிய மன்னரின் அரண்மனையை அதனைச் சுற்றிய தெருக்களை பரிபாடல் விவரிக்கிறது. மதுரை நகர மாடங்களை விவரிக்கிறது அகநானூறு. மதுரை அரண்மனையின் அமைப்பை நெடுநெல்வாடையின் வரிகள் நமக்கு காட்சிப்படுத்துகின்றன. மதுரையில் இருந்த பௌத்த பள்ளிகள், சமணப் பள்ளிகள், ஆசீவகப் பள்ளிகள் குறித்து விரிவாக பேசுகிறது மதுரை காஞ்சி. மதுரையை அங்குலம் அங்குலமாக விவரிக்கிறது சிலப்பதிகாரம்.

சங்க காலத்துப் புலவர்களில் நக்கீரர், சீத்தலை சாத்தனார் என்று நீளும் பெரும் பட்டியலான புலவர்களில் முப்பத்து ஒன்பது பேர் தங்களின் பெயர்களின் முன்னொட்டாக மதுரை என்கிற தங்களின் நகரத்தின் பெயரை இணைத்துள்ளனர். தமிழகத்தில் தலைச்சங்கம், இடைச் சங்கம் மற்றும் கடைச்சங்கம் என மூன்று சங்கங்கள் இருந்துள்ளன. அவை மூன்றும் பாண்டிய நாட்டிலேயே அமைந்திருந்தன. அதனால்தான் சங்கம் வளர்த்த மதுரை என்று இந்த நகரத்தை பெருமிதத்துடன் மக்கள் அழைக்கிறார்கள்.

ஒரு நிலத்தின் மக்கள் உயிர் மூச்சாக மொழியை சுவாசித்திருக்கிறார்கள் என்றால் அது உலகத்திலேயே மதுரை என்கிற வரலாற்று நகரத்திற்கு மட்டுமே பொருந்தும்.

பாண்டிய வேந்தர்களின் மீன் கொடி!

சேர, சோழ, பாண்டிய வேந்தர்கள் பண்டைய தமிழ்நாட்டை ஆட்சி செய்தார்கள். பாண்டிய வேந்தர்கள் பற்றிய குறிப்புகள் நமக்கு சங்க இலக்கியங்களில் ஏராளமாகக் கிடைக்கின்றன.

அது போலவே அசோகர் கல்வெட்டுகள், கலிங்க நாட்டு காரவேலன் ஹித்திக்கும்பா கல்வெட்டுகள், மகாவம்சம், வான்மீகி ராமாயணம், மதுரை மாங்குளம் கல்வெட்டுகள் என வரலாற்று காலம் தொட்டே பாண்டிய வேந்தர்கள் பற்றிய குறிப்புகள் நமக்கு காலவாரியாக வகைப்படுத்தப்பட்டு கிடைத்துள்ளன.

பாண்டிய வேந்தர்களின் பெயருக்குப் பின்னால் மாறன், வழுதி, சடையவர்மன், மாறவர்மன், வர்மன், செழியன், முதுகுடுமி என்ற ஒட்டுக்களைச் சேர்த்துக் கொண்டனர். பாண்டியர்கள் வேப்பம் பூ மாலை அணிகிற வழக்கம் உடையவர்கள் என்று சங்ககால குறிப்புகள் நமக்கு உணர்த்துகிறது.

பாண்டியர்கள் முதலில் ஆட்சி செய்த இடம் கொற்கை என்றும், கொற்கை துறைமுகத்தின் வழியேதான் பெரும் வணிகம் நடைபெற்றது எனவும் கடல் தங்களை வாழவைப்பதாக பாண்டியர்கள் கருதியதால் தங்களின் சின்னமாக மீனை வைத்துக்கொண்டனர். கொற்கையை ஆண்ட சடையவர்மன் வீரபாண்டியன் திரிகோணமலை பாறையில் மீன்கொடியைப் பொறித்திருக்கிறார். கொற்கை துறைமுகம் கடல்கோளால் சீரழிய கடல்கோள்களில் இருந்து தப்பிக்க, பாண்டியர் தலைநகரை மதுரைக்கு மாற்றினார்கள். கொற்கையை ஆண்ட கடைசி மன்னர் முடத்திருமாறன்.

> **பாண்டியர் காலத்தில் ஊர்கள், கொழுவூர் கூற்றம், முத்தூர்க்கூற்றம் முட்டநாடு, குடநாடு என கூற்றம், நாடு என நிலப்பகுதிகளாகப் பிரிக்கப்பட்டன.**

சங்க இலக்கியம் பிற தமிழ் இலக்கிய பிரதிகள் மற்றும் நாட்டுப்புறக் கதைகளிலும் பல பாண்டிய வேந்தர்களின் ஆட்சி காலம் பற்றிய செய்திகள் நமக்குக் கிடைத்துள்ளன. திருவிளையாடல் புராணங்களில் 70-க்கும் மேற்பட்ட பாண்டிய வேந்தர்களும், நற்குடி வேளாளர் வரலாற்றில் 201 பாண்டிய வேந்தர்களும், இறையனார் அகப்பொருள் நக்கீரனார் உரைகளில் 197 பாண்டிய அரசர்கள் இருந்தது பற்றி விரிவான குறிப்புகள் உள்ளன.

கி.மு நான்காம் நூற்றாண்டில் பாண்டிய அரசனின் மகளை இலங்கை வேந்தனாக இருந்த விசயன் மணந்ததாக மகா வம்சத்தில் குறிப்புகள் உள்ளன. அசோகர் ஆட்சி நடைபெற்றுக் கொண்டிருந்தபோது அவர்களின் நாட்டு எல்லையை ஒட்டி அமைந்த தேசங்களாக பாண்டிய நாடு இடம் பெற்றுள்ளது. இது கி.மு நான்காம் நூற்றாண்டிலேயே பாண்டிய அரசுகள் இந்திய நிலப்பகுதி முழுமைக்கும் அறிமுகமான ஓர் அரசாக இருந்தது என்பதை உணர்த்துகிறது. கி.மு இரண்டாம் நூற்றாண்டில் கலிங்க நாட்டை ஆண்ட காரவேலன் ஹித்திக்கும்பா கல்வெட்டுகளில் பாண்டிய நாடு பற்றிய குறிப்புகள் உள்ளது. மதுரை மாங்குளம் கல்வெட்டுகளில் பாண்டிய வேந்தர் நெடுஞ்செழியனின் பெயர் இடம் பெற்றுள்ளது.

பாண்டிய வேந்தர்கள் காலத்தில் இந்தப் பகுதி வணிகத்தில் செழித்திருந்தது என்பதை மதுரை, அழகர்கோயில் அருகில் உள்ள கிடாரிப்பட்டிமலை கல்வெட்டுகள் நமக்கு எடுத்துக்காட்டுகிறது. அந்த கல்வெட்டுகளில் உப்பு வணிகன், பணித வணிகன், கொழு வணிகன், அறுவை வணிகன், பொற்கொல்லன் போன்றவர்கள் கொடையளித்திருப்பது பதிவு செய்யப்பட்டுள்ளது. பாண்டிய வேந்தர்களின் இடைச்சங்க தலைநகரான கபாடபுரத்தில் முத்து மற்றும் பொன்னால் அலங்கரித்த கோட்டை வாயில் இருந்துள்ளது.

பாண்டிய வேந்தர்கள் ஆட்சியில் வாணிப செலாவணிக்காக காசுகள் அச்சடிக்கப்பட்டன.

கடல் வழியே வணிகம்

அவை பாண்டிய வேந்தர்களின் பெயராலும், சிறப்புப் பெயர்களாலும் நாணயங்களாக வெளியிடப்பட்டன. பொன், செம்பால் செய்யப்பட்ட காசுகளை அரசுகள் வெளியிட்டதாக நாணயவியல் ஆய்வாளர்கள் தெரிவிக்கிறார்கள். மீன் சின்னம் இந்த காசுகள் பலவற்றில் இடம் பெற்றிருந்தது. பாண்டியர் ஆட்சிக்கால நாணயங்கள், கி.மு. ஐந்தாம் நூற்றாண்டில் முத்திரைக் காசுகளாகவும், கி.மு 3, 2-ம் நூற்றாண்டில் பெருவழுதி நாணயங்களாகவும் வெளியிடப்பட்டன.

பாண்டியர் காலத்தில் ஊர்கள், கூற்றம், நாடுகள் என நிலப்பகுதிகள் பிரிக்கப்பட்டன. இரணிய முட்டநாடு, குடநாடு, புறப்பறளை நாடு, ஆரிநாடு, களக்குடி நாடு, திருமல்லிநாடு, தென்புறம்புநாடு, கருநிலக்குடிநாடு, வடபறம்புநாடு, அடலையூர்நாடு, பொங்கலூர்நாடு, திருமலைநாடு, தென்கல்லகநாடு, தாழையூர்நாடு, செவ்விருக்கைநாடு, கீழ்ச்செம்பிநாடு, பூங்குடிநாடு, விடத்தலைச்செம்பிநாடு, கீரனூர்நாடு, வெண்புலநாடு, களாந்திருக்கைநாடு, பருத்திக் குடிநாடு, அளநாடு, புறமலை நாடு, துறையூர்நாடு, துருமாநாடு, வெண்பைக் குடிநாடு, இடைக்குளநாடு, நெச்சுரநாடு, கோட்டூர்நாடு, சூரன்குடிநாடு, பாகனூர்க்கூற்றம், ஆசூர்நாடு, தும்பூர்க்கூற்றம், ஆண் மாநாடு, கீழ்வேம்பநாடு, மேல்வேம்பநாடு, தென்வாரிநாடு, வடவாரிநாடு, குறுமாறைநாடு, குறுமலைநாடு, முள்ளிநாடு, திருவழுதிநாடு, முரப்புநாடு, தென்களவழிநாடு, வானவன் நாடு, கீழ்களக்கூற்றம், கானப்பேர்க்கூற்றம், கொழுவூர் கூற்றம், முத்தூர்க்கூற்றம், மிழலைக்கூற்றம், மதுரோதயவளநாடு, வரகுணவள நாடு, கேளர சிங்க வளநாடு, திருவழுதி, வளநாடு, வல்லபவள நாடு, பராந்தகவள நாடு, அமிதகுண வளநாடு என அவை திகழ்ந்தன.

தஞ்சை கல்வெட்டு

அளநாடு என்பது தேனி சின்னமனூர் கம்பம் வட்டாரத்தை உள்ளடக்கியது. பொங்கலூர்காநாடு, வைகாவூர் நாடு என்பது பழனி பகுதியைக் குறிக்கிறது. அண்டநாடு ஒட்டன்சத்திரம் பகுதி, ஆற்றூர்நாடு-அதம்ப நாடு திண்டுக்கல் மற்றும் அதைச்சுற்றிய பகுதிகள், வடகல்லக நாடு, தென்கல்லகநாடு, பாகனூர்கூற்றம் ஆகியவை நிலக்கோட்டை பகுதிகள், பூம்பாறை நாடு கொடைக்கானல் மலைப்பகுதி, நெடுங்களநாடு வத்தலக்குண்டு பகுதி, துவராபதிநாடு, புறமலை நாடு என்பது நத்தம் பகுதி, கானாடு என்பது திருமயம் வட்டாரம், கோனாடு என்பது புதுக்கோட்டை வட்டாரத்தை சாரும், மிழலை நாடு ஆவுடையார்கோவில் பகுதியும், பள்ளிநாடு வேடசந்தூர் வட்டத்தையும் குறிக்கிறது.

பாண்டியர் காலத்தில் வேளாண்மைதான் முதன்மைத் தொழிலாக இருந்துள்ளது. இதைத் தவிர்த்து நெசவு, முத்துக்குளித்தல், கொல்லன் தொழில் மற்றும் கப்பல் கட்டுதல் ஆகிய தொழில்கள் உப தொழில்களாக இருந்துள்ளன. கொற்கை முத்து வணிகத்தின் மையமாகத் திகழ்ந்துள்ளது. இங்கு எடுக்கப்பட்ட முத்துகள் தமிழகத்திலும் வட இந்தியாவிலும் மட்டும் அல்லாது மற்றும் கடல் கடந்து ரோம் நகரம் வரையிலும் வணிகமாகிச் சென்றுள்ளது. இதே காலகட்டத்தில் கட்டுமானம், மீன்பிடித்தல், உப்பு உற்பத்தி மற்றும் தச்சு போன்ற பல துணைத் தொழில்களும் சாமானிய மக்களுக்கு வேலைவாய்ப்பாகவும் பாண்டிய நாட்டின் வர்த்தக மற்றும் பொருளாதார நடவடிக்கைகளுக்கு ஆதரவாக இருந்துள்ளன.

சங்க காலம்தொட்டே பாண்டிய வேந்தர்கள், சிற்றசர்கள், குறுநில மன்னர்கள் அரசுருவாக்கம், மற்றும் நகர உருவாக்கங்களில் கவனம் செலுத்தியதுபோலவே தமிழ் மொழியின்பாலும் தீரா பற்றுடையவர்களாக திகழ்ந்திருக்கிறார்கள். தலைச்சங்கம் அல்லது முதல் சங்கம் (கி.மு. 5,000 -3000) பாண்டிய வேந்தனான காய்சினவழுதி என்பவரால் நிறுவப்பட்டது. பாண்டிய வேந்தர் கடுங்கோன் என்பவர்தான் கபாடபுரத்தை அமைத்து அதில் இடைச்சங்கத்தை (கி.மு. 3000 முதல் 1500) நிறுவினார்.

கடைச்சங்கப் புலவராகிய சீத்தலை சாத்தனார் பாண்டியர்கள் சங்கம் வளர்த்ததைப் பற்றி மணிமேகலையில் விவரிக்கிறார். சின்னமனூர் செப்பேடு மதுராபுரிச் சங்கம் பற்றியும் பாண்டிய வேந்தர்கள் பற்றியும் விவரிக்கிறது.

பாண்டிய வேந்தர் முடத்திருமாறன்

மூன்றாம் சங்கம் அல்லது கடைச் சங்கத்தை (கி.பி. 1500 முதல் 250) கூடல் என்னும் மதுரை மாநகரில் நிறுவினார்.

பெரிய புராணம், சிறு பாணாற்றுப்படை, கலித்தொகை, பெரிய திருமொழி பனுவல்களில் தொடங்கி ஆண்டாள், ஔவையார், திருஞானசம்பந்தர் எனப் பலரும் பாண்டிய வேந்தர்கள் தமிழுக்கு ஆற்றிய தொண்டைப் பற்றி விரிவாகப் பாடியிருக்கிறார்கள்.

முற்கால பாண்டிய வேந்தர்களாக வடிம்பலம்பநின்ற பாண்டியன், நிலந்தரு திருவிற்பாண்டியன், முதுகுடுமிப்பெருவழுதி, பெரும்பெயர் வழுதி இருந்தனர். கடைச்சங்க கால வேந்தர்களாக முடத்திருமாறன், மதிவாணன், பசும்பூண் பாண்டியன், பொற்கைப்பாண்டியன், இளம் பெருவழுதி, அறிவுடை நம்பி, பூதப்பாண்டியன், வெற்றிவேற் செழியன், கூடகாரத்துத் துஞ்சிய மாறன் வழுதி, ஆரியப்படை கடந்த நெடுஞ்செழியன், உக்கிரப் பெருவழுதி, மாறன் வழுதி, நல்வழுதி, குறுவழுதி, இலவந்திகைப் பள்ளித் துஞ்சிய நன்மாறன், தலையாலங்கானத்துச் செருவென்ற நெடுஞ்செழியன், வெள்ளியம்பலத்துத் துஞ்சிய பெருவழுதி, நம்பி நெடுஞ்செழியன் ஆகியோர் திகழ்ந்தனர்.

இடைக்காலப் பாண்டியர்களாக கி.பி. 575 முதல் கி.பி. 900 வரை கடுங்கோன், அவனிசூளாமணி, செழியன் சேந்தன், அரிகேசரி, ரணதீரன், பராங்குசன், பராந்தகன், இரண்டாம் இராசசிம்மன், வரகுணன், சீவல்லபன், வரகுண வர்மன், பராந்தகப் பாண்டியன் ஆகியோர் ஆட்சிபுரிந்தனர்.

பெருவழுதி நாணயம்

பிற்காலப் பாண்டியர்கள் கி.பி. 900 முதல் கிபி 1281 வரை மூன்றாம் ராசசிம்மன், அமர புயங்கன், சீவல்லப பாண்டியன், வீரபாண்டியன், வீரகேசரி, மாறவர்மன் சீவல்லபன், சடையவர்மன் சீவல்லபன், பராக்கிரம பாண்டியன், சடைய வர்மன் பராந்தக பாண்டியன், சடையவர்மன் குலசேகர பாண்டியன், சடையவர்மன் வீரபாண்டியன், விக்கிரம பாண்டியன், முதலாம் சடையவர்மன் குலசேகரன், முதலாம் மாறவர்மன் சுந்தரபாண்டியன், இரண்டாம் சடையவர்மன் குலசேகரன், இரண்டாம் மாறவர்மன் சுந்தர பாண்டியன், சடையவர்மன் விக்கிரமன், முதலாம் சடையவர்மன் சுந்தர பாண்டியன், இரண்டாம் சடையவர்மன் வீரபாண்டியன், முதலாம் மாறவர்மன் குலசேகர பாண்டியன், மாறவர்மன் விக்கிரம பாண்டியன், இரண்டாம் சடையவர்மன் சுந்தரபாண்டியன் ஆகியோர் ஆட்சி புரிந்தனர்.

ஆரியப்படை வென்ற நெடுஞ்செழிய பாண்டியனின் காலத்தில்தான் காவேரி பூம்பட்டிணத்தில் இருந்து தன் மனைவி கண்ணகியுடன் மதுரைக்கு வந்து தன் மனைவியின் காற்சிலம்பை விற்பனை செய்தபோது பொற்கொல்லரின் சூழ்ச்சியால் பாண்டிய வேந்தனின் அரசியான கோப்பெருந்தேவியின் காற்சிலம்பை திருடிய திருடன் தன் கணவர் கோவலன் அல்ல என்று

நிரூபித்தாள், பாண்டிய வேந்தர் விழிப்புடன் நீதியை வழங்கியது என்பதுபோல் பாண்டிய ஆட்சிக் காலத்தில் நீதி பரிபாலனம் பற்றி ஏராளமான குறிப்புகள் கதைகள் உள்ளன.

மலையத்து வம்சத்தைச் சேர்ந்த பாண்டியனின் மகள்தான் மீனாட்சி. தந்தையின் இறப்பிற்குப் பிறகு பாண்டிய நாட்டில் அவர் ஆட்சி புரிந்ததை திருவிளையாடல் புராணம் நமக்குக் கூறுகிறது. சங்க இலக்கியங்கள் முழுமையில் இந்த மண்ணில் இருந்து எப்படி விளைந்தன என்பதை அதை வாசிக்க வாசிக்க உணரலாம். சங்க இலக்கியங்கள் இந்த நிலத்தின் மிகப்பெரிய ஆவணம். ஆனால் இதை எல்லாம் தாண்டி இன்றும் நீங்கள் மதுரையில் கல்பாவிய வீதிகளில் உலவினால் அங்கே அமர்ந்திருக்கும் இந்த நிலத்தின் தாத்தாக்கள் பாட்டிகள் இன்னும் ஆவணங்களில் பனுவல்களில் இடம்பெறாத கதைகளை கண்கள் விரிய யாருக்கேனும் சொல்லிக் கொண்டிருப்பதை நீங்கள் காணலாம், இது இன்றல்ல நேற்று அல்ல மூவாயிரம் ஆண்டுகளுக்கும் மேல் பின்நோக்கிச் செல்கிறது.

ஆயிரம் ஆயிரம் ஆண்டுகளாக ஒரு நகரத்தில் கதைகள் சொல்லப்படு கின்றன, ஒரு நகரத்தின் தெருக்கள், சதுக்கங்கள் கதைகளால் நிரம்பி வழிகின்றன. ஒரு நகரத்தின் மீது கருத்த மேக மூட்டம் ஆயிரம் கதைகள் சுமந்து நிற்கிறது, ஒரு பின்மாலைப் பொழுதில் அது கதைகளைத் தூரலாக, இடிமழையாக பொழிந்து செல்கிறது. மக்கள் கதைகளில் நனைகிறார்கள், கதைகளைப் பருகுகிறார்கள், கதைகளில் நீந்துகிறார்கள்.

இந்த நகரத்தில் உலவும் கதைகள் யாவையும் இந்த நிலத்தின் வரலாற்றை சுமந்து நிற்கிறது. பாண்டிய நாட்டின் மக்கள் வரலாற்றை சுவாசித்தே வாழ்ந்திருக்கிறார்கள், வாழ்கிறார்கள்!

8

திரைகடலோடிய தமிழர்கள் வாணிகத்தில் சாதித்த வரலாறு!

தமிழர்கள் இயற்கையை வணங்கினார்கள், மலைகளுடனும் காடுகளுடனும் காதல் கொண்டிருந்தார்கள் என்பதைச் சங்க இலக்கியங்கள் நமக்கு விளக்குவது போலவே அது தமிழர்கள் கடலுடன் கொண்டிருந்த தீராக்காதலையும் எடுத்துரைக்கிறது.

கடலில் முத்துக்குளித்தார்கள், ஆழ்கடல் மீன் பிடித்தலில் ஈடுபட்டார்கள், நாவாய்கள் கட்டுவதில் தேர்ந்திருந்தார்கள். அதேபோல் கடலில் தொலைதூரக் கரைகளுக்குப் பாய்மரம் வீசிச் செல்லும் நுட்பங்களை அறிந்திருந்தார்கள் என்பதை வரலாறு நமக்கு உணர்த்துகிறது.

மேற்கே கிரீஸ், ரோம், எகிப்து முதல் கிழக்கே சீனம் வரையில் கடலோடினார்கள்.

எகிப்து, பாலஸ்தீனம், மெசபடோமியா, பாபிலோனியா ஆகிய நாடுகளுடன் பண்டைய தமிழர்கள் வாணிகத் தொடர்பு வைத்துக்கொண்டிருந்தனர்.

ஏலம், இலவங்கம், இஞ்சி, மிளகு பொன், வெள்ளி, தந்தம், துகிம் (மயில் தோகை), ஆல்மக் (வாசனைக்கான அகில் மரங்கள்), விலையுயர்ந்த ரத்தினங்கள், யானைத் தந்தங்கள் ஆகியவற்றை மேற்காசிய நாடுகளில் பண்டைய நாள்களிலேயே வணிகம் செய்திருக்கிறார்கள். இந்தப் பொருள்களையெல்லாம் ஏற்றிச்செல்ல இன்றைய நான்கு வழிச்சாலையைப் போலவே பெருவழிச்சாலை மேற்குத் தொடர்ச்சி மலைகளிலிருந்து மதுரை வழியாகக் கடல் நோக்கிச் சென்றதற்கான கல்வெட்டுச் சான்றுகள் உள்ளன.

> "ரோமாபுரியில் இறக்குமதியான சரக்குகளின் அளவு ஆண்டுதோறும் ஏறிக்கொண்டே போனது. அதனால் ஆண்டுதோறும் 6,00,000 பவுன் மதிப்புள்ள ரோமாபுரித் தங்கம் தமிழரின் கைக்கு வந்துகொண்டேயிருந்தது."

பண்டைய தமிழகத்திலிருந்து மஸ்லின் துணியும், ஏலம், இலவங்கம் போன்ற நறுமணப் பண்டங்களையும் தமிழக வணிகர்கள் மரக்கலங்களில் கொற்கையில் இருந்தும் தொண்டியில் இருந்தும் ஏற்றிச்சென்று ஏடன் வளைகுடாவுக்கு இருபுறமுள்ள துறைமுகங்களில் இறக்கினர்.

இந்தத் துறைமுகங்களில் இருந்து இந்தச் சரக்குகளை அரேபியர்கள் தங்கள் வசம் ஏற்றுக்கொண்டு எகிப்துக்கு எடுத்துச் சென்று வணிகம் செய்தார்கள். எகிப்தில் (கி.மு. 1500-1350) இறக்குமதியான தந்தத்தினால் கடையப்பட்ட வேலைப்பாடுகள் மிகுந்த பொருள்களெல்லாம் தென்னிந்தியாவில் இருந்து ஏற்றுமதி செய்யப்பட்டவை.

இரண்டு பழங்கால உடைகளைக் குறிப்பிடும் பாபிலோனிய நாட்டுப் பட்டியல் ஒன்றில் மஸ்லின் என்னும் துணிவகையைக் குறிக்கும் 'சிந்து' என்னும் சொல் எழுதப்பட்டுள்ளது. மஸ்லின் என்பது மிகமிக நுண்ணிய துணி வகையாகும். அந்தக் காலத்தில் மிக நுண்ணிய துணி வகைகள் தமிழகத்தில் நெய்யப்பட்டு வந்தன.

தமிழகத்து நறுமணப் பொருள்களின் சுவையையும், ஏனைய ஏற்றுமதிப் பண்டங்களின் பெருமையையும் கிரேக்கர்களின் மூலமே ரோமாபுரி மக்கள் அறிந்துகொண்டனர். பண்டைய நாள்களில் தமிழகத்திற்கும் மடகாஸ்கருக்கும் இடையே நெருங்கிய வாணிகத் தொடர்பு இருந்துவந்தது.

தமிழகத் துறைமுகங்களில் எண்ணற்ற நாவாய்கள் இருந்தன என்பதை பெரிபுளூஸ் கூறுகின்றது. வைகாசி மாதந் தொடங்கி மூன்று நான்கு மாதங்கள் வரையில் மோதும் தென்மேற்குப் பருவக்காற்றை முதன் முதல் கண்டறிந்தவர் ஹிப்பாலஸ் (கி.பி.45) என்ற கிரேக்கர். இந்தக் காற்றோட்டத்தின் துணையுடன் பாய்விரித்து கப்பல்கள் வெகு விரைவாகவும், கட்டுக் குலையாமல் நம் துறைமுகங்களை அடைய முடியும் என்ற உண்மையை ஐரோப்பிய மாலுமிகள் அறிந்து கொண்டனர்.

இந்தப் பருவக்காற்றின் துணைகொண்டு வாணிகச் சரக்குகள் ஏற்றிய பெரிய பெரிய மரக்கலங்கள் கடல்களின் நடுவில் பாய்விரித்தோடி தமிழகத்தின் மேற்குக்கரைத் துறைமுகங்களை அடைந்து நங்கூரம் பாய்ச்சின. தென்மேற்குப் பருவக்காற்றின் பயனைத் தெரிந்துகொள்ளும் முன்பு, வாணிகர்கள் சிறு சிறு படகுகளில் பண்டங்களை ஏற்றிக்கொண்டு கரையோரமாகவே ஊர்ந்து வந்து நீண்ட நாள் கழித்து நம் துறைமுகங்களை அடைவது வழக்கம்.

ரோமாபுரியுடன் தமிழகம் மேற்கொண்டிருந்த கடல் வாணிகம் காலப்போக்கில் பல மாறுதல்களுக்கு உட்பட்டது. ரோமாபுரிப் பேரரசின் ஆட்சி முடிவுற்ற பின் ரோமரின் வாணிகம் தமிழகத்தில் மட்டுமன்றி மசூலிப்பட்டினத்திலும், ஒடிசா கடற்கரையிலும் பரவலாயிற்று. ரோமாபுரி நாவாய்கள் அங்கெல்லாம் நங்கூரம் பாய்ச்சின.

ரோமாபுரியை ஆண்ட அகஸ்டஸ் என்பவர் கி.மு 30-ல் எகிப்தை வென்று அதன்மேல் தம் ஆட்சியை நிலைநாட்டினார். இந்த வெற்றி எதிர்பாராத நலனை அவருக்கு வழங்கியது. இதனால் அவருக்குத் தமிழகத்துடன் நேர்முக வாணிகத் தொடர்பு கிட்டியது.

அவர்கள் வழங்கி வந்த பொன், வெள்ளி நாணயங்களும், செப்புக் காசுகளும் இப்போது புதைபொருள் அகழ்வாய்வில் கண்டெடுக்கப்படுகின்றன. ரோமர்கள் வணிகத்தில் இந் நாணயங்களைப் பயன்படுத்தினர். மதுரையில் ரோம நாணய அச்சுச்சாலை ஒன்று நடைபெற்றிருக்க வேண்டும்

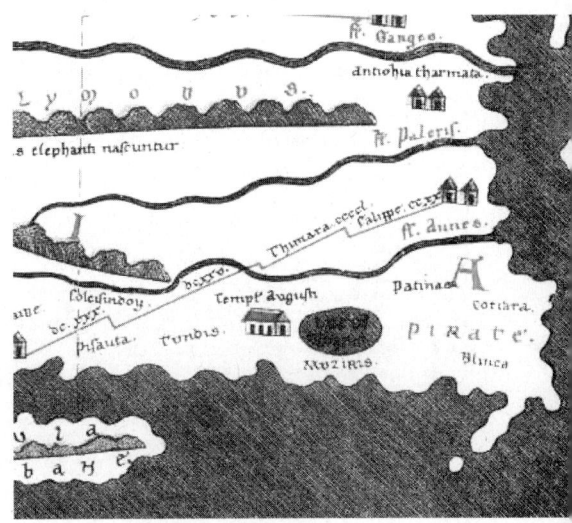

என்றும் வரலாற்றாசிரியர்கள் தெரிவிக்கிறார்கள்.

மத்தியதரைக் கடல் நாடுகளில் மக்கள் பயன்படுத்திய மட்பாண்டங்களைப் போன்ற கலங்கள் தமிழகத்தின் பல பகுதிகளில் கிடைத்துள்ளன. ரோமாபுரியில் இறக்குமதியான சரக்குகளின் அளவு ஆண்டுதோறும் ஏறிக்கொண்டே போனது. அதனால் ஆண்டுதோறும் 6,00,000 பவுன் மதிப்புள்ள ரோமாபுரித் தங்கம் தமிழரின் கைக்கு வந்துகொண்டேயிருந்தது. இதனை முன்னிட்டு ரோமாபுரி மக்களுக்குப் பெரும் இழப்பு ஏற்படுகிறது என்று அன்றே கடும் எதிர்ப்புகள் அங்கே எழுந்துள்ளன. கட்டுக்கடங்காத உலக மயம் உள்ளூர்த் தொழில்களை அழித்துவிடும் என்பதை 2,000 ஆண்டுகளுக்கு முன்பே இந்த அனுபவம் நமக்குக் கற்றுத்தருகிறது.

தமிழகத்திலிருந்து ஐரோப்பிய நாடுகளுக்குப் பலவகையான பண்டங்கள் ஏற்றுமதியாயின. அத்துடன் புலி, சிறுத்தை, யானை, குரங்கு, மயில், கிளி, வேட்டை நாய்கள் ஆகியவற்றைத் தமிழகம்

PART OF PERSIA
CABOUL
CASSIMERE
P A R T O
T H E
PENJAB
MOULTAN
BUCKOR
EMPIRE OF THE
I N D O S T A
G R E A T
M O G U L
I N D
GOLCONDA
CEYLON
B E N
THE EASTERN OR INDIAN
The Maldivias are a Chain of Islands divided into 13 Atollons or Provinces. They are surrounded with Rocks, and most of them covered with Trees.

the EMPIRE of the
GREAT MOGUL
adjacent Countries .
Maps and Charts
CHINA
Tropic of Cancer
ARACCAN
LAOS
SIAM
CAMBODIA
COCHINCHINA
HAYNAN I.
GULF OF COCHINCHINA
BAY OF SIAM
STRAITS OF MALACCA
SUMATRA
BORNEO
Andaman
Islands
EAN

ஏற்றுமதி செய்தது. தமிழகத்து வேட்டை நாய்கள், தரத்தில் மேலானவை என அயல்நாடுகளில் மிகவும் பாராட்டப்பெற்றன. யானைகள் தமிழகத்திலிருந்து ஐரோப்பிய நாடுகளுக்கு ஏற்றுமதி செய்யப்பட்டன. அயல்நாட்டினர் சில பாம்பினங்களையும் தமிழகத்தில் கொள்முதல் செய்தனர்.

மிளகு இந்திய மருந்து என்றே ஐரோப்பாவில் குறிப்பிடப்பட்டது. நல்லெண்ணெயின் பயனைக் கிரேக்கர்கள் கி.மு ஐந்தாம் நூற்றாண்டிலேயே நன்கு அறிந்திருந்தனர். நல்லெண்ணெய் பண்டைய தமிழரின் உணவுப் பண்டங்களுள் ஒன்றாகும்.

தமிழகத்துக் கருங்காலி மரங்கள் ரோமாபுரியில் பெருமளவில் விற்பனையாகின. பாரசீக வளைகுடாத் துறைமுகங்களில் தமிழகத்துத் தேக்கு மரங்களைக் கொண்டு கப்பல்கள் கட்டினார்கள்.

தமிழகம் மேலைநாடுகளுடன் கொண்டிருந்த வாணிகத் தொடர்பைப் பற்றிச் சங்க இலக்கியங்களில் பல சான்றுகள் காணப்படுகின்றன. தமிழர்கள் அந்த நாடுகளிலிருந்து தேயிலையும் பொன்னையும் இறக்குமதி செய்தனர். பல யவனர்கள் தமிழக மன்னர் அரண்மனைகளில் கைவினைக் கம்மியராக (கம்மியர்- உலோக வேலை செய்பவர்) பணிபுரிந்தனர். யவனர் செய்த அழகிய வேலைப்பாடுகள் அமைந்த உறுதியான மரக்கலங்கள் பொன்னைக் கொண்டு வந்து கொட்டி விட்டு மிளகு மூட்டைகளை ஏற்றிச்செல்லும்.

மேலைநாடுகளுடன் மட்டுமன்றிக் கீழைநாடுகளான சீனம், மலேசியா, ஜாவா, வடபோர்னியா ஆகிய நாடுகளுடனும் தமிழகம் மிகவும் வளமான கடல் வாணிகம் நடத்தி வந்தது. சீனத்துடன் தமிழகம் மேற்கொண்டிருந்த வாணிகத் தொடர்பு மிகவும் பழைமையானது. இந்தத் தொடர்பு கி.மு. 1000 ஆண்டிலேயே தொடங்கிவிட்டது. தமிழகப் பண்டங்கள் கி.மு ஏழாம் நூற்றாண்டிலேயே சீனத்தில் இறக்குமதியாயின என்று அந்நாட்டு வரலாற்றுச் சான்றுகள் தெரிவிக்கின்றன.

சீனத்துப் பட்டாடைகளையும், சர்க்கரையையும் தமிழகம் ஏற்றுக் கொண்டது. இதனால் இன்றளவும் பட்டைச் சீனம் என்றும், சர்க்கரையைச் சீனி என்றும் அழைத்து வருகின்றோம்.

சீனக் கண்ணாடி, சீனக் கற்பூரம், சீனக் கருவா, சீனக் களிமண், சீனக் காரம், சீனக் கிழங்கு, சீனக் கிளி, சீனக் குடை, சீனச் சட்டி, சீனச் சரக்கு, சீனச் சுக்கான், சீனச் சுண்ணம், சீனத்து முத்து, சீன நெல், சீனப் பட்டாடை, சீனப் பரணி, சீனப் பருத்தி, சீனப்புகை, சீனப் புல், சீனப் பூ, சீன மல்லிகை, சீன மிளகு, சீன ரேக்கு, சீன வங்கம், சீன வரிவண்டு, சீனாக் கற்கண்டு, சீனாச் சுருள் என்னும் சொற்கள் இன்றளவும் தமிழ் மொழியில் புழக்கத்தில் உள்ளன. மதுரை கீழமாசி வீதி பலசரக்கு மற்றும் நாட்டு மருந்துக் கடைகளின் வரிசையில் நீங்கள் ஒரு நடை சென்றால் இன்றும் இந்தச் சொற்கள் உங்கள் காதுகளில் விழும்.

பிலிப்பைன்ஸ் தீவுகளில் அண்மையில் நடைபெற்ற அகழ்வாராய்ச்சிகளில் இரும்புக் காலப் புதைபொருள்கள் பல கண்டுபிடிக்கப்பட்டுள்ளன.

ரோம வணிகர்கள்

எகிப்திய வணிகர்கள்

அவற்றுள் கத்திகள், கோடரிகள், ஈட்டிகள் போன்ற கருவிகள் அனைத்தையும் கி.மு. முதலாம் ஆயிரம் ஆண்டில் தமிழ் மக்கள் பயன்படுத்தி வந்த கருவிகளைப் பெரிதும் ஒத்துள்ளன. சீனம், சாவகம் போன்ற கீழை நாடுகளுடன் மேற்கொண்டிருந்த வணிகத் தொடர்பின் பழைமையை இந்தச் சான்றுகள் நமக்கு மெய்ப்பிக்கின்றன.

கிழக்காசிய நாடுகளுக்கும் ரோமாபுரிக்குமிடையே நடைபெற்று வந்த கடல் வாணிகத்தில் தமிழகமும் பெரும்பங்கு ஏற்று வந்தது. சீனம், மலேசியா, சாவகம் முதலிய நாடுகளிலிருந்து தமிழகம் பண்டங்களைக் கொள்முதல் செய்து அவற்றை மேலை நாடுகளுக்கு ஏற்றுமதி செய்துவந்தது. மேலை நாடுகளுடன் தமிழகம் கொண்டிருந்த கடல் வாணிகம் குன்றிய பிறகு கீழை நாடுகளுடனான அதன் வாணிகம் மேலும் மேலும் வளர்ந்தது. தமிழகத்து மக்கள் இந்த நாடுகளில் பல குடியேற்றங்களை அமைத்துக்கொண்டனர், இந்நாடுகளுடன் அரசியல் தொடர்புகளைப் பெருக்கிக் கொண்டனர். இங்கெல்லாம் நம் நாகரிகத்தையும் பண்பாடுகளின் பெருமைகளையும் பரப்பினர்.

கடல் கடந்து தமிழர்கள் கடலோடியது, வணிகம் செய்தது பல நாடுகளில் சென்று அங்கு குடியேறியது என்கிற தகவல்களின் பின்னணியில் உள்ள பெரும் பயணத்தை இந்தத் தகவல்கள் நமக்குக் காட்சிப்படுத்துகின்றன. இன்றைக்கும் மொரீசியஸ், ரியூனியன் தீவுகள், மடகாஸ்கர், தென்னாப்பிரிக்கா, மலேசியா, சிங்கப்பூர், பர்மாவில் பண்டைய காலத்திலேயே குடியேறிய தமிழர்கள் பெரும் எண்ணிக்கையில் நல்ல செல்வாக்குடன் வாழ்கிறார்கள்.

இந்த நாடுகளில் உலவும்போது அங்கே நீங்கள் தமிழ் பேசும் பண்டைய தமிழர் ஒருவரைச் சந்திக்கும்போது மீன்கொடி உங்கள் தலைக்கு மேலே பறப்பதை உணர முடியும்.

9

மதுரை பற்றிய உலகத்தவர் குறிப்புகள்!

மலர்கள் தேனீக்களை ஈர்ப்பது போலவே பயணிகள் உலகம் முழுவதில் இருந்து மதுரை என்கிற நகரம் நோக்கி ஈர்க்கப்படுகிறார்கள் என்பதை வரலாற்று நூல்கள் பல நமக்கு உணர்த்துகின்றன.

வணிகத்திற்காகப் பலர் மதுரை வந்தனர் என்பதைப் பற்றி நாம் அறிந்தோம். ஆனால் வணிகத்திற்கு வந்தவர்கள்போலவே இந்த நிலப்பகுதியை அறிந்துகொள்ளும் நோக்கிலும் பலர் வந்தனர். பயணிகள், உளவாளிகள், தூதர்கள், மதம் பரப்ப வந்தவர்கள் தொடங்கி பலர் வந்தவண்ணம் இருந்தனர். இந்த நிலத்திற்கு வந்தவர்கள் அனைவருமே தங்கள் ஊருக்குச் சென்று இந்த நகரத்தைப் பற்றி விவரித்தனர், அவர் அவர் மொழியில் குறிப்புகள் எழுதினர், அவ்வூர் மக்களுடன் உரையாடினர். உலகம் முழுவதுமிருந்து பயணிகள் ஏன் மதுரை நோக்கி வந்தார்கள் என்கிற கேள்வி ஒவ்வொருவருக்கும் எழும். மதுரை குறித்த கதைகள், செய்திகள், விவரிப்புகள்தான் இவர்களை மதுரை நோக்கி அனுப்பிவைத்துள்ளது என்பதையும் இவர்களின் பயணக் குறிப்புகள் நமக்குத் தெரிவிக்கின்றன.

கிரேக்க, லத்தீன், அரபு, சீன, பாரசீக மொழிகளில் மதுரை பற்றிய ஏராளமான குறிப்புகள் நமக்குக் கிடைத்துள்ளன. பிளினி, தாலமி, நிகோலஸ் தாமஸ், இபின் பதூதா, ஸ்ட்ராபோ, மெகஸ்தனிஸ், மார்க்கோ போலோ எனப் பலர் காலம்தோறும் மதுரையைப் பற்றி ஏராளமான குறிப்புகளை விரிவாக எழுதிச் சென்றனர். இந்தக் குறிப்புகளின் வழியே நமக்கு மதுரையின் வரலாற்றுக் காலத்துள் வெவ்வேறு பரிணாமங்கள் கிடைக்கின்றன.

மெகஸ்தனிஸ் இந்த நிலப்பகுதிக்கு சுமார் கி.மு 300-ல் வந்தார். பண்டேயா என்னும் நாடு பெண்களால் ஆளப்படுகிறது

தாலமி

பிளினி

மார்க்கோ போலோ

எனக் குறிப்பு எழுதியிருக்கிறார். பாண்டிய என்பதை அவர்கள் பண்டேயா என்று அழைத்தனர். மெகஸ்தனிஸ்தின் நாட்குறிப்பில் பாண்டிய நாடு பற்றிப் பல தகவல்கள் உள்ளன.

"ஹெர்க்குலிஸ் (Hercules) என்ற மன்னனுக்கு ஒரு பெண் பிறந்தாள், அதற்கு அவர் 'பண்டேயா' என்று பெயர் சூட்டினார். அவளுக்குக் கடல் வரை பரவியிருக்கும் தென்னாட்டைக் கொடுத்தார். அதில் 350 ஊர்கள் இருந்தன. நாள்தோறும் அரசுக் கருவூலத்திற்கு ஓர் ஊர் மக்கள் திறை (வரி) செலுத்த வேண்டும் என்று ஆணையிட்டார். அப்படித் திறை செலுத்தாத கிராமங்களிடம் வற்புறுத்தி திறை செலுத்தவும் ஏற்பாடுகள் இருந்தன. அதனால் அரசிக்குத் துணையாக எப்பொழுதும் சிலர் இருந்தனர்" என்று குறிப்புகளில் எழுதியிருக்கிறார். யவன நாட்டுத் தூதுவனின் நாட்குறிப்பில் மதுரையை 'மெதோரா' (Methora) என்று குறிப்பிடப்பட்டுள்ளது.

பிளினி (Pliny the Younger) என்பவர் உயிரியல் நூல் ஒன்றையும் (கி.பி.70), தாலமி (Ptolemy) பூகோள நூல் ஒன்றையும் எழுதியிருக்கிறார்கள். இந்த இரு நூல்களில் பண்டைய தமிழகத்தின் கடல் வாணிகத்தைப் பற்றிய ஏராளமான சான்றுகள் உள்ளன. வாணிகம் விரிவடைய விரிவடைய தமிழ்நாட்டிலேயே குடியேறிவிட்ட ரோமாபுரியினரின் ஜனத்தொகையும் வளர்ந்து வந்தது. அப்படித் தங்கியிருந்தவர்களிடமிருந்தே தமிழகத்தைப் பற்றிய செய்திகளைத் தாம் கேட்டறிந்ததாக பிளினி கூறுகின்றார். அவர்களுடைய குடியிருப்பு (சேரி) ஒன்று மதுரை மாநகருடன் இணைந்திருந்ததாகத் தெரிகின்றது.

கி.மு.60-ல் இங்கு வந்த நிகோலஸ் தாமஸ் மற்றும் ஸ்ட்ரேபோ, "இந்திய ராஜ்ஜியம் ஒன்றில் இருந்து ஒரு தூதுக்குழு அகஸ்டஸ் சீசரின் அவைக்கு வந்தது, அந்தக் குழுவை அனுப்பிய அரசன் பாண்டியன் என்பவன் ஆவான். அந்தக் குழு அகஸ்டஸுக்கு அளிப்பதற்கான பரிசுகள் சிலவற்றைக் கொண்டு வந்தது. அந்தத் தூதுக்குழுவில் வந்த ஒருவன் ஏதென்ஸ் நகரில் தீக்குளித்து உயிர் துறந்தான்" என்றும் தனது குறிப்புகளில் எழுதியிருக்கிறார்கள். அவர்கள் கொண்டுவந்த பரிசுப்

> குலசேகர பாண்டியனின்
> (கி.பி. 1268-1310) ஆட்சியில் மதுரை,
> உலகின் தலைசிறந்த செல்வச்
> செழிப்புள்ள நகரமாக இருந்ததாக
> மார்க்கோ போலோ குறிப்புகள் நமக்குத்
> தெரிவிக்கின்றன.

பொருள்களில் பத்து அடி நீளப் பாம்பும் ஏனைய பாம்புகள் சிலவும் இருந்தன எனவும், மூன்று அடி நீளமுள்ள ஆற்று ஆமையும், கழுதையைக் காட்டிலும் பெரிய கௌதாரி ஒன்றும் இருந்தன எனவும் எழுதியுள்ளனர்.

தமிழகத்துடன் ரோமர்கள் மேற்கொண்டிருந்த வணிகம் அவர்களுடைய பேரரசரின் ஆதரவுடன் செழிப்புடன் வளர்ந்து வந்தது. இவ்வணிகத்தின் வளர்ச்சியில் பேரரசர் அகஸ்டஸ் விருப்பம் காட்டினார். ஆர்மஸ் (Hormuz) துறைமுகத்திலிருந்து ஏறக்குறைய நூற்றிருபது மரக்கலங்கள் பாய்விரித்தோடியதை நேரில் கண்டதாக ஸ்டிராபோ கூறுகின்றார்.

பிளினி மற்றும் தாலமி (கி.பி 1-140) இங்கு வந்தனர். அவர்கள் மதுரையைப் பாண்டிய மன்னன் ஆண்டதாகத் தங்கள் குறிப்புகளில் தெரிவிக்கிறார்கள். இந்தியாவிலிருந்து இறக்குமதியான ஒன்பதடி நீளமுள்ள நல்ல பாம்பு ஒன்றைத் தாம் எகிப்தில் கண்டதாகவும் ஸ்டிராபோ எழுதியுள்ளார்.

முதல் இரண்டு நூற்றாண்டுகளில் (கி.பி.1-200) தமிழர்கள் யவனர்களோடு சிறந்த வணிக உறவு வைத்திருந்தனர் என்று செங்கடல் செலவு என்னும் கிரேக்க வணிக நூலின் குறிப்புகளில் உள்ளது. பாண்டிய நாட்டுத் துறைமுகங்களான நறவு, தொண்டி, முசிறி, நீலகண்ட நகரம், கொற்கை, அழகன்குளம், காயல்பட்டினம், பாண்டிச்சேரி, எயிற்பட்டினம் போன்றவை சிறந்த துறைமுகங்களாக இருந்ததாக பெரிப்ளஸ் கூறுகிறார்.

சீனப் பயணி யுவான் சுவாங், காஞ்சிபுரத்தில் தங்கிவிட்டு தெற்கே வந்துள்ளார். அவர் தனது நாட்குறிப்பில் மதுரையை இவ்வாறு விவரிக்கிறார், "அது நிலவளமற்ற நாடு, எங்கும் களரும் தரிசு நிலமுமே மிகுந்திருந்தன. ஆனால் கடல்முத்து வணிகத்திற்கு அந்த நாடு மையமாகத் திகழ்ந்தது. மக்கள் கறுப்பு நிறமுடையவர்கள், இனிமையற்ற மூர்க்கர்கள், மதத்

சீனர் நாவாய்கள்

துறையில் கலப்புக் கொள்கையைப் பின்பற்றுபவர்கள், ஆனால் வணிகத்தில் கைதேர்ந்தவர்கள். அங்கே பாழடைந்த பழைய மடங்கள் இருந்தன, மிகச் சிலரே நல்ல நிலையில் இருந்தனர் பௌத்தமல்லாத பல்வேறு மதப் பிரிவுகளைச் சேர்ந்தவர்கள் ஏராளமாக இருந்தனர், அவர்களுள் முக்கியமாக திகம்பரர்களைச் சொல்லலாம். அந்த இடத்தில் புத்தர் தம்முடைய சமயக் கொள்கைகளைப் பிரசாரம் செய்து கணக்கற்ற மக்களைத் தம்முடைய மதத்தில் சேர்த்துக்கொண்டார்."

சீன நாட்டு வரலாற்றியல் அறிஞர் யூ உவான் கி.பி. 250-ல் இங்கு வந்தார். அவர் பாண்டியர் அரசாங்கத்தைப் பாண்யுவி என அவரது எழுத்துகளில் குறிப்பிடுகிறார். பாண்டிய மக்கள் சீனர்களைப் போலவே உயரம் குறைவாக உள்ளவர்கள் என அவர் குறிப்புகளில் எழுதியிருக்கிறார். சீன வரலாற்று ஆசிரியர்கள் எழுதி வைத்துள்ள ஆண்டு நிகழ்ச்சிப் பதிவேடுகளில் இன்னும் விரிவான குறிப்புகள் உள்ளன.

குலசேகர பாண்டியனின் (கி.பி. 1268-1310) ஆட்சியில் மதுரை உலகின் தலைசிறந்த செல்வச் செழிப்புள்ள நகரமாக இருந்ததாக மார்க்கோ போலோ குறிப்புகள் நமக்குத் தெரிவிக்கின்றன.

இபின் பதூதா (*Ibn Battuta*) என்கிற மோரோகோ நாட்டுப் பயணி மதுரையில் இருந்த நேரத்தில், மதுரையில் பெரும் காலராத் தொற்று பரவியிருந்தது. இந்தத் தொற்றுக்கு இபன் பதூதா ஆளானார். அந்த நேரம் மதுரையை ஆண்ட சுல்தான் அவரது மனைவி, தாய் மற்றும் ஒரே மகன் காலராத் தொற்றுக்கு ஆளாகி மரணமடைந்தனர். இதனைத் தொடர்ந்து சுல்தானாக ஆட்சிக்கு வந்த நஸ்ருத்தீன், இபன் பதூதாவிற்கு முந்நூறு தங்க நாணயங்கள் கொடுத்து அரசின் மரியாதைக்குரிய அங்கியையும் கொடுத்து கௌரவித்தார். அடுத்து இங்கிருந்து சீனா செல்ல விருப்பம் தெரிவித்த இபன் பதூதாவிற்குக் கப்பலை ஏற்பாடு செய்துகொடுத்துள்ளார்.

இபின் பதூதா தனது பயணத்தில் இராமநாதபுரம் மாவட்டத்தில் உள்ள பெரியபட்டினம் என்ற கடற்கரைத் துறைமுகத்திற்கு வந்து மூன்று மாதம் தங்கியிருந்ததாக ஒரு குறிப்பு எழுதியுள்ளார். இந்த நிலத்தின் மக்கள் வெற்றிலைக்கு அதிக

பாபிலோனிய களிமண்ணேடு

முக்கியத்துவம் கொடுப்பது பற்றிக் குறிப்பிட்டுள்ளார். விருந்தினர்களை வரவேற்று வெற்றிலை பாக்கு தருவது அவர்களுக்குத் தங்கமோ வெள்ளியோ தருவதைவிடவும் உயர்வானதாகக் கருதப்பட்டதாக அவர் ஒரு குறிப்பில் தெரிவித்துள்ளார். பாண்டியர்களுக்கும் ஏமன் நாட்டவர்க்கும் 1289-ம் ஆண்டில் சிறந்த குதிரை வணிகம் நடந்ததாக இபின் பதூதா குறிப்புகள் தெரிவிக்கின்றன.

தமிழகத்துக்கும் எகிப்துக்குமிடையே நடைபெற்ற வாணிகத் தொடர்பு மிகப்பழைமையானது. 'எரித்திரியக் கடலின் பெரிப்ளூஸ்' (*Periplus of the Erithraean Sea*) என்னும் நூலை டபிள்யூ எச்.ஸ்காபி என்பவர் பதிப்பித்துள்ளார். அதன் பதிப்புரையில் அவர், கிரேக்க மக்கள் நாகரிகம் அடைவதற்குப் பல்லாயிரம் ஆண்டுகளுக்கு முன்பே எகிப்தும் பண்டைய இந்திய நாடுகளும் வணிகத் தொடர்புகொண்டிருந்தன என்று கூறுகிறார்.

தென்னிந்தியாவுக்கும் சுமேரியாவுக்குமிடையில் கி.மு. நாலாயிரம் ஆண்டுகளுக்கு முன்பே வணிகப் போக்குவரத்து நடைபெற்று வந்ததென்று சேஸ் (*Sayce*) என்பார் தம் ஹிப்பர்ட் சொற்பொழிவுகளில் (*1887*) குறிப்பிட்டுள்ளார்.

தமிழகத்துக்கும் பாபிலோனியாவுக்கும் இடையே மிக விரிவான வாணிகம் நடைபெற்று வந்ததற்குச் சான்றுகள் கிடைத்துள்ளன. பாபிலோனியாவில் ஒரு வணிகர் நடத்தி வந்த காசு வாணிகத்தில் கணக்குப் பதியப்பட்ட களிமண் ஏடுகள் (*Clay Tablets*) சிலவற்றில் பாபிலோனியர் தமிழக வணிகருடன் கொண்டிருந்த பற்று வரவுக் கணக்குகள் குறிக்கப்பட்டுள்ளன. அதே காலத்தில் தமிழ் வணிகர்கள் பாபிலோன் நகரத்தில் குடியேறி அங்கேயே தங்கி தங்கள் தொழிலை நடத்தி வந்ததற்கும் கணிமண்ணேடு சான்றுகள் கிடைத்துள்ளன.

வணிகத்தின் வழியே நம் பண்டங்கள் உலகின் பல நகரங்களுக்குச் சென்றது போலவே நம் மொழியும் சென்றது ஒரு சுவாரஸ்யமான கதை. இங்கு புழங்கும் பண்டங்கள் பலவற்றின் பெயர்கள் யாவும் தமிழ்ப் பெயர்களின் சிதைவுகளே என்பதை மொழியியல் நிபுணர்கள் தெரிவிக்கிறார்கள். கிரேக்கர்கள் கி.மு. 5-ம் நூற்றாண்டின் தொடக்கத்தில் தமிழகத்துடன் வணிகத்தில் இறங்கினார்கள். இந்த வணிகத்தின் மூலம் தமிழ்ச் சொற்கள் பல கிரேக்க மொழியில் நுழைந்து இடம்பெற்றுள்ளன. சொபோகிளீஸ், அரிஸ்டோ பேனீஸ் முதலிய கிரேக்க அறிஞரின் நூல்களில் இவற்றைக் காணலாம். 'அரிசி' என்னும் தமிழ்ச் சொல் கிரேக்க மொழியில் நுழைந்து 'அரிஸா' என்று உருக்குலைந்தது. அம்மொழியில் கருவா (இலவங்கம்) என்னும் தமிழ்ச் சொல் 'கார்ப்பியன்'

என்றும், இஞ்சி வேர் 'சின்ஞிபேராஸ்' என்றும், பிப்பாலி 'பெர்ப்பெரி', முருங்கை 'மொரிங்கா', மாங்கா 'மெங்கோ'வாகவும் உருமாற்றம் அடைந்தன.

வெளிநாட்டவர்களின் குறிப்புகளில் நம் ஊர்ப் பெயர்கள் அவர்கள் நாவில் நுழையாததால், அவர்களுக்குப் புரிந்த அளவில் அவர்கள் தங்களின் பிரதிகளில் அதன் பெயர்களை எழுதியுள்ளனர். ரோமாபுரி ஆசிரியர்கள் எழுதிய நூல்களில் அன்றைய தமிழகத்தின் துறைமுகங்களைப் பற்றிய செய்திகள் நமக்குக் கிடைக்கின்றன. அவற்றில் பல துறைமுகங்களின் பெயர்கள் உருக்குலைந்து காணப்படுகின்றன.

துறைமுகப் பட்டினங்களான தொண்டியைத் திண்டிஸ் என்றும், முசிறியை முஸிரிஸ் என்றும், பொற்காட்டைப் பகரி என்றும், குமரியைக் கொமாரி என்றும் ரோமர்கள் குறிப்பிட்டுள்ளனர். தமிழகத்தின் கீழைக் கடற்கரைத் துறைமுகங்களான கொற்கையைக் கொல்சாய் என்றும், நாகப்பட்டினத்தை நிகாமா என்றும், காவிரிப்பூம்பட்டினத்தைக் கமரா என்றும், புதுச்சேரியைப் பொதுகே என்றும், மரக்காணத்தைச் சோபட்மா என்றும், மசூலிப்பட்டினத்தை மசோலியா என்றும் சில நூல்கள் குறிப்பிடுகின்றன.

பாக்ட்ரியானாவை ஆண்ட கிரேக்க மன்னர்களுள் பலருடைய பதக்கங்களில் இந்திய மொழி ஒன்றின் எழுத்துகள் பொறிக்கப்பட்டிருந்தன என்றும் அது தமிழ்தான் என்றும் ஐரோப்பிய வரலாற்றாசிரியர்கள் உறுதி செய்கிறார்கள். அகஸ்டஸ், டைபிரியஸ் ஆகியோரின் காலத்தைச் சேர்ந்த ரோமானிய நாணயங்கள் தமிழக அகழாய்வுகளில் கிடைத்துள்ளன.

ரோமானியப் படைகளில் பணியாற்றிய ஹிப்பாஸ் எனும் எகிப்திய மாலுமி பருவக்காற்றின் தன்மைகளைக் கண்டுபிடித்தான். அதன் பின்னர் கப்பல்கள் நடுக்கடல் வழியாக நேரடியாக இந்தியாவுக்கு வந்தன. இதுவரை வருடத்திற்கு 20 கப்பல்கள் இந்தியா வந்துகொண்டிருந்த நிலையில் இந்தப் புதிய சுருக்கமான வழிக்குப் பிறகு சராசரியாக ஒரு நாளைக்கு ஒரு கப்பல் எகிப்தியத் துறைமுகங்களிலிருந்து கீழை நாடுகளுக்குச் சென்றது.

இப்பொழுதும் ஒவ்வோர் ஆண்டும் அக்டோபர் முதல் ஜனவரி வரை வெளிநாட்டுச் சுற்றுலாப் பயணிகளின் கூட்டம் தேனீக்களைப் போலவே மதுரை நகரத்தின் தெருக்களில் உலவும். அவர்களில் பலர் இந்த நகரத்தை நேசிப்பவர்கள், மீண்டும் மீண்டும் இங்கே வருபவர்கள். ஒருமுறை ஹோட்டல் ஒன்றில் என் அருகில் அமர்ந்து சாப்பிட்டுக்கொண்டிருந்த ஐரோப்பியக் குடும்பத்தினருடன் உரையாடினேன், அவர்கள் உள்ளூர்க்காரர்களைப் போலவே விரும்பி நம் ஊர் உணவைச் சாப்பிட்டுக்கொண்டிருந்தார்கள். கடந்த 20 ஆண்டுகளாக நாங்கள் ஒவ்வோர் ஆண்டும் நான்கு வாரங்களை மதுரையில் செலவிடுகிறோம் என்றார்கள். நான்கு வாரங்கள் என்ன செய்வீர்கள் என்று கேட்டேன், இந்த நகரத்தின் வீதிகள் ஒவ்வொன்றிலும் காலார நடப்போம் என்றார்கள். மதுரையில் காலார நடப்பது வரலாற்றுக்குள் நடப்பது போல என்பதை மதுரைக்காரர்கள் போலவே அந்தச் சகோதரர்கள் அறிந்துவிட்டார்கள்போலும்.

10

ஹொய்சாளப் பேரரசு முதல் நாயக்கர் ஆட்சிவரை!

பாண்டிய, சோழப் பேரரசுகளிடையே ஆதிக்கப் போட்டி நிலவி வந்த காலத்தில், பிற்காலச் சோழர்கள் தங்களின் இறுதிக் காலத்தில் பாண்டியர்களின் தாக்குதலுக்கு ஆளானார்கள்.

இந்தத் தாக்குதலிலிருந்து தங்களைத் தற்காக்க கன்னட நாட்டின் துவார சமுத்திரத்தில் ஆட்சிபுரிந்த ஹொய்சாளப் பேரரசை *(Hoysala Empire)* சோழர்கள் நாடினார்கள். முதலில் கி.பி.1219-ல் முதலாம் மாறவர்மன் சுந்தர பாண்டியன் சோழ நாட்டின் மீது படையெடுத்து மூன்றாம் இராசராச சோழனை வென்று மீண்டும் அவர் கேட்டதற்கிணங்க நாட்டை அவர் வசமே ஒப்படைத்துவிட்டு வந்தார். கி.பி. 1231-ல் மாறவர்மன் சுந்தர பாண்டியன் மீண்டும் சோழ நாட்டின் மீது போர் தொடுத்து மூன்றாம் இராசராச சோழனை வென்று அவரைச் சேந்தமங்கலம் கோட்டையில் சிறைவைத்து தனது ஆதிக்கத்தை நிலைநாட்டினார்.

இதனை அறிந்த ஹொய்சாள வேந்தர் வீர நரசிம்மன் தெற்கே வந்து பாண்டியர்களைத் தோற்கடித்து, சோழ வேந்தனை மீட்டெடுத்து சோழ நாட்டை மூன்றாம் இராசராச சோழன் வசம் ஒப்படைத்தார். கி.பி. 1232-ல் வீரசோமேஸ்வரன் பாண்டிய நாட்டின் மீது தனது ஆதிக்கத்தையும் நெருக்கத்தையும் இன்னும் விரிவாக்கினார். பாண்டியர்கள் ஹொய்சாளர்களுக்குத் திறை செலுத்தினார்கள். ஹொய்சாள வேந்தர் சோமேஸ்வரனின் மூன்றாம் நரசிம்மன், பாண்டியர் குலப்பெண்ணை மணந்தார். ஹொய்சாளர்களுக்கும் பாண்டியர்களுக்கும் இணக்கமான உறவுகள் மலர்ந்தன. கி.பி. 1249-ல் ஹொய்சாள வேந்தர் வீர சோமேஸ்வரன் பெயரில் சந்தி

திருமலை நாயக்கர் மகால்

கிருஷ்ணதேவராயர்

நிறுவப்பட்டது. மீண்டும் பாண்டிய வேந்தன் முதலாம் சடையவர்மன் சுந்தரபாண்டியன் ஹொய்சாளர்கள் மீது போர் தொடுத்து கண்ணனூர் கொப்பத்தைக் கைப்பற்றினார். அவர் அங்கிருந்த ஹொய்சாளர்களின் யானைகள், குதிரைகள் மற்றும் தங்க நாணயங்களையும் எடுத்துச் சென்றார், இத்துடன் ஹொய்சாளர்கள் ஆட்சியைப் பாண்டிய மண்ணில் முடிவுக்குக் கொண்டு வந்தார்.

முதலாம் சடையவர்மன் சுந்தர பாண்டியனுக்கு இரண்டு புதல்வர்கள். இவர்களிடையே ஆள்வது யார் என்கிற வாரிசு மோதல் ஏற்பட்டது. இந்தப் பிரச்னைக்குத் தீர்வு காண சுந்தர பாண்டியன் டெல்லி அரசர் அலாவூதீன் கில்ஜியின் உதவியை நாடினார். அவர் உடன் தனது படைத்தலைவன் மாலிக் காபூரை மதுரைக்கு அனுப்பினார். திருப்பத்தூர் கோயில் கல்வெட்டுகளும், கவிஞர் அமீர் குஸ்ருவின் குறிப்புகளும் இந்த நிகழ்வுகளைப் பற்றி விரிவாகச் சொல்கின்றன. மாலிக் காபூர் மதுரைக்கு வந்து மீண்டும் டெல்லிக்கு 612 யானைகளையும், 96,000 மணங்குப் பொன்னையும், 20,000 குதிரைகளையும் கொண்டு சென்றார். சகோதரச் சண்டை பாண்டிய நாட்டைச் சூழ்ச்சிக்கும் வீழ்ச்சிக்கும் பறிகொடுத்தது. இதே சகோதரச் சண்டையை சாதகமாகப் பயன்படுத்தி, தென்திருவாங்கூர் மன்னன் இரவிவர்மன் குலசேகரன், பாண்டிய நாட்டின் மீது படையெடுக்கிறார்.

இப்பொழுது தென்திருவாங்கூர் மன்னன் இரவிவர்மனிடம் இருந்து தன் நாட்டை மீட்டுக் கொடுக்க காகதீய மன்னர் இரண்டாம் பிரதாபருத்திரனிடம் வேண்டுகோள் விடுத்தார் சுந்தர பாண்டியன். காகதீய படைத்தலைவன் முப்பிடி நாயக்கர் சுந்தர பாண்டியனுக்கு எல்லா உதவிகளையும் செய்துகொடுத்தார்.

டெல்லி சுல்தான் கியாசுத்தீன் துக்ளக்ஷா தன் மகன் உலூக் கானை தென்னிந்தியாவிற்கு அனுப்பினார். உலூக்கான், பாண்டிய மன்னன் பராக்கிரம பாண்டியனைத் தோற்கடித்து மதுரையை டெல்லி ஆட்சியின்கீழ் (1323-24) ஒரு மாநிலமாக மாற்றினார். 1333-ல் டெல்லி சுல்தானின் மதுரை ஆளுநராக இருந்த ஜலாலுத்தீன் அசன்ஷா, டெல்லி சுல்தானியத்திலிருந்து வெளியேறி

> மதுரைப் பகுதியின் நிர்வாகத்தை மேம்படுத்த பாண்டிய மன்னர்களின் கீழ் பணியாற்றிய வாணாதிராயர்களிடம் மதுரை நிர்வாகப் பொறுப்பு கொடுக்கப்பட்டது. அந்த நேரம் அழகர்கோயில்தான் இவர்களின் அரசியல் தலைநகரமாக விளங்கியது.

தன்னை மதுரையின் சுல்தானாகப் பிரகடனப்படுத்திக்கொண்டார். 1340-ல் அவரது தளபதி அலாவுதீன் உதாஜி, அசன்ஷாவைக் கொன்று விட்டு தன்னை சுல்தானாக அறிவித்துக்கொண்டார். உதாஜி ஹொய்சாள மன்னர் மூன்றாம் வல்லாளனுடன் போரிட்ட நேரம் இறந்துபோகிறார். அதனை அடுத்து அவரது மருமகன் குத்புதீன் ஃபெரோஷா மதுரையின் சுல்தானாகிறார். 40 நாள்கள் மட்டுமே அவரது ஆட்சி நடக்க, 41-ம் நாள் அவர் கொலை செய்யப்படுகிறார். அவரை அடுத்து கியாசுதீன் தாமகனி கி.பி. 1341-ல் மதுரையின் சுல்தானாகப் பொறுப்பேற்கிறார்.

இந்த நேரம் மீண்டும் ஹொய்சாள மன்னன் மூன்றாம் வல்லாளன் மதுரையை முற்றுகையிட வருகிறார், கண்ணனூர் கொப்பம் என்கிற இன்றைய திருச்சியை அடுத்த சமயபுரத்தில் ஆறு மாதங்கள் போர் நடைபெறுகிறது, இறுதியாக மதுரை சுல்தான் கியாசுதீன் வெற்றி பெறுகிறார். கியாசுதீன் தாமகனியின் மனைவியின் உடன்பிறந்தவளை இபன் பதூதா மதுரையில் மணந்து கொள்கிறார், இபன் பதூதா மதுரை பற்றியும் இந்தப் போர் பற்றியும் தனது குறிப்புகளில் விரிவாக எழுதியிருக்கிறார்.

இந்த நேரம் மதுரையில் ஏற்பட்ட கடும் நோய்த்தொற்றில் கியாசுதீனின் மொத்தக் குடும்பமுமே இறந்துவிடுகிறது, அவரைத் தொடர்ந்து நசிருதீன் மதுரை சுல்தானாகப் பதவியேற்கிறார். நசிருதீனைத் தொடர்ந்து மதுரை சுல்தானாக அடில்ஷா பதவியேற்கிறார். அடில்ஷாவுக்கு அடுத்து பக்ருதீன் முபாரக்ஷா பதியேற்ற நேரம் விஜய நகரப் பேரரசின் குமார கம்பணர் மதுரை மீது படையெடுக்கிறார். இந்தப் போரில் மதுரை சுல்தான் முபாரக்ஷா கொல்லப்படுகிறார். இதன் பின்னரும் மதுரையின் சிறிய பகுதிகள் அலாவுதீன் சிக்கந்தரின் ஆட்சியின்கீழ் இருந்தது, அவர்தான் மதுரையின் கடைசி சுல்தானாக அறியப்படுகிறார்.

துங்கபத்திரை ஆற்றின் தெற்கில் உள்ள பெரும்பகுதியான நிலப்பரப்பைக் கைப்பற்றி, தன்னைக் கிழக்கு மேற்குக் கடல்களின் தலைவராக விஜயநகர வேந்தர்கள் அறிவித்துக்கொண்டனர், மதுரையை வென்ற குமார கம்பணர் தன்னைத் தெற்கின் பேரரசராக அறிவித்துக் கொள்கிறார். 1371 முதல் 1402 வரை மதுரைப் பகுதி விஜயநகரப் பேரரசு ஆட்சியின் கீழ் இருந்தது. இரண்டாம் ஹரிஹரர் ஆட்சிக் காலத்தில் அவரது மகன் விருபாட்சகர் தமிழகப் பகுதிகளில் ஆளுநராக நியமிக்கப்பட்டார். இரண்டாம் தேவராயர் ஆட்சிக் காலத்தில் மதுரைப் பகுதியின் பொறுப்புகள் இலக்கணதண்ட நாயக்கர் வசம் ஒப்படைக்கப்பட்டிருந்தது. மதுரைப் பகுதியின் நிர்வாகத்தை மேம்படுத்த பாண்டிய மன்னர்களின் கீழ் பணியாற்றிய வாணாதிராயர்களிடம் மதுரை நிர்வாகப் பொறுப்பு கொடுக்கப்பட்டது. இந்த நேரம் அழகர்கோயில்தான் இவர்களின் அரசியல் தலைநகரமாக விளங்கியது.

1509 முதல் 1529 வரை விஜயநகர வேந்தராக இருந்த கிருஷ்ணதேவராயர் மதுரைக்கு வந்துள்ளார், அவர் மூன்று நாள்கள் அழகர்கோயிலில் தங்கியிருந்ததாகவும் கல்வெட்டுக் குறிப்புகள் தெரிவிக்கின்றன. அச்சுத தேவராயரின் ஆட்சிக் காலத்தில் மதுரையில் பெருங்குழப்பங்கள் நிகழ்ந்துள்ளன. 1529-ல் இந்தக் குழப்பங்களின் இறுதியில் கிருஷ்ண தேவராயர் விசுவநாதனை மதுரையின் முதல் நாயக்க மன்னனாக அறிவிக்கிறார். 1564-ல் விசுவநாத நாயக்கர் உடல்நலம் குன்றி இறக்கிறார், அவரைத் தொடர்ந்து அவரது மகன் கிருஷ்ணப்ப நாயக்கர் ஆட்சிப் பொறுப்பை ஏற்கிறார். இவரது காலத்தில் பல போர்களை அவர் சந்திக்கிறார். 1572-ல் கிருஷ்ணப்ப நாயக்கர் இறந்தவுடன் அவரது மகன் வீரப்ப நாயக்கர் மன்னராக மூடிசூட்டப்படுகிறார். வீரப்ப நாயக்கர் இறந்தவுடன் அவரது வாரிசாக இரண்டாம் கிருஷ்ணப்ப நாயக்கர் மன்னராகிறார்.

இரண்டாம் கிருஷ்ணப்ப நாயக்கர் 1600-ல் மரணமடைகிறார். அவரைத் தொடர்ந்து கஸ்தூரி ரங்கப்பர் ஆட்சியைக் கைப்பற்றுகிறார். சகோதரர்களின் குழப்பத்தில் ஆட்சிக்குக் கடும் பிரச்னைகள் எழுகின்றன. அவரைத் தொடர்ந்து முத்துக்கிருஷ்ணப்ப நாயக்கர் மதுரையின் மன்னராகிறார். அவர் 1609-ல் மரணமடைய, அவரது புதல்வர் வீரப்ப நாயக்கர் முடிசூட்டிக்கொள்கிறார். வீரப்ப நாயக்கர், மதுரையை விஜயநகரப் பேரரசின் கட்டுப்பாட்டிலிருந்து வெளியேற்றி, முழு உரிமை பெற்ற சுதந்திர நாடாக அறிவிக்கும் முயற்சியில் தோல்வியுற்றார்.

இதனைத் தொடர்ந்து திருமலை நாயக்கர் 1623-ல் மதுரையின் மன்னராகிறார், திருச்சியில் இருந்த தலைநகரை 1634-ல் அவர் மதுரைக்கு மாற்றுகிறார். மதுரை நகரத்தில் அவரது அரண்மனை கட்டப்படுகிறது. விஜயநகரப் பேரரசின் கட்டுப்பாட்டில் இருந்து முற்றிலும் விடுபட்ட மதுரையை தனி உரிமை பெற்ற ஆட்சியாக அவர் அறிவிக்கிறார், மீண்டும் விஜயநகரப் பேரரசின் படையெடுப்புகள் தொடங்குகின்றன. தஞ்சை நாயக்கர்கள் மற்றும் கோல்கொண்டா சுல்தானின் உதவிகளுடன் விஜயநகரப் படைகள் மதுரையை

ஹொய்சாளப் பேரரசின் இலச்சினை

நெருங்க முடியாது திண்டுக்கல்லுடன் திரும்பிச் செல்லச் செய்கிறார்கள். இதனை அடுத்து மைசூர் மன்னர் சாம்ராஜ் உடையார் மதுரை மீது போர் தொடுக்கிறார், ராமநாதபுரம் சேதுபதியின் பெரும் உதவியால் மைசூர் படைகள் மைசூருக்கே திருப்பி அனுப்பப்படுகின்றன.

திருமலை நாயக்கர் தனது 75-வது வயதில் 1659-ல் இறந்துபோகிறார். அவரைத் தொடர்ந்து அவரது மகன் இரண்டாம் முத்துவீரப்பர் மன்னராகிறார். ஆனால் அதே ஆண்டில் அவரும் இறக்க, அவரது 16 வயது மகன் சொக்கநாத நாயக்கர் மன்னராகிறார். 23 ஆண்டுகள் சொக்கநாத நாயக்கரின் ஆட்சி நடைபெறுகிறது. மதுரையில் கடும் பஞ்சம் நிலவிய காலம் அது. கஞ்சித் தொட்டிகள் திறக்கப்படுகின்றன. டச்சு வணிகர்கள் மக்களை ஐரோப்பிய நாடுகளுக்கு அழைத்துச் சென்று அடிமைகளாக விற்ற நிகழ்வுகள் இந்தக் காலத்தில் அரங்கேறுகிறது.

சொக்கநாத நாயக்கர் தலைநகரத்தை மதுரையில் இருந்து திருச்சிக்கு மாற்றுகிறார். சொக்கநாத நாயக்கருக்குப் பின்பு கிருஷ்ணமுத்து வீரப்பர் மதுரையின் மன்னராகிறார். 1689 அவர் இறந்துபோகிறார், அவரது மகன் விஜயரெங்க சொக்கநாதர் கைக்குழந்தையாக இருந்ததால், அந்தக் குழந்தைக்கு அரசுப்பட்டம் சூட்டிவிட்டு பெயரன் சார்பாக ராணி மங்கம்மாள் மதுரையின் ஆட்சிப் பொறுப்பை ஏற்கிறார். நிழல் தரும் மரங்களைச் சாலை நெடுகிலும் நடுதல், சத்திரங்கள்-சாவடிகளை அமைத்தல் எனப் பல பொதுப்பணிகளை அவர் செய்துள்ளார். 1706-ல் இராணி மங்கம்மாள் காலமாகிறார். அவரது பேரன் விஜயரெங்க சொக்கநாதர் தனது 17-வது வயதில் ஆட்சிப் பொறுப்பேற்கிறார்.

இறைவழிபாட்டில் மிகுந்த ஈடுபாடு காட்டிய விஜயரெங்க சொக்கநாதர், ஆட்சிப் பொறுப்பில் கவனம் செலுத்தாதிருந்ததன் விளைவாகப் பல குழப்பங்கள் நிலவின. அந்த நேரம் அதிகமான வரி வசூலிக்கப்படுவதை எதிர்த்து 1710-ல் ஒரு கோயில் பணியாளர் மீனாட்சியம்மன் கோயில் கோபுரத்தில் ஏறி அங்கிருந்து குதித்துத் தற்கொலை செய்துகொண்டு தனது

எதிர்ப்பைத் தெரிவித்தார். மேலும் 1720-லும் இதேபோல் ஒரு சம்பவம் நிகழ்ந்துள்ளது. 1732-ல் விஜயரெங்க சொக்கநாதர் காலமாகிறார், அவரது பட்டத்தரசியான மீனாட்சி ஆட்சிப் பொறுப்பை ஏற்றார். மீனாட்சி அரசியின் மரணத்துடன் மதுரையில் நாயக்கர் ஆட்சி முடிவுக்கு வந்தது.

மதுரையின் வரலாறு நெடுகிலும் வாரிசுச் சண்டைகள், அதிகாரப் போட்டிகள், அண்மை மன்னர்கள்-வேந்தர்களுடனான யுத்தங்கள் எனத் தொடர்ந்து ஒரு நிச்சயமின்மை நிலவி வந்ததைக் காண்கிறோம், ஒவ்வொரு முறையும் இங்கிருந்த வேந்தர்கள் வெளியில் உதவியை நாடிச் செல்ல அவர்கள் உள்ளே வந்து ஆட்சியைக் கைப்பற்றும் சூழலே ஏற்பட்டுள்ளது. ஆனால் இதே காலத்தில் மதுரையின் பெரும் அடிப்படைக் கட்டமைப்புகள் உருவாக்கப்படுகின்றன, மதுரையின் மீதான உலகத்தின் பார்வையும் பிரியமும் கூடிக் கொண்டேயிருக்கிறது; மதுரை பற்றிய நூல்கள், தல வரலாறுகள், நடுகற்கள், கோயில் கல்வெட்டுகள், செப்பேடுகள் என வரலாற்றுச் சான்றுகள் அதிகப்படியாக உருவான காலமும் இதுவே.

இந்த ஆட்சி மாற்றங்களின் போதுதான் மதுரையின் நிலம்

மதுரையின் முதல் சுல்தான் ஜலாலுதின் அசன்ஷா காலத்து நாணயம்

வண்ணமயமாக மாறியது, மதுரையில் யவனர்கள், அரேபியர்கள், டச்சுக்காரர்கள், சீனர்கள், போர்த்துக்கீசியர்களுடன் கன்னடர்கள், தெலுங்கர்கள், மராத்தியர்கள், உருது பேசும் இஸ்லாமியர்கள் என அலை அலையாய் இந்தியாவெங்கும் இருந்து வந்து மக்கள் குடியேறினார்கள். புதிய புதிய பழக்கங்கள் மதுரைக்குள் வருகின்றன, புதிய உணவுகளை மதுரை மக்கள் ருசிக்கத் தொடங்குகிறார்கள், புதிய உடைகள் உடுத்தத் தொடங்குகிறார்கள். பல இனங்கள், பல மொழிகள், பல கலாசாரங்கள் கொண்ட பன்மைத்துவமான நகரமாக மதுரை, லண்டனுக்கும் நியூயார்க்கிற்கும் மெல்பர்னுக்கும் முன்பே வரலாற்றுக் காலத்திலேயே உருவாகியிருந்தது.

11

கான் சாகிப் என்கிற கும்மந்தான்!

நெல்லூர் சுபேதார், ஈசப், யூசுப், யூசுப்கான், முகம்மது யூசுப், கான்சாகிப், கும்மந்தான் என்று மதுரையின் வரலாற்றில் பல பெயர்கள் கொண்ட ஒரு முக்கிய பாத்திரம் முடிவுக்கு வந்தது. ஒருவருக்கு இத்தனை பெயர்கள் எப்படி வந்தன?

மீனாட்சி அரசியின் ஆட்சியின் போது அவரது வளர்ப்பு மகனின் தந்தை பங்காரு திருமலை இந்த நாட்டை ஆட்சி செய்யும் உரிமை தனக்கும் இருக்கிறது என்று உரிமை கோர, மெல்ல தனக்குச் சாதகமாக ஒரு கூட்டத்தை உருவாக்கத் தொடங்கினார், தொடர்ந்து மீனாட்சி அரசிக்கு நெருக்கடிகளைக் கொடுத்தார். மதுரை அரசில் ஏற்பட்டுள்ள சிக்கல்களை அறிந்து கொண்டு ஆற்காடு நவாப் தோஸ்து அலிகான், ஆற்காடு இளவரசர் சப்தர் அலி கான் மற்றும் அவரது மருமகனும் ஆலோசகருமான சந்தா சாகிப் தங்கள் படைகளுடன் திருச்சியைத் தாக்கினர்.

இந்தச் சூழலைத் தனக்கு சாதகமாகப் பயன்படுத்திக்கொள்ள உடனடியாக பங்காரு திருமலை களத்தில் இறங்கினார். அவர் சப்தர் அலிகானை அழைத்து தனக்குத் திருச்சி ராஜ்ஜியத்தைப் பெற்றுத்தந்தால் முப்பது லட்சம் ரூபாய் மற்றும் தங்கம்/வெள்ளி அளிப்பதாக வாக்குறுதி கொடுத்தார். ஆனால் இந்தப் படையெடுப்பில் சப்தர் அலிகானால் திருச்சியைக் கைப்பற்ற முடியவில்லை. இதனால் மனம் நொந்து அவர் ஆற்காட்டிற்குத் திரும்பினார்.

இதை அறிந்துகொண்ட மீனாட்சி அரசி, சந்தா சாகிப்பைத் தொடர்புகொண்டு, தான் ஒரு கோடி ரூபாய் தருவதாகச் சொல்லி பங்காரு திருமலையைக் கைவிட்டு தனக்கு

உதவும்படி கேட்டுக்கொண்டார். ஆனால் மாறாக சந்தா சாகிப், மீனாட்சி அரசியைச் சிறைப்பிடித்து மதுரையின் ஆட்சியைக் கைப்பற்றினார். இந்த ஏமாற்றத்தில் மீனாட்சி அரசி தற்கொலை செய்து கொண்டார்.

சந்தா சாகிப் உடனடியாக தனது சகோதரர்கள் புதா சாகிப்பை மதுரை ஆளுநராகவும், சதக் சாகிப்பை திண்டுக்கல் ஆளுநராகவும் நியமித்து மதுரையை முழுமையாகத் தனது கட்டுப்பாட்டில் கொண்டு வந்தார். ஆனால் பங்காரு திருமலை ஓயவில்லை. அவர் தஞ்சை மராட்டிய அரசுடன் இணைந்து சாதாரா ராகோஜி போன்ஸ்லே தலைமையில் ஒரு படையைத் திரட்டிக்கொண்டு ஆற்காடு நவாபுடன் போரிட்டார். இந்தப் போர் வட ஆற்காடு மாவட்டத்தின் தாமல்செருவில் நடைபெற்றது. இந்தப் போரில் ஆற்காடு நவாப் இறந்துபோகிறார்.

உடன் அந்தப் படைகள் அங்கிருந்து வந்து திருச்சியைக் கைப்பற்றுகிறது. இங்கு நடைபெற்ற போரில் சந்தா சாகிப் மற்றும் அவரது இரு சகோதரர்கள் கொல்லப்படுகிறார்கள். ஆனால் இந்தப் போரின் வெற்றிக்குப் பின் பங்காரு திருமலை மதுரைக்கு மன்னராக முடியவில்லை. மாறாக மதுரை மராத்தியர் ஆட்சியின் கீழ் வந்தது. மதுரையின் ஆளுநராக முராரிராவ் நியமிக்கப்படுகிறார். 1740-லிருந்து 1743 வரை மதுரையில் மராத்தியர் ஆட்சி நடைபெற்றது. 1744-ல் மீண்டும் மதுரையை ஆற்காட்டு நவாப் அன்வருதீன் கைப்பற்றுகிறார்.

அன்வருதீனின் மகன்கள் முபுஸ்கான் மற்றும் முகமது அலி மதுரையை நிர்வாகம் செய்கிறார்கள். சந்தா சாகிப்பின் முன்னாள் பணியாளர் ஆலம்கான் மதுரை மீது படையெடுத்து ஆட்சியைக் கைப்பற்றுகிறார். ஆனால் முகமது அலியால் இந்தத் தோல்வியை ஏற்க முடியவில்லை. இதன் பின்னர் ஒரு குழப்பமான காலம் நிலவியது. மயானா, பங்காரு திருமலையின் மகன் முத்து திருமலை என அடுத்தடுத்து பல மாற்றங்கள்.

தென் பாண்டிப் பாளையக்காரர்களிடம் நிலைமையைச் சீர்படுத்த கான் சாகிப் ஒருவரால்தான் முடியும் என்று கும்பினியார் அவரைத் திருநெல்வேலிக்கும் பேரதிகாரியாக (கவர்னராக) நியமித்தனர். மதுரை மற்றும் திருநெல்வேலியின் ராணுவ மற்றும் சிவில் அதிகாரங்கள் அவர் வசம் ஒப்படைக்கப்பட்டன.

1725-ல் ராமநாதபுரம் மாவட்டத்தின் பனையூரில் பிறந்தார் மருதநாயகம். அவரது குடும்பம் இஸ்லாத்தைத் தழுவுகிறது, மருதநாயகம் யூசுப் கானாக மாறுகிறார். சிறுவயதிலேயே அவர் வீட்டை விட்டு பாண்டிச்சேரிக்குச் செல்கிறார். அங்கே பிரெஞ்சு கவர்னர் மான்சர் காக்லா வீட்டில் வேலைகள் செய்கிறார், அங்கிருந்து தஞ்சாவூர் சென்று கும்பினி படையின் வீரனாகச் சேர்கிறார். அங்கே கல்வி கற்கிறார்; தமிழ், பிரெஞ்சு, போர்த்துகீசியம், ஆங்கிலம், உருது என்று பல மொழிகள் கற்கிறார். கும்பினியார் அவரை நெல்லூருக்கு மாற்றுகிறார்கள், அங்கே அவர் ஹவில்தாராகவும், சுபேதாராகவும் குறுகிய காலத்திலேயே பதவி உயர்வு பெறுகிறார்.

ஆற்காட்டு நவாப் பதவிக்கு நடைபெற்ற சண்டைகளில் தலையிட்டு கும்பினியார் முகமது

> "கான் சாகிப்பின் ஆட்சியின் கீழ் மதுரையில் அமைதியும் நல்லிணக்கமும் தவழ்ந்தன. மன்னனைத் தேடிச்சென்று மக்கள் முறையிடுவர். ஆனால் கான் சாகிப் மக்களைத் தேடி தேடிச் சென்றார்."

அலி வாலாஜாவை ஆற்காட்டு நவாபாக நியமித்தனர், அதற்குக் கைம்மாறாக அவர் மதுரை மற்றும் திருநெல்வேலியின் வரிவசூலிக்கும் உரிமையை கும்பினிக்கு வழங்கினார். ஆற்காட்டு நவாபிற்காக நடைபெற்ற யுத்த களத்தில் யூசுப் கானின் திறமையைப் பார்த்து வியந்த இராபர்ட் க்ளைவ், மேஜர் ஸ்டிரிங்கர் லாரன்ஸ் அவர்களால் (Stringer Lawrence) யூசுப் கானுக்கு ஐரோப்பியப் போர்ப் பயிற்சி அளிக்க உத்தரவிடுகிறார். ஆங்கிலத் தளபதி மேஜர் லாரன்ஸ் யூசுப் கானுக்குத் தங்கப் பதக்கம் வழங்கி, கான் சாகிப் என்கிற பட்டமும் வழங்கினார். அதுமுதல் அவர் கமாண்டோ கான் சாகிப் அல்லது கும்மந்தான் (Comandante) கான் சாகிப் என்று அழைக்கப்பட்டார்.

பிரெஞ்சுப் படைகள் சென்னையை முற்றுகையிட, கான் சாகிப் அங்கு விரைகிறார். எதிர்பாராத நேரத்தில் தன் கொரில்லாத் தாக்குதலில் பிரெஞ்சுப் படைகளைத் தோற்கடிக்கிறார். இந்தத் தாக்குதல் அவருக்குப் பெரும் புகழைத் தேடித்தருவதோடு ஒரு பதவியையும் தருகிறது. 1757-ல் சென்னையின் கவர்னராக இருந்த ஜ்யார்ஜ் பிகட் (George Pigot) கான் சாகிப்பை மதுரையின் கவர்னராக நியமிக்கிறார்.

மதுரையின் கவர்னராக இருந்த நேரம் குளங்களை, ஏரிகளை பழுது பார்த்து பாசன வசதிகளை சீர் செய்கிறார். நிதித்துறையை, வணிகர்கள் பாதுகாப்புகளை மேம்படுத்துகிறார். விவசாயிகள் மற்றும் நெசவுத்தொழிலாளர்களுக்கு முன்பணம் கொடுத்து தொழிலில் ஈடுபடச்செய்து நெசவுத்துணிகளை வெளிநாட்டுக்கு ஏற்றுமதி செய்யவும் ஏற்பாடுகள் செய்தார். நெசவாளர்களின் தொழில் விரிவாக்கத்திற்கு கடன் கொடுக்கும் திட்டங்களை அறிமுகம் செய்கிறார். இந்து ஆலயங்களுக்கு மானியங்களை வழங்குகிறார், கோயில் சொத்துகள் அபகரிக்கப்படுவதைத் தடுக்கிறார்.

கும்பினிப் படைகள்

மதுரை கோயில் கோபுரத்தின் மீது ஏறி குழப்பம் விளைவித்த பக்கிரி நிசான் என்பவரை நாடு கடத்த உத்தரவிடுகிறார். மதுரையைப் பாதுகாப்பதற்காக நத்தத்தில் ஒரு களிமண் கோட்டையைக் கட்டுகிறார். குறிப்பாக கான் சாகிப்பின் ஆட்சியின் கீழ் மதுரையில் அமைதியும் நல்லிணக்கமும் தவழ்ந்தன. பொதுவாக மன்னனைத் தேடிச்சென்று மக்கள் முறையிடுவர். ஆனால் கான் சாகிப் மக்களைத் தேடித் தேடிச் சென்றார், அடிக்கடி நகர்வலம் சென்றார், மக்களிடமே சென்று அவர்களது குறைகளைக் கேட்டுத் தீர்க்க ஆரம்பித்தார். இது மதுரை மக்களுக்கு ஒரு புதிய அனுபவமாக அமைந்தது. கான் சாகிப்பின் புகழ் மேலும் வலுப்பெறுகிறது, மதுரைக்காரர்களின் பிரியத்தையும் நம்பிக்கையையும் கான் சாகிப் பெறுகிறார்.

உலகம் முழுவதிலுமே புகழ் உயர உயர பகைமையும் சேர்ந்து வளரும் என்பது வரலாறு நெடுகிலும் பார்த்து வருகிறோம். கான் சாகிப் மதுரை மக்களிடம் புகழ்பெறுவதை ஆற்காட்டு நவாப் விரும்பவில்லை. அது அவருக்கு பெரும் அச்சத்தையும் எரிச்சலையும் கொடுத்தது. தொடர்ந்து கான் சாகிப்பிற்கு புதிய புதிய நெருக்கடிகளைக் கொடுத்தார். அவருடன் இணைந்து கும்பினியாரும் ஒரு கட்டத்தில் கான் சாகிப் புகழ்பெறுவதை விரும்பவில்லை.

மதுரை மக்கள் மத்தியில் பிரிட்டிஷாருக்கு எதிரான உணர்வை கான் சாகிப் உருவாக்குகிறார் என்கிற குற்றச்சாட்டின் அடிப்படையில் அவரை கைது செய்யும்படி கும்பினியார் கேப்டன் மான்சனிடம் உத்தரவிட்டனர். இதை அறிந்தவுடன் கான் சாகிப் தன்னை மதுரையின் சுல்தானாக ஒரு சுதந்திர ஆட்சியாளனாக அறிவித்துக்கொண்டார்.

1763 செம்டம்பரில் தொடர் மழையின் ஊடே மதுரையை கும்பினி படைகள் 22 நாள்கள் தாக்கியது. கான் சாகிப்பின் தாக்குதலில் கும்பினி படைகள் பெரும் சேதத்தைச் சந்தித்து நிலைகுலைந்து போனது. மீண்டும்

ATTAQUES DU PREMIER SIÉGE
Fait en 7bre 8bre et 9bre 1763
Le 4 9bre 1763 le Colonel Monson qui commandoit l'armée angloise voyant la Breche praticable somma Camsaeb et le Sr. Marchand de rendre la Place, l'un et l'autre lui repondirent come ils le devoient leur contenance ferme empecha le Général d'executer la menace qu'il avoit fait d'un assaut et de mettre la Ville au Pillage.
EXPLICATION DES RENVOIS
A Palais du Roi
B Grandes Pagodes ou Temple de Gentils
C Eglise Romaine
D Petite Pagodes
E Logement de Camsaëb
F Etang Revêtu de Pierres
G Logement du Nabad Mahamet Alikan
H Camps des Anglois et Indiens, au 1er Siége
I Attaque du premier Siége
K Différents Campemens des Anglois et Indiens autour de la Ville au 2e. Siége
L Principale attaque du 2e. Siége
M Ligne de Contrevallation
N Redoute des Anglois sur leur ligne de Contrevallations
O Etang qui etoit à sec pendant le 2e. Siége
P Lac ou grand Etang
Q Pagode fortifiée et endroit des Signaux pour les Anglois
R Château de plaisance des Roys
S Pagode fortifiée
T Aldée fortifiée par les Anglois
U Aldée non fortifiée
V Batteries Angloise pour battre les Redoutes Y
X Fortins des Anglois pour retirer leur grosse Artillerie pendant l'hiver
Y Redoutes construites par le Sr. Marchand, et prises par les Anglois pendant le 2e. Siége.
Z Mosquée batti en l'honneur d'Alexandre,
& Endroit ou se sont donné les differens Combats
a. Redoutes qui ont tenu jusqu'à la livraison de la Place.
PLAN
des Attaques de la Ville
du MADURÉ,
DÉDIÉ
À son A. S. Monseigneur le Prince de Condé,
Par son très humble et très obéissant Serviteur, le Chr. Marchand
Poudouvelem
Vaichei R.
ECHELLE
Pour la distance des Camps et forts de la place
1000 Toises
Pour la place, les Travaux du Siége, et la ligne de Contrevallation
300 Toises

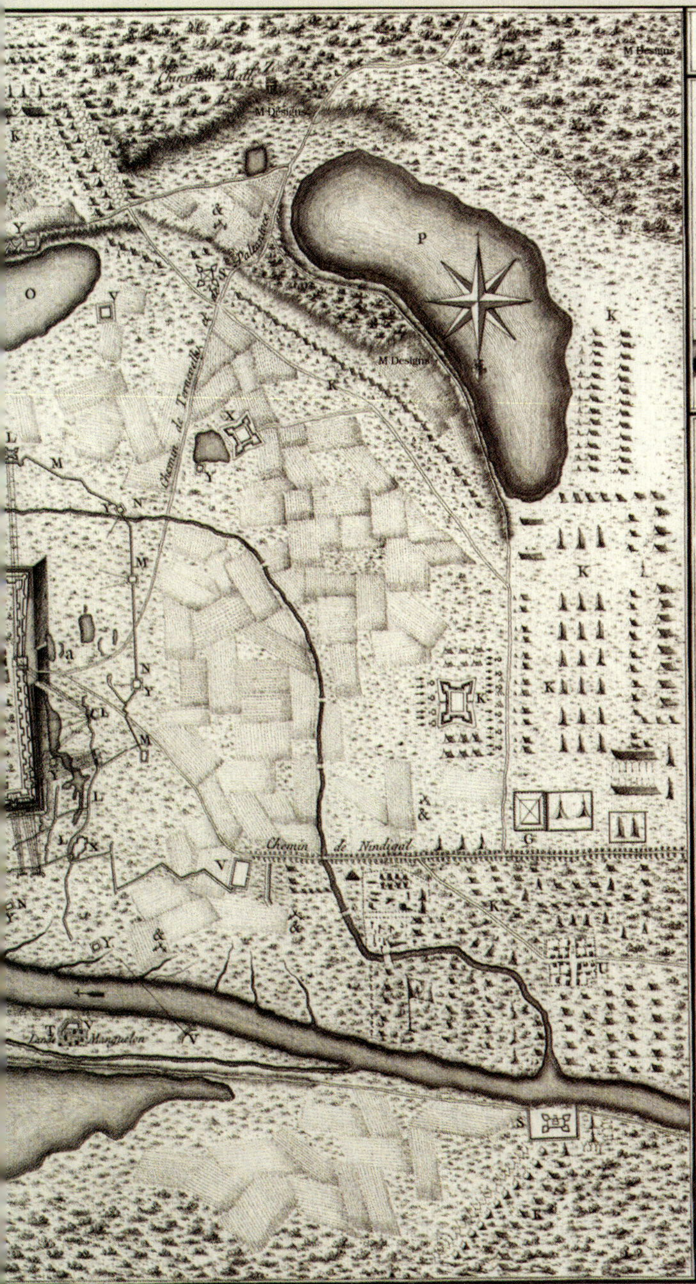

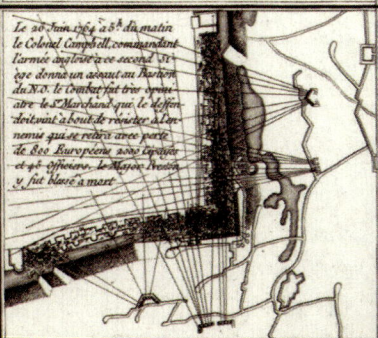

ATTAQUES DU SECOND SIÉGE
Fait en May 1764. jusqu'au 16 8bre suivant.

Le 26 Juin 1764. à 5h du matin le Colonel Campbell, commandant l'armée angloise à ce second Siège donna un assaut au Bastion du N.O. le Combat fut très opiniâtre; le Sr Marchand, que la deffense devoit avoir à bout, le resister à l'ennemi qui se retira avec perte de 800 Européens 2000 Cipayes et 42 Officiers. le Major Preston y fut blessé à mort.

Note Historique

Le Royaume du Maduré est situé à l'extrémité de la Presqu'Isle de l'Inde au S.O. de Pondichery, il eut autrefois ses Rois; il n'est plus aujourd'hui qu'une province du Royaume de Carnate, sous la domination de Mahamet Alikan.

La Régie en ayant été donnée en 1758 à Camsaëb pour récompense de differens services, l'ambition porta ce chef à secouer le joug et à se déclarer Roi du Maduré. Mahamet Alikan aidé des Anglois, entra dans ce Royaume la meme année pour punir ce Rebelle. L'Usurpateur deffendit son pays.

Le Sr Marchand Capitaine de Cavalerie dans l'Inde au service de france reçut ordre à la fin de 1762. de se joindre à lui avec 200 françois échappés des ruines de Pondichery.

Les Anglois réunis aux Cipayes et Cavaliers maures Vinrent mettre le Siège devant la Place le 16 7bre 1763. au nombre de 30000 hommes Indiens et 2500 Européens Camsaëb n'en avoit en tout que 5200 y compris la troupe que commandoit le Sr Marchand qui etoit de 200 Européens. Le premier Siège, fut levé après 52. jours de tranchée ouverte, la nuit du 6 au 7. 8bre 1763. les anglois se retirerent à 5 lieues pour hiverner ils s'en retirerent de Bombaye et de Bengal 1764. 1500 Européens. Ils revinrent le 1er Janvier 1764. et construisirent differentes redoutes pour assurer leurs Campemens; Il y eut pendant 6 mois, souvent des combats en plaine, la tranchée fut ouverte la nuit du 1er au 2e May 1764. le 26 Juin les Anglois donnerent un assaut, le Sr Marchand à la tête des siens les repoussa deux fois. le major Preston second chef de l'armée ennemie, y fut blessé à mort.

Les Anglois n'ayant pu réussir par la force employerent la ruse ils séduisirent plusieurs officiers maures de la garnison que Camsaëb avoit revolté par ses duretés, ceux ci le livrerent et la Ville, aux ennemis le 14. 8bre 1764.

Camsaëb, fut pendu le lendemain de la livraison de la place par ordre de Mahamet Alikan. Le Capitaine Marchand fut forcé de sortir de la Ville, et obtint avec peine la vie sauve; tant les Anglois etoient irrités d'une deffense de 18 mois à la qu'elle ils convient qu'il avoit eu la plus grande part, et qui leur avoit couté plus de 2000 Soldats Européens, 150 Officiers, 7000 Cipayes ou Cavaliers maures; fait des ouvrages immenses tiré près de 200. mil coups de Canons de 12, de 18 et de 24, ainsy que quantité de Bombes de 12 et de 8 pouces, des pierres sans nombre; et dépensé 60 Millions argent de france. de leur propre aveu, et de celuy de Mahamet Alikan.

கும்பினிப் படைகள்

சென்னை, மும்பையிலிருந்து கூடுதல் படைகள் வரவழைக்கப்பட்டு நவீன ஆயுதங்களுடன் மேஜர் பிரஸ்டன் தலைமையில் மீண்டும் தாக்குதல் தொடங்கியது.

கான் சாகிப் உடன் இருந்தவர்கள் தங்கள் விசுவாசத்தை மாற்றிக்கொண்டனர். அவருடன் இருந்த பிரெஞ்சு தளபதி கமேண்டர் மெர்ச்சன் காட்டிக்கொடுக்க முன்வந்தார். கும்பினியாரிடம் விலை போனவர்கள் தொழுகையில் இருந்த கான் சாகிப்பைப் பின்னிருந்து தாக்கிக் கட்டிப்போட்டனர். கான் சாகிப் கும்பினி படைகள் வசம் ஒப்படைக்கப்பட்டார். 1763, அக்டோபர் 15 அன்று கான் சாகிப் மதுரை கோட்டைக்குத் தெற்கே ஒரு மாமரத்தில் தூக்கிலிட ஏற்பாடுகள் செய்யப்பட்டது. இருமுறை கயிறு அறுந்து கீழே வீழ, மூன்றாவது தூக்குக்கயிறு கான் சாகிப்பின் உயிரைப் பறித்தது.

நெல்லூர் சுபேதார், ஈசப், யூசுப், யூசுப்கான், மகம்மது யூசுப், கான்சாகிப், கும்மந்தான் என்று மதுரையின் வரலாற்றில் பல பெயர்கள் கொண்ட ஒரு முக்கிய பாத்திரம் முடிவுக்கு வந்தது. ஒருவருக்கு இத்தனை பெயர்கள் எப்படி வந்தன? கான் சாகிப் தனது வீட்டை விட்டு ஓடி பாண்டிச்சேரி சென்றது முதலே பல வேலைகள், பொறுப்புகளில் இருந்துள்ளார். வேலை செய்த இடங்களிலெல்லாம் அவர் காட்டிய ஈடுபாடு அங்குள்ள அதிகாரிகளுடன் அவருக்கு நெருக்கத்தை ஏற்படுத்த ஒவ்வொருவரும் அவரை ஒரு புதிய பெயர் சொல்லி அழைத்தனர்.

அதிகாரிகளைப் போலவே மதுரை மக்களின் மனங்களிலும் தனக்கான ஒரு தனித்துவமான இடத்தை கான் சாகிப் பெற்றிருந்தார் என்பது அவரைப் பற்றிய பல பனுவல்கள் நமக்கு உணர்த்துகிறது. நா.வானமாமலை தொகுத்து

கும்மந்தான் யூசுப் கான்

1783 கடலூர் முற்றுகை

வெளியிட்ட கான் சாகிபு சண்டை, ந.சஞ்சீவி எழுதிய கும்மந்தான் கான் சாகிபு தவிர்த்து கான் சாகிப் பற்றி கதைப்பாடல்கள் ஏட்டுப் பிரதிகளாகவும் உள்ளன. இந்தக் கதைப் பாடல்களின் பாத்திரங்கள் பிரெஞ்சுக்காரர்களை எதிர்த்து கான்சாகிபு நடத்திய போர்களைப் பற்றி சுருக்கமாகக் குறிப்பிடுகின்றன. கான் சாகிப்பின் வரலாற்றில் முக்கியமான பகுதி திருநெல்வேலி பாளையக்காரர்களோடு நடத்திய போர்களாகும். இதைப்பற்றிக் கதைப் பாடல் எதுவும் கூறவில்லை. ஆனால் மதுரையில் கான்சாகிபு சுபேதாராகப் பதவியேற்ற காலம் முதல்தான் கதை தொடங்குகிறது. கான்சாகிபுவின் வாழ்க்கையில் கடைசி ஏழு ஆண்டுகளில் நடந்த நிகழ்ச்சிகள் இக்கதைப் பாடல்களின் பொருளாக உள்ளன.

கான் சாகிப்பிற்கு மதுரை மக்கள் மத்தியில் இருந்த புகழைப் பார்த்து ஆற்காடு நவாப் அஞ்சியது போலவே அதனைக் கண்கூடாகப் பார்த்த கும்பினி அதிகாரிகள் அதிர்ந்தனர். கான் சாகிப்பின் உடல் புதைக்கப்படும் இடம் பெரும் நினைவுச் சின்னமாக மாறிவிடும் என்பதால் அவரது தலையைத் திருச்சிக்கும், கைகளை பாளையங்கோட்டைக்கும், கால்களை தஞ்சைக்கும், திருவிதாங்கூருக்கும் அனுப்பிவைத்தனர். கான் சாகிப்பின் உடலை மட்டும் தூக்கிலிட்ட சம்மட்டிபுரத்தில் புதைத்தனர். கான் சாகிப் தூக்கிலிடப்பட்டு 40 ஆண்டுகளுக்குப் பின் 1808-ல் அவரது உடல் புதைக்கப்பட்ட சம்மட்டிபுரத்தில் தர்கா ஒன்று ஷேக் இமாம் என்பவரால் எழுப்பப்பட்டு அது இன்றும் கான் சாஹிப் பள்ளி வாசல் என அறியப்பட்டு தொழுகை நடைபெற்று வருகிறது.

மதுரை தெற்கு மாசி வீதி வீதியையும், தெற்கு ஆவணி மூல வீதியையும் இணைக்கும் தெருவுக்கு கான்சா மேட்டுத்தெரு என்று பெயர். இந்த இடத்தில் இருந்த கான் சாகிப்பின் அரண்மனை அவர் தூக்கிலிடப்பட்டதும் இடிக்கப்பட்டு பல காலம் சிதிலங்களின் மேடாகக் காட்சியளித்தது, அதனாலேயே அது கான்சாகிப் மேடாகவும் பின்னர் கான்சா மேட்டுத்தெருவாகவும் உருமாறியது. மதுரை காமராஜர் சாலை, கீழவெளிவீதி மற்றும் முனிச்சாலை சாலை ஆகிய இந்த மூன்று சாலைகளுக்கு இடையில்

1808-ல் சம்மட்டிபுரத்தில் கட்டப்பட்ட
கான் சாகிப் தர்கா

உள்ள பகுதி இன்றும் 'கான்பாளையம்' என்றழைக்கப்படுகிறது. திருவில்லிபுத்தூர் வத்திராயிருப்பு அருகே முகமதுகான்சாகிப்புரம் என்று அழைக்கப்பட்ட ஊரே தற்போது கான்சாபுரம் என்றழைக்கப்படுகிறது. நெற்கட்டான் செவலுக்குத் தென்புறம் ஒரு பெரிய மேடு இருக்கிறது. இப்போது அந்த இடத்தை 'கான்சாமேடு' என்று மக்கள் அழைக்கிறார்கள். வீராணம் ஏரியிலிருந்து பாசனத்திற்காக வெட்டப்பட்ட இடம் இவர் பெயரால் 'கான்சாகிப் வாய்க்கால்' என்றே அழைக்கப்பட்டது.

கான் சாகிப்பிற்குப் பிறகு அபிரல்கான் சகேப் மதுரைப் பகுதியின் வருவாய் ஆளுநராகப் பணியாற்றினார். 1781-ல் ஜார்ஜ் புரோக்டர் (George Procter) என்பவர் மதுரையின் கலெக்டராக நியமிக்கப்பட்டார். இத்துடன் கிழக்கிந்திய கம்பெனியின் நேரடி ஆட்சியின்கீழ் மதுரை வந்தது. அடுத்தடுத்து பிரித்தானிய கிழக்கிந்தியக் கம்பெனிக்குக் கப்பம் கட்டிக்கொண்டு, தன்னிச்சையாக ஆண்ட மன்னர்களின் நிலப்பரப்புகள் சுருங்கி இந்த நிலப்பரப்பின் பெரும் பகுதி கிழக்கிந்திய கம்பெனியின் ஆட்சிப் பகுதிகளாக மாறின.

12

மதுரை - சிற்றூர், பேரூர், மூதூர்!

உலகம் முழுவதிலும் ஆட்சி மாற்றங்கள் நிகழ்ந்து கொண்டேயிருக்கும் என்பதை நமக்கு வரலாற்றாசிரியர்கள் விவரித்த வண்ணம் உள்ளனர். மன்னர்கள், ஆட்சியாளர்கள் மாறிக்கொண்டேயிருப்பார்கள். ஏனெனில் அதிகாரம் என்பது கால அளவுடன் கூடிய ஒரு பண்டம். அது வடிவமைப்பிலேயே தனக்கான வீழ்ச்சியையும் சேர்த்தே சுமக்கிறது.

உலகின் எந்த நிலத்திலும் மன்னர்கள், ஆட்சியாளர்கள் நிரந்தரமானவர்கள் அல்லர், மாறாக மக்கள்தான் வரலாற்றுக் காலம்தொட்டே ஒரு நிலத்தின் நிரந்தரக் குடிகள். பொதுவாகவே வரலாறுகள் ஆட்சியாளர்கள் பற்றி பேசும் அளவிற்கு மக்களைப் பற்றி பேசியதில்லை.

ஒரு நிலத்தில் வசித்தவர்கள் வாழ்க்கையை எப்படி எதிர்கொண்டார்கள், அவர்கள் எப்படி வாழ்ந்தார்கள் என்பதை அறிந்துகொள்வதில் எப்பொழுதுமே எனக்கு விருப்பமாகவே இருந்துள்ளது. அவர்கள் வாழ்ந்த ஊரும் அவர்களது வாழ்க்கையும், தொழிலும், இடம்பெயர்வும், அனுபவமும்தானே மனித குலத்தின் வரலாறாக இருக்க முடியும். சாமானியர்கள் பற்றியும் அவர்களை ஆட்சி செய்த அரசுகளின் நிர்வாக முறைகள் பற்றியும் தமிழ் இலக்கியங்கள் அளவிற்கு உலகத்தில் வேறு எந்த இலக்கியமும் பதிவு செய்யவில்லை.

சங்க காலத்திலேயே ஊராட்சி, நகராட்சி என்ற அமைப்புகள் இருந்தன. பாண்டியப் பேரரசு காலத்திலேயே ஊராட்சி ஓங்கி வளர்ந்து இருந்தது. ஊர்களின்

> "காலம் காலமாக நில வரிதான் அரசின் முக்கிய வருவாயாகத் திகழ்ந்துள்ளது. விளைச்சலில் ஆறில் ஒரு பாகம் அரசுக்கு வரியாக வசூலிக்கப்பட்டது. இந்த வருவாய்களுடன் சிற்றரசர்கள் செலுத்திய திறையும் அரசாங்கத்தின் வருவாயில் முக்கிய இடம்வகித்தது."

பரப்பளவை, மக்கள்தொகையை பொறுத்து அவை சிற்றூர், பேரூர், மூதூர் என அழைக்கப்பட்டன.

ஊரின் நடுவில் மக்கள் கூடிப் பேசுவது வழக்கமாக இருந்தது. இப்படி கூடும் கூட்டத்திற்கு மன்றம், பொதியில், அம்பலம், அவை என்னும் பெயர்கள் இருந்ததாக இலக்கியங்களின் துணையுடன் அறிய முடிகிறது. மன்றம் என்பது ஊர் நடுவிலுள்ள மக்கள் கூடும் இடம் எனவும், அம்பலம், பொதியில் என்பன சிறு மாளிகை போலான ஒரு கட்டட அமைப்பைக் குறிப்பிடுகின்றன. பொதியில் சாணத்தால் மெழுகப்பட்டிருந்தது எனப் பட்டினப்பாலை கூறுகிறது. சில ஊர்களில் பெரிய மரத்தடியில் மன்றம் கூடியது. வேப்ப மரத்தடியில் இது அமைந்திருந்தது எனப் புறநானூற்றுப் பாடல்கள் துல்லியமாக விவரிக்கின்றன. இந்த மன்றத்தில் முதியோர்கள் கூடினார்கள். இந்தக் கூட்டங்களில் மக்களிடையே நிகழ்ந்த வழக்குகளைத் தீர்க்கும் பணி நடைபெற்றுவந்தது. மன்றத்தார்தான் ஊர்ப் பொதுக்காரியங்களையும், சமூக நலத் திட்டங்களையும் பொறுப்பேற்று நடத்தி வந்தனர். இன்றைய ரசிகர் மன்றங்கள், நற்பணி மன்றங்களின் செயல்திட்டங்களுக்கு இந்த நிலத்தில் ஒரு வரலாற்று தொடர்ச்சி உள்ளது.

ஊர்களில் சிற்றூர், பேரூர், மூதூர் போலவே சங்க காலத் தமிழகத்தில் சில நகரங்களும் இருந்தன. நகரங்களில் பல வகைகள் இருந்தன. கடலோரத்தில் இருந்த நகரத்தை பட்டினம் என்றும், பாக்கம் என்பது பட்டினத்தின் ஒரு பகுதியாக இருந்த நகரத்தையும் குறிக்கிறது. பின்னாட்களில் நீர்நிலைகளை ஒட்டி அமைந்த இடங்களையும் பாக்கம் என்று அழைத்தார்கள்.

சங்க காலத்தில் வளர்ச்சி பெற்றிருந்த நகரங்களுள் சிறந்தவை புகார் (காவிரிப்பூம்பட்டினம்), கொற்கை, மதுரை, வஞ்சி, கரூர், முசிறி, காஞ்சி முதலானவை. நகரங்கள் வணிகத்தினாலும், தொழில் சிறப்பினாலும் வளமுடன்

பஞ்ச காலத்தின் இடம் பெயர்வுகள்

இருந்தன. தொழிலின் பயனால் மதுரையும் காவிரிப்பூம்பட்டினமும் சிறப்பாகவே வளர்ந்திருந்தன.

இரவு நேரங்களில் நகரங்கள் பாதுகாக்கப்பட்டன. இரவு நேரங்களில் ஊர்க்காவலர்கள் ஊரை வலம் (patrol) வந்து பாதுகாத்தனர். இன்றளவும் நம் காவல்துறையில் ஊர்க்காவல்படை ஒரு பிரிவாக செயல்பட்டு வருகிறது.

காலம் காலமாக நில வரிதான் அரசின் முக்கிய வருவாயாகத் திகழ்ந்துள்ளது. விளைச்சலில் ஆறில் ஒரு பாகம் அரசுக்கு வரியாக வசூலிக்கப்பட்டது. இந்த வருவாய்களுடன் சிற்றரசர்கள் செலுத்திய திறையும் அரசாங்கத்தின் வருவாயில் முக்கிய இடம் வகித்தது. மன்னன் போர் புரிந்து ஒரு நாட்டை வென்றால் பெரும்பாலும் அந்நாட்டிலிருந்து செல்வங்களைக் கைப்பற்றுவது வழக்கம். இதுபோன்று கைப்பற்றப்பட்ட செல்வங்களும் அரசிற்கு வருவாயாகவே கணக்கிடப்பட்டது. குற்றம் புரிந்தோரிடமிருந்து அபராதம் வசூலிக்கப்பட்டது. பொருள்களை ஓர் இடத்திலிருந்து மற்றொரு இடத்திற்கு எடுத்துச் செல்லும்போது வரி வசூலிக்கப்பட்டது. இதுபோன்ற வரிகளை மக்கள் பண்டமாகவோ அல்லது பணமாகவோ அரசுக்குச் செலுத்தி வந்தனர்.

வரி வசூலிப்பதற்கு என்று தனி அதிகாரிகள் நியமிக்கப்பட்டிருந்தனர். வரி வசூலித்த அதிகாரி வாரியர் என்று அழைக்கப்பட்டார். வரி பற்றிய கணக்குகளை பராமரித்தவரை ஆயக்கணக்கர் என்றார்கள். நீர்ப்பாசனத்திற்காக கால்வாய்கள் மற்றும் குளங்கள் வெட்டுதல், பிற பொதுப்பணிகள் வழங்குதல் போன்ற செலவுகளுக்கு அரசின் வருவாயிலிருந்து செலவு செய்தனர். வரிவசூலிப்பதுபோல் வரிவிலக்கும் சங்க கால அரசியலில் இருந்ததாகத் தெரிகிறது.

தமிழ் நிலத்தின் பெண்கள்

கிராமங்கள் அவற்றில் வசிக்கும் மக்கள் மற்றும் எண்ணிகையின் அடிப்படையில்தான் பெயரிடப்பட்டன. பிராமணர்கள், பிராமணர்கள் அல்லாதவர்கள், தொடங்கி யார் ஓர் ஊரில் வசிக்கிறார்கள் என்பதைப் பொறுத்தே அந்த கிராமம் அழைக்கப்பட்டது. கள்ளர்கள் வசிக்கும் கிராமங்கள் பட்டி அல்லது குறிச்சி என்று அழைக்கப்பட்டன, அரண்காப்பு கொண்ட கிராமங்கள் கோட்டை என்று அழைக்கப்பட்டன, தெலுங்கு/கன்னடம் பேசுபவர்கள் வசிக்கும் கிராமங்கள், ஊர்கள் என்று அழைக்கப்பட்டன, பிராமணர்கள் வசிக்கும் இடங்கள் சதுர்வேதிமங்கலம் என்றும் தமிழர்கள் வசிக்கும் கிராமங்கள் குடி என்றும் அழைக்கப்பட்டது.

மறவர் கிராமங்கள் கொண்ட தொகுதிகள் (மாவட்டம்) மாகாணம் என்று அழைக்கப்பட்டது. கள்ளர்கள் வசிக்கும் மாவட்டங்கள் நாடு என்று அழைக்கப்பட்டது. மதுரை மாவட்டம் அல்லது தலைநகருக்கு அருகில் உள்ள பகுதியை மதுரை வளநாடு என்று அழைத்தார்கள். பயிர்த் தொழில் செய்பவர்களும் தங்கள் தொகுதிகளை நாடு என்றே அழைத்தனர். நாயக்கர் ஆட்சிக் காலத்தில் சில நாடுகள் சீமை என்று அழைக்கப்பட்டன. தமிழ்நாடு என்பதில் நாடு என்பது தவறாக வந்துவிட்டது என்று புலம்புகிறவர்கள், நாடு என்கிற இந்தச் சொல் இங்கு இரண்டாயிரம் ஆண்டுகளாக புழங்கும் சொல் என்பதை அறிந்துகொள்வது அவசியம்.

நாடு என்கிற பெயரில் இருந்துதான் நாட்டாமைக்காரன் என்கிற வார்த்தை உருவாகியிருக்கிறது. ஆனால் பின்னாட்களில் ஒவ்வொரு கிராமத்திற்கும் நாட்டாமைக்காரர்கள் இருந்தார்கள் என்பதை மதுரையில் அறிய முடிகிறது. ஆனால் இதை ஒத்த அதிகாரப்பதவி கள்ளர், மறவர் கிராமங்களில் அம்பலக்காரர்கள் என்றும் பிற கிராமங்களில் மணியக்காரர்கள் என்றும் அழைக்கப்பட்டது. இவர்கள் வரி வசூலிப்பவர்களாகவும் கணக்குப் பிள்ளைகளாகவும் இருந்துள்ளனர்.

பிரதானிகள் நாட்டின் நிதி மந்திரியாக வரி வசூலிக்கும் பொறுப்பை ஏற்றார்கள். ஒரு நாட்டில் உள்ளாட்சி நிர்வாக பொறுப்பாளர்களாகவும் இவர்களே இருந்துள்ளார்கள். வருவாய் மற்றும் செலவினங்கள் (Budget) குறித்த கணக்குகளைத் தயாரித்து வைத்திருப்பது கணக்கரின் பொறுப்பாகும்.

இந்த வரிகள் பெரும்பாலும் பொருளாகவே செலுத்தப்பட்டன. போர்க் காலங்களில் வரியின் அளவு கூடியிருக்கிறது. மெல்ல மெல்ல திறை கூடிக்கொண்டே சென்று கும்பினிக் காலத்திலும் அதனைத் தொடர்ந்து பிரிட்டிஷ் ஆட்சிக் காலத்திலும் இவர்களின் திறை விளைச்சலில் மூன்றில் ஒரு பங்காக அதிகரித்தது.

நில வரியை தவிர்த்து நிலச் சொந்தக்காரர்கள் அரசருக்கு தேவைப்படும் நேரத்தில் எல்லாம் ஓர் ஏர் வைத்திருப்பவர் ஓர் ஆள் என்கிற விகிதத்தில் ஒரு தொழிலாளியை அனுப்பிவைக்க வேண்டும். இந்த வரியை ஏர்விணை என்றார்கள். ஒரு கிராமத்தில் சாகுபடி நிலங்களைப் பொறுத்து

தோணித்துறைக்கு படகு வரிகள் போடப்பட்டன. மழைக்காலத்தில் ஆற்றை கட்டணமின்றிக் கடக்க இந்த வரி விதிப்பு செலவிடப்பட்டது. திருவிழாக் காலங்களில் கோயிலின் பெரிய தேர்களை இழுக்க ஒவ்வொரு கிராமமும் தேரிழுக்க ஆள்களை அனுப்பிவைக்க வேண்டும், இதனைத் தேர் ஊழியம் என்றார்கள். தறி நெசவாளர்கள், எண்ணெய் ஆட்டுபவர்கள், கைவினைஞர்கள், மோர் விற்பவர்கள், மாட்டு வண்டி வைத்திருப்பவர்கள் என இவர்கள் அனைவருக்கும் ஆண்டு வரி இருந்தது. நகருக்குள் நுழையும் தானியங்கள் மற்றும் எல்லா விற்பனைப் பொருள்களுக்கும் வரி வசூலிக்கப்பட்டது. முத்து குளித்தவர்கள் தங்களின் படகு ஒன்றுக்கு நிர்ணயிக்கப்பட்ட வரியைச் செலுத்தினார்கள்.

வேளாண் குடிகள்

தளகர்த்தர்தான் தலைநகரில் உள்ள அனைத்து படைகளுக்கும் படைத்தலைவராக இருந்தார். உள்நாட்டுப் பகைவர்களை, அந்நிய நாட்டு எதிரிகளை வெற்றிகொள்ளும் பொறுப்பு இவருடையது. அரசரின் படை, பீரங்கிப்படை, யானைப்படை, குதிரைப்படை என ஏராளமான பிரிவுகள் இருந்தன. தளகர்த்தர் இந்த அனைத்துப் படைகளையும் நவீனமாக்குதல், பயிற்சி அளித்தல், ஆயுதங்கள் தயாரித்தல் என முழுப் பாதுகாப்பையும் உத்தரவாதப்படுத்தும் பொறுப்பை ஏற்றார். மதுரை நகரத்தின் கோட்டைக் காவல் படை இருந்தது. எழுபத்து இரண்டு பாளையக்காரர்களும் தேவைப்படும் நேரத்தில் கோட்டை காவல் பணிக்கு வீரர்களை அனுப்ப வேண்டும். இதற்காக எப்பொழுதுமே தயார் நிலையில் அவர்கள் வசம் படைகள் இருக்க வேண்டும். வயது வந்த திடகாத்திரமான விவசாயிகள் அனைவருமே போர் முனைக்குச் செல்ல எப்பொழுதும் தயாராகவே இருக்க வேண்டும். போர் பயிற்சி பெற்றவர்களும் இருந்தார்கள். அதே வேலையில் போருக்குச் சென்றால் கொள்ளையடித்து வரலாம் என்கிற எண்ணமும் அன்றே ஒரு சாராரிடம் இருந்தது.

ராயசம் அரசரின் நம்பிக்கைக்கு உரியவரான அந்தரங்கச் செயலாளர். கடிதப் போக்குவரத்திற்கான ஆவணங்களையும் கொடைகளுக்கான அரசரின் ஆவணங்களையும் தயார் செய்வார். சேனாதிபதி அரசரின் தூதுவராக அந்நிய அரசவை நிகழ்வுகளில் பங்கேற்பார். வெளிநாடுகளுக்கு செல்வார். அரசியல் நுணுக்கங்கள் அறிந்தவர்களே இந்தப் பதவிக்கு தேர்வு செய்யப்பட்டனர். அத்துடன் பேச்சுத் திறனும், ஆழ்ந்த நுட்பமும், பக்குவமும் சேனாதிபதி பதவிக்கு முக்கிய அம்சங்களாகக் கருதப்பட்டன.

திருமலையின் காலத்தில் இந்த நிர்வாகப் பதவிகளில் பல மாற்றங்கள் கொண்டுவரப்பட்டன. மந்திரி மற்றும் தளகர்த்தர் பதவிகள் ஒழிக்கப்பட்டு தளவாய் என்கிற புதிய பதவி ஏற்படுத்தப்பட்டது. தளவாய் என்பது ஒரு நாட்டின் பிரதம மந்திரிக்கு இணையான பதவி. தளவாய் ஊரில் இல்லாத நேரம் அந்த நிர்வாகப் பொறுப்புக்கு கோட்டை தளகர்த்தர் என்கிற புதிய பதவி உருவாக்கப்பட்டது.

திண்ணைப் பள்ளிக்கூடத்தில் சேர்ந்து பிள்ளைகள் படிக்கும் வழக்கம் இருந்தது. அரசாங்கங்கள், கல்விக்கூடங்களை வளர்க்கவில்லை. ஆனால் பிராமணர்கள் வேத பாடசாலைகளில் சேர்ந்து வேதம் பயின்றனர் என்றும், பிராமணர்களின் கல்விச் செலவை அரசு ஏற்றிருந்ததென்றும் வரலாற்றுக் குறிப்புகள் தெரிவிக்கின்றன.

ஆலயங்களை நிர்வகிப்பவர்களுக்கு தாராளமான பணம், உணவு, உடை ஆகியவை வழங்கப்பட்டன. சைவ, வைணவக் கோயில்கள் பராமரிப்பவர்களுக்கு அரசின் நிலங்கள் கொடையாக வழங்கப்பட்டன. இதனாலேயே பிராமணர்கள், குருமார்கள், புரோகிதர்கள் அரசரை எப்பொழுதுமே புகழ்ந்து பேசுபவர்களாக இருந்தனர். இவர்களுக்கு மட்டுமே அரசின் அன்றாடச் செய்திகள் வந்து சேர்ந்துள்ளன. இவர்கள் அரசருக்கு நெருக்கமாகவும் இருந்தார்கள்.

கடும் பஞ்சமும் வறட்சியும் நிலவிய காலத்தில் குடியானவர்கள் கடும் சிரமங்களைச் சந்தித்தார்கள். பசியால் பலர் இறந்திருக்கிறார்கள், குழந்தைகள் இறந்து பிறக்கும் நிகழ்வுகள் வழக்கமாக இருந்துள்ளன. ஊட்டச்சத்துக் குறைபாடுகள் சமூகத்தின் பெரும் பகுதியானவர்களை கடும் சோர்வுக்குத் தள்ளியது. ஆனால் இதில் பெரும் பகுதியான பஞ்சங்கள் கடுமையான வரிவிதிப்பின் பயனால் எழுந்தவை என்பதை இந்தப் பஞ்ச கால ஆவணங்களைக் கூர்ந்து பார்க்கும்போது அறிய முடிகிறது. அரசர்களின் பகட்டான வாழ்க்கை, படைகளுக்கு அவர்கள் செலவிட்ட தொகை, அரண்மனைகள் கட்ட அவர்கள் செய்த ஆடம்பரச் செலவுகள், சதித் திட்டங்களை தீட்ட செலவிட்ட தொகை, அந்தப்புரத்தில் கொட்டப்பட்ட செல்வங்கள் என ஒவ்வோர் அரசும் பகட்டுக்குச் செலவிட்ட செல்வத்திற்கு கணக்குகள் ஏதும் கிடையாது.

இருப்பினும் அவ்வப்போது ஒற்றர்கள் வாயிலாக மக்களின் நிலையை மன்னர்கள் அறிந்து அதற்கு ஏற்றவாறு பணியாற்றினர் அல்லது சூழலுக்கு ஏற்ப பழியும் வாங்கினர் என்பதும் வரலாறு. இன்றைய ஜனநாயகத்தில் ஒரு நிலத்தின் சாமானியர்களின் நிலை எவ்வாறாக உரிமைகள், வளர்ச்சி, வாய்ப்புகள் என பரிணமித்துள்ளது என்பதை அறிந்துகொள்ள நாம் வேந்தர்கள், மன்னர்கள் காலத்தில் எவ்வாறு இருந்தோம் என்பதை அறிந்துகொள்வது அவசியமாகிறது. மனித குல வரலாறு நெடுகிலும் மனிதர்களைப் போலவே நம்மை ஆளும் கட்டமைப்புகளும் மெல்ல மெல்ல பரிணமித்திருக்கிறது, மேம்பட்டிருக்கிறது. இந்த வரலாற்றை ஆழமாக அறிந்து கொள்ளும்பட்சத்தில்தான் இன்றைய உரிமைகளை நாம் பாதுகாப்பவர்களாக மாறுவோம்.

13

கிழக்கிந்திய கம்பெனியின் இரும்புக்கரம்!

பிரித்தானிய கிழக்கிந்திய நிறுவனம் 1600-ல் ஒரு வணிக நிறுவனமாகத் தொடங்கப்பட்டது. இந்த நிறுவனம் மெல்ல மெல்ல உலக வணிகத்தில் பெரும் செல்வாக்கு செலுத்தும்விதமாகப் பரிணமித்தது. பருத்தி, பட்டு, சாயம், உப்பு, வெடி உப்பு, தேயிலை, அபினி ஆகிய பொருள்களை உலகம் முழுவதும் வணிகம் செய்த இந்த நிறுவனம் உலக வர்த்தகத்தில் பாதியைத் தன்வசப்படுத்தும் அளவுக்குத் துரித வேகத்தில் வளர்ந்தது.

முதலாம் எலிசபெத் மகாராணி இந்த நிறுவனத்திற்கு ஆங்கிலேய அரசப் பட்டயம் வழங்கினார். இந்தப் பட்டயத்தின்படி கிழக்கிந்தியப் பகுதிகளுடனான எல்லாவிதமான வணிகத்திலும் 21 ஆண்டுக்காலத் தனியுரிமை இந்நிறுவனத்துக்கு வழங்கப்பட்டது. ஒரு வணிக முயற்சியாகத் தொடங்கப்பட்ட

போதும், இந்த நிறுவனம்தான் பின்னாள்களில் இந்தியாவில் பிரித்தானியப் பேரரசு அமைய அடித்தளத்தை வகுத்துக் கொடுத்தது.

1608-ல் கிழக்கிந்திய கம்பெனியின் கப்பல்கள் இந்தியாவின் சூரத்தை வந்தடைந்து அங்கே தங்களை நிலைநிறுத்திக்கொண்டு, அடுத்த இரண்டு வருடங்களுக்குள் கோரமண்டல் கரை தொடங்கி வங்காள விரிகுடாவில் அமைந்திருக்கும் மசிலிப்பட்டினம் வரை தன் கரங்களை விரிவுபடுத்தியது. மசிலிப்பட்டினத்தில் முக்கியப் புறக்காவல் தளம் ஒன்றையும் அமைத்துக்கொண்டனர்.

இந்நிறுவனம் வணிகத்தில் பெரும் அளவு லாபம் ஈட்டத் தொடங்கியது. 1609-ல் முதலாவது ஜேம்ஸ் மன்னன், நிறுவனத்துக்கு வழங்கப்பட்ட வணிக உரிமையைக் கால வரையறையின்றி நீட்டித்தார். இருப்பினும் இந்த

திப்புவின் வாரிசுகளை கார்ன்வாலிஸ் அழைத்துச் செல்கிறார்

நிறுவனம் தொடர்ச்சியாக மூன்று ஆண்டுகள் லாபம் ஈட்டாவிட்டால், அந்த உரிமம் ரத்து செய்யப்படும் என்றும் விதிமுறைகளில் இருந்தது.

ஜஹாங்கீர் கிழக்கிந்திய நிறுவனத்துடன் வணிக ஒப்பந்தத்தில் கையெழுத்திட்டார். இந்த நிறுவனமும் மற்றும் அனைத்து இங்கிலாந்து வணிகர்களும் துணைக் கண்டத்தின் ஒவ்வொரு துறைமுகத்திலும், உரிமை கொள்ளவும் நிலங்களை வாங்கவும் விற்கவும் அனுமதிக்கப்பட்டனர்.

இந்தியாவின் ஒவ்வொரு பகுதியிலும் வணிகத்தில் முன்னுரிமை, சுங்க வரிகளைக் கட்டுவதில் இருந்து முகலாய அரசுகளிடம் விலக்குகள் பெறுவது, குறுநில மன்னர்களை தங்கள் வசப்படுத்துவது எனக் கிழக்கிந்தியக் கம்பெனி தங்களின் பிடியை மெல்ல மெல்ல வலுவாக்கியது. 1686-ல் 19 போர்க்கப்பல்கள், 200 பீரங்கிகள் மற்றும் 600 வீரர்கள் அடங்கிய ஒரு கடற்படைக் கப்பல் லண்டனில் இருந்து வங்காளத்தை நோக்கிப் பயணித்தது. இந்திய அரசர்களுக்குள் மோதல் ஏற்பட்டால், கிழக்கிந்திய கம்பெனி தனது ராணுவத்தை உள்ளூர் ஆட்சியாளர்களுக்கு வாடகைக்கு வழங்கியது. இப்படித்தான் கிழக்கிந்திய கம்பெனி தொடர்ந்து தனது ஆளுமையை விரிவுபடுத்தியது.

ராபர்ட் க்ளைவ்

1757-ல் பிளாசி போரில் ராபர்ட் கிளைவ் பெற்ற வெற்றிக்குப் பிறகு, கிழக்கிந்திய கம்பெனி ஒரு வணிக நிறுவனமாக மட்டும் இல்லாமல் முழுமையான ராணுவ வலிமை கொண்டதாக உருமாறியது. அடுத்து பிரெஞ்சு கிழக்கிந்திய கம்பெனி, போர்த்துக்கீசிய கிழக்கிந்திய கம்பெனி, ஒல்லாந்தர்களின் கிழக்கிந்திய கம்பெனி என இங்கிருந்து ஏனைய வணிக நிறுவனங்களுடனான போட்டி இன்னும் பல போர்களை நோக்கிக் கொண்டு சென்றது.

பிரித்தானியாவிலிருந்து இந்தியாவுக்குச் செல்லும் பாதைகளை எல்லாம் தன்வசப்படுத்துவதில் கிழக்கிந்திய நிறுவனம் முனைப்புக் காட்டியது. இதனையடுத்து தென்னாப்பிரிக்காவின் டேபிள் மலைப் பகுதி, சென் ஹெலனா பகுதிகளை

WILT Confection

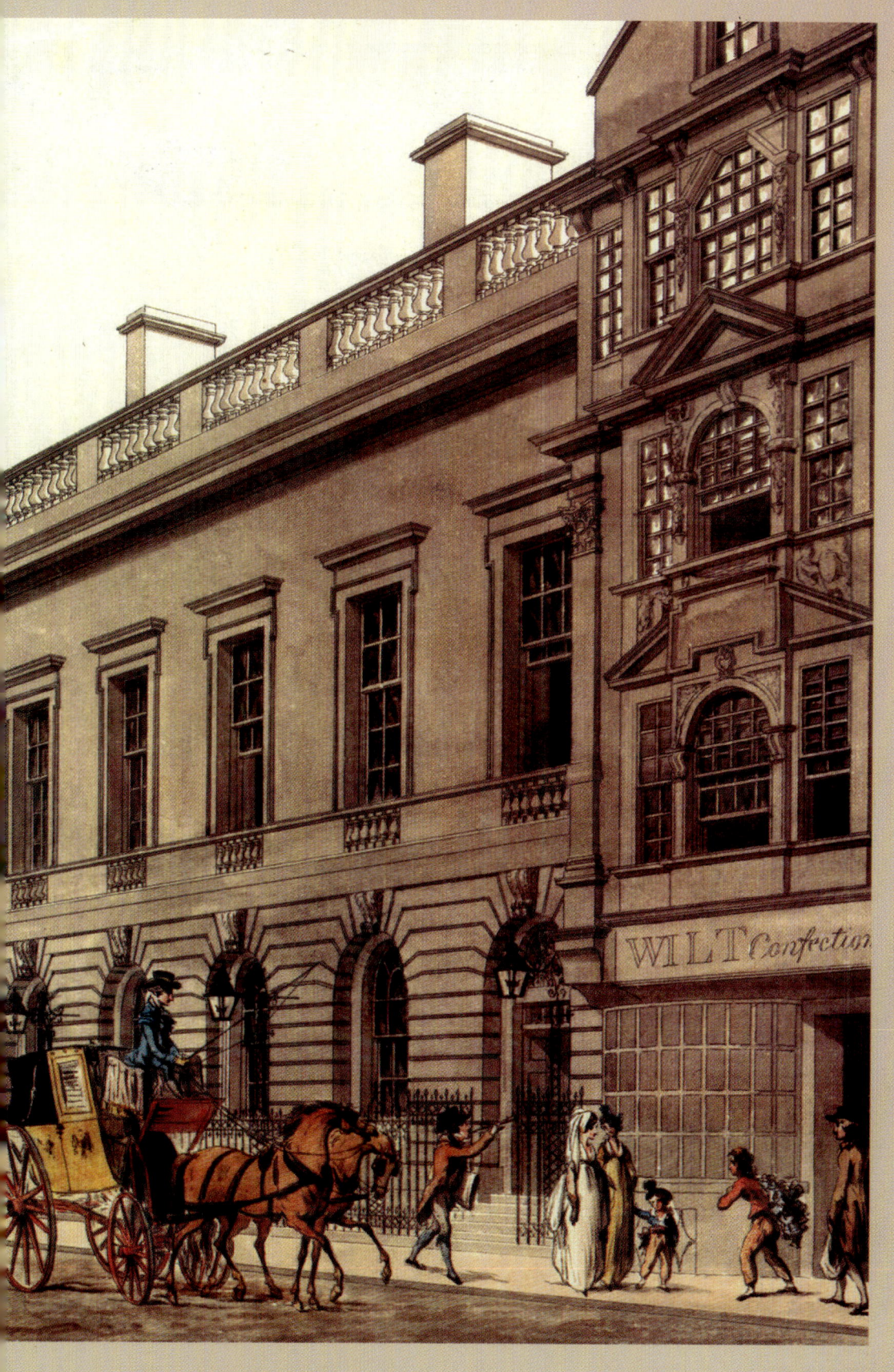

முகலாய காலத்தில் 40 சதவிகிதமாக இருந்த விவசாய வரி, கம்பெனி ஆட்சியில் 66 சதவிகிதம் வரை உயர்த்தப்பட்டது. உப்பின் மீது கடுமையான வரி விதிக்கப்பட்டது. இதனால் உப்பு நுகர்வு வெகுவாகக் குறைந்தது.

ஆக்கிரமித்தார்கள். ஹாங்காங், சிங்கப்பூர் ஆகியவற்றையும் நிறுவினார்கள். வணிகக் கப்பல்களைக் கடற்கொள்ளையர்களிடம் இருந்து பாதுகாக்க பல வழிமுறைகளை வகுத்தார்கள்.

தமிழகத்தில் 16-ம் நூற்றாண்டில் கிழக்கிந்திய கம்பெனி கால் பதித்தது. இன்றைய சென்னை நகரத்தில், புனித ஜார்ஜ் கோட்டையைக் கட்டினர். சென்னையிலும் வர்த்தகத்தில் தொடங்கி மெல்ல மெல்ல உள்ளூர் அரசியல் விவகாரங்களில் தலையிடத் தொடங்கினார்கள். 1684-ம் ஆண்டு தென்னிந்தியாவில் உள்ள கம்பெனி பிரதேசங்கள், சென்னை மாகாணம் என்ற பெயரில் ஒருங்கிணைக்கப்பட்டன. பதினெட்டாம் நூற்றாண்டில், நடைபெற்ற கர்நாடகப் போர்களால், ஆங்கிலேயர்களின் கை ஓங்கியது. ஆற்காடு நவாப் மற்றும் பிரெஞ்சுப் படைகளை வென்றதால், அவர்களின் ஆதிக்கத்திலிருந்த பல பகுதிகள் ஆங்கிலேயர் வசம் வந்தன. ஹைதர் அலி மற்றும் திப்பு சுல்தானை வீழ்த்தியதன் மூலம் மேற்கிலும், மதுரையின் சுல்தான் கான் சாகிப் மற்றும் கட்டபொம்மன், மருது பாண்டியர் முதலிய பாளையக்காரர்களை வென்றதும் சென்னை மாகாணத்தில் கம்பெனி ஆட்சி வலுப்பெற்றது.

பிரிட்டனில் தயாரிக்கப்பட்ட ஆடைகள் ஏன் இந்தியாவில் விற்கப்படவில்லை என்ற விவாதம் கிழக்கிந்தியக் கம்பெனியின் பங்குதாரர்கள் மத்தியில் வந்தது. இந்திய உடைகள் மிக உயர்ந்த தரம் வாய்ந்தவை என்பதை அறிந்து கொண்டவுடன் இந்திய உற்பத்திகள் அனைத்தையும் தடை செய்து, இந்தியர்கள் விவசாயத்தில் ஈடுபடவும், பிரிட்டனின் தயாரிப்புகளை வாங்கும் சந்தையாக இந்தியாவை மாற்றிவிடவும் அவர்கள் துரிதமாகத் திட்டங்கள் தீட்டினார்கள்.

பிரிட்டனில் தயாரிக்கப்பட்ட ஆடைகளை இந்தியாவெங்கும் விற்பனைக்கு ஏற்பாடு செய்தார்கள். இதனால் 1815-ல் 2.5 மில்லியன் பவுண்டுகளாக இருந்த பிரிட்டனின்

ஜஹாங்கீரிடம் அனுமதி பெறும் கிழக்கிந்திய கம்பெனியினர்

வங்காளப் போர்கள்

ஏற்றுமதி 1822-ல் 48 மில்லியன் பவுண்டுகளாக அதிகரித்தது. இந்திய நெசவாளர்களின் எலும்புகளால் இந்தியாவின் நிலமே வெண்மையானது என்று பிரிட்டனில் ஒரு பொருளாதார அறிக்கை குறிப்பிட்டது.

முகலாய காலத்தில் 40 சதவிகிதமாக இருந்த விவசாய வரி, கம்பெனி ஆட்சியில் 66 சதவிகிதம் வரை உயர்த்தப்பட்டது. உப்பின் மீது கடுமையான வரி விதிக்கப்பட்டது. இதனால் உப்பு நுகர்வு வெகுவாகக் குறைந்தது. உப்பை மிகவும் குறைவாக உட்கொண்டதால் ஏழைகளின் ஆரோக்கியத்தை அது கடுமையாக பாதித்தது. காலரா மற்றும் வெப்பப் பக்கவாதம் காரணமாக ஏராளமான இந்தியர்கள் உயிரிழந்தனர்.

கிழக்கிந்திய கம்பெனி சாலைகளை, பாலங்களை இந்தியாவெங்கும் கட்டியது. இந்தியாவில் ரயில்களை, தபால்துறையை அறிமுகப்படுத்தியது. ரயில்களின் மூலம் பொதுமக்களுக்கு முதல் முறை ஒரு பொதுப் போக்குவரத்து வசதி கிடைத்த போதும் அதன் உண்மையான நோக்கம் பருத்தி, பட்டு, அபின், சர்க்கரை மற்றும் மசாலா (spices) வர்த்தகத்தை மேம்படுத்துவதாகவும், இந்திய வனங்களை அழித்து பிரிட்டனில் தரமான ரயில் தண்டவாளங்களை அமைக்க மரங்களை துறைமுகங்கள் நோக்கி அனுப்புவதாகவும் இருந்தது.

1740-களின் கர்நாடகப் போர் தொடங்கி, 1803-ம் ஆண்டின் ஆங்கில - மராத்தா போர் என 60 ஆண்டுக்காலத்தில் கிழக்கிந்திய கம்பெனி தன்னை எதிர்த்த இந்தியப் பேரரசுகள் அனைத்தையும் வீழ்த்தி டெல்லியைக் கைப்பற்றியது. புதிய ராணுவத் தொழில்நுட்பக் கண்டுபிடிப்புகள் கிழக்கிந்திய கம்பெனியின் ராணுவத்தை இணையற்றதாக மாற்றியது. 1781-ல் ஜார்ஜ் புரோக்டர் (George Procter) மதுரையின் கலெக்டராக வரி வசூலிக்கும் பொறுப்பை ஏற்றார்.

1806-ல் வேலூர் புரட்சி பிரித்தானியர்களுக்கு எதிரான முக்கிய எழுச்சியாகவே பார்க்கப்பட்டது. டல்ஹௌசியின் நாடு இணைக்கும் கொள்கை, வெல்லெஸ்லியின் துணைப்படைத் திட்டம், நீதிமன்றங்களில் வழக்காடு மொழியான பாரசீக மொழிக்கு

கிழக்கிந்திய கம்பெனியின் வர்த்தகர்கள்

பதிலாக ஆங்கில மொழியைப் புகுத்தியது, பெண்டிங் பிரபு கொண்டு வந்த வங்காள நிலக்குத்தகை சட்டம், கானிங் கொண்டு வந்த பொது ராணுவப் பணியாளர் சட்டம், ஆங்கிலேயர்களால் அறிமுகப்படுத்தப்பட்ட புதிய என்ஃபீல்டு ரக துப்பாக்கிகளுக்கான கொழுப்பு தடவிய தோட்டாக்கள் எனப் பல்வேறு காரணங்கள் ஒன்றிணைந்து 1857-ல் முதல் இந்திய சுதந்திரப் போர் பெரும் எழுச்சியுடன் நடைபெற்று லண்டனுக்கு இந்தியச் செய்தியைப் பதிவு செய்தது.

அதே வேளையில் உடன்கட்டை ஏறுதல் ஒழிப்பு, பெண்சிசுக் கொலை தடுப்பு, விதவைகள் மறுமணம் சட்டமாக்கப்பட்டது என்கிற சீர்திருத்தங்களை பிரித்தானியர்கள் கொண்டு வந்த போது இவையெல்லாம் உள்ளூர் சடங்குகள் கலாசாரங்களில் தலையிடுதல் என்று இங்குள்ள மேட்டிமை இந்துக்கள் எதிர்ப்பு தெரிவித்தனர்.

1857-ல் முதல் இந்திய சுதந்திரப் போர் நடைபெற்று முடிந்ததும் கிழக்கிந்திய கம்பெனியின் ஆட்சி முடிவுக்கு வந்தது. பிரிட்டிஷ் பாராளுமன்றம் ஒரு சட்டத்தை இயற்றியது. கிழக்கிந்திய கம்பெனிக்கு வழங்கப்பட்ட ஏகபோக வர்த்தக உரிமையைப் பறித்தது. இத்துடன் பிரித்தானிய அரசின் நேரடி ஆட்சியின்கீழ் இந்தியா வந்தது.

18-ம் நூற்றாண்டின் இந்தியப் பொருளாதாரத்தில் ஆதிக்கம் செலுத்திய ஜெயின் மற்றும் மார்வாடி சமூகத்தைச் சேர்ந்த வியாபாரிகள், வங்கியாளர்களின் ஆதரவைக் கிழக்கிந்திய கம்பெனி பெற்றிருந்தது.

திப்பு சுல்தானின் படைகள்

1718-க்கும் 1730-க்கும் இடைப்பட்ட காலத்தில் கிழக்கிந்திய கம்பெனி இவர்களிடமிருந்து ஆண்டுக்கு சராசரியாக ரூ.4 லட்சம் கடனாகப் பெற்றது. இந்திய வர்த்தகர்கள் மற்றும் வங்கியாளர்களுக்கு கிழக்கிந்தியக் கம்பெனி இயற்கையான கூட்டாளிகளாகத் துணையாக இருந்தது. இந்திய மேட்டிமைச் சமூகத்தின் ஆதரவும் நம்பிக்கையும் இல்லாமல் பிரித்தானியர்கள் இவ்வளவு காலம் நம்மை அடிமைப்படுத்தி ஆட்சி செய்திருக்க முடியாது என்பதை நாம் புரிந்துகொள்ள வேண்டும்.

இந்தியாவில் எப்படி ஒரு மிகப்பெரும் பொருளாதாரச் சுரண்டலை கிழக்கிந்திய கம்பெனியும் அதனைத் தொடர்ந்து பிரிட்டன் அரசும் நிகழ்த்தியது என்பதை வரலாற்றின் பக்கங்களைப் புரட்டுகையில் உணரமுடிகிறது.

ஆனால் இன்றும் அதே நிறுவனங்கள் இந்திய வளங்களை நான்கு வழிச்சாலைகள் மூலமும் கட்டுப்பாடுகளற்ற தனியார் துறைமுகங்கள் மூலமும் தடையின்றிக் கொண்டுசெல்கிறது என்பதை நாம் அறிந்துகொள்வது அவசியம். இந்தியாவை அத்தகைய ஒரு சந்தையாகவே மாற்ற உலகமயம் முயல்கிறது. ஒவ்வோர் ஆண்டும் வெற்றிகொள்கிறது என்பதை மறந்திட வேண்டாம். இன்றும் நம் மண்ணில் உலக கார்ப்பரேட்டு நிறுவனங்கள் தங்களின் தொழில் வளாகங்களை அமைத்துக் கொண்டுள்ளது. நம் அரசுகள் அதனைச் சிறப்புப் பொருளாதார மண்டலம் என்கிறது. இவையும் இன்றைய நவீன காலனிகள்தானே!

14

தாது வருடப் பஞ்சத்தின் அவலச்சுவை!

தாது வருடத்துப் பஞ்சத்தை வாசிக்கும்போது, மக்கள் பட்ட துயர்களைப் பார்க்கும்போது இன்றைய கொரோனா பாதிப்பையும் மக்கள் பட்ட அவதிகளையும் நினைவிலிருந்து தவிர்க்க இயல வில்லை.

வரலாற்றுக்காலம் தொட்டே உலகம்- முழுவதும் பஞ்சங்கள் தொடர்ந்து நிகழ்ந்து வருகின்றன. இந்தியாவில் வங்கப் பஞ்சம், ராயலசீமா பஞ்சம், ஒரிசா பஞ்சம் என பல பஞ்சங்களைப் பற்றி நாம் கேள்விப்பட்டிருப்போம், வாசித்திருப்போம். தாதுவருடப் பஞ்சம் தமிழகத்தில் ஏற்பட்ட, கொடிய பஞ்சங்களில் ஒன்று. இன்றும் நமது வீடுகளில் உள்ள நம் கொள்ளுப்பாட்டன், பாட்டி மார்களுடன் உட்கார்ந்து கதை கேட்போம் எனில் அவர்கள் தாது வருடப் பஞ்சத்தைப் பற்றிய பல கதைகளைச் சொல்லக்கூடும். தாது வருடத்துப் பஞ்சம் தமிழக மனங்களில் ஆழப்பதிந்த ஓர் அவலச்சுவை. வாய்வழி மரபுகள், நாட்டாறு வழக்காறுகள் பஞ்சங்களின் நினைவைத் துல்லியமாக உயிர்ப்போடு வைத்திருக்கின்றன.

கல் மற்றும் செப்பேடுகள் நமக்கு 16-ம் நூற்றாண்டுக்கு முன்னர் ஏற்பட்ட பல பஞ்சங்கள் பற்றிய தகவல்களைத் தருகின்றன. முகலாய இந்தியாவில் முஸ்லிம் வரலாற்றாசிரியர்களின் எழுத்துகள், இந்தியாவில் தற்காலிகமாக அந்தப் பஞ்ச காலத்தில் வசித்த வெளிநாட்டினரின் குறிப்புகள் நமக்குக் கூடுதலாகப் பல செய்திகளைத் தருகின்றன.

பெரிய புராணத்தில் தஞ்சாவூர் மாவட்டத்தில் மழை பெய்யாததால் 7-ம் நூற்றாண்டில் பஞ்சம் நிலவியது

உணவுக்காக காத்திருக்கும் பசித்த மக்கள்

தாது வருடத்தின் பஞ்சம்

குறித்த குறிப்புகள் உள்ளன. 1107 முதல் 1148 வரை கொடிய பஞ்சம் ஒடிசாவை 42 வருடங்கள் உலுக்கியது, 1396-ல் தொடங்கிய மராத்தியப் பஞ்சம் 12 ஆண்டுகள் நீடித்தது.

1579 திருநெல்வேலிப் பஞ்சம், 1648-ல் கோவைப் பஞ்சம், 17-ம் நூற்றாண்டில் புதுக்கோட்டை, தஞ்சாவூர்ப் பஞ்சங்கள் எனத் தமிழக நிலப்பரப்பெங்கும் பஞ்சங்கள் நிகழ்ந்த வண்ணம் இருந்தன. இதன் தொடர்ச்சியாகவே 1876-ல் நிகழ்ந்த தாது வருடத்துப் பஞ்சம் 1878 வரை நீடித்து சொல்லொணாத் துயரத்தை மக்களுக்குக் கொடுத்துச் சென்றது.

மழை தொடர்ந்து பொய்த்துப் போவதும் அதனால் உழவு நடவடிக்கைகள் மெல்ல மெல்ல அருகி முற்றிலும் இல்லாமல் போவதும், அதன் விளைவாக உணவு தானியங்களின் கையிருப்புக் குறைவதும் பின்னர் அது முற்றிலும் இல்லாமல் பசியை நோக்கி மக்கள் தள்ளப்பட்டிருப்பார்கள் என்பதும்தான் பஞ்சங்கள் பற்றிப் பொதுவாக நம் மனங்களில் உள்ள சித்திரம். பஞ்சங்களில் மக்களுடன் அவர்களின் வளர்ப்புப் பிராணிகளும், எல்லா உயிர்களும் தொடங்கி உயிரியல் சுழற்சியே ஸ்தம்பித்துப் போகும் அளவிற்குத் தாது வருடத்துப் பஞ்சம் பாதிப்புகளை ஏற்படுத்தியுள்ளது. மதுரையிலும் அதன் சுற்றிலும் மழையில்லாமல் போனது, பயிர்கள் சாவியானது, ஆடு மாடு என விலங்குகளும் நீரின்றி உணவின்றி தெருக்களில் தவித்தன, இறந்து குவிந்தன. மதுரை எங்கும் வெப்பக் காற்று வீசியது.

முதலில் தங்கள் வசம் உள்ள பொருள்களைக் கொடுத்து மாற்றுப் பொருள்களை மக்கள் பெற்றனர், அடுத்து நிலைமை இன்னும் மோசமாக மாற தங்கள் வசம் இருந்த பொருள்களை விற்றனர், அதன் பின் உடமைகளை விற்றனர். இதை அடுத்து பசியில் உழன்று பிச்சை எடுத்தனர். கஞ்சித் தொட்டிகள் திறக்கப்பட்டன. பிச்சை எடுத்தலுக்கு அடுத்து திருட்டும் வழிப்பறியும் என அடுத்த அடுத்த கட்டங்களுக்குப் பிழைத்து வாழ்தலின் நகர்வுகள்

> **பஞ்சம் பிழைக்க இலங்கை, மலேசியா, சிங்கப்பூர், பர்மா எனப் பல நாடுகளுக்குக் கூட்டம் கூட்டமாகக் கப்பல்களில் மதுரைக்காரர்கள் சென்றார்கள்.**

சென்றது. அதே வேளையில் தங்கள் வசம் உள்ள குருணி அரிசியை ஒரு படி ஒரு ரூபாய்க்கு விற்கவும், வீடு, மாடு, மனை, நிலம் ஆகியவற்றைக் குறைந்த விலையில் வாங்கவும் ஒரு கூட்டம் மதுரையில் காத்திருந்தது, மனித மதிப்பீடுகளின் வீழ்ச்சியும் கூச்சமில்லாமல் அரங்கேறியது.

தாது வருடப் பஞ்சத்தில் பாதிக்கப்பட்ட மக்களுக்கு வேலை கொடுப்பதற்காகவே பல கால்வாய்கள் வெட்டப்பட்டன. அப்படி சென்னையில் வெட்டப்பட்டதுதான் பக்கிங்ஹாம் கால்வாய். அரிசி வெளிநாடுகளில் இருந்து கப்பல்களில் வந்திறங்கி ஒரு பதக்கு (12.8 கிலோ) அரிசி ஒரு ரூபாய்க்கு விற்கப்பட்டுள்ளது. அரசும் வியாபாரிகளும் பொருள்களை ஊர் விட்டு ஊர் ஏற்றிச் செல்ல கடுமையான பாதுகாப்பு ஏற்பாடுகள் செய்யும் நிலையும் ஏற்பட்டது. துறைமுகங்களிலிருந்து ரயில்கள் மூலம் எல்லா ஊர்களுக்கும் தானியங்கள் அனுப்பிவைக்கப்பட்டன. ஆனால் ரயில்களின் எண்ணிக்கை மிகவும் குறைவு என்பதால் சரக்கு மூடை மூடையாக துறைமுகங்களிலும் ரயில் நிலையங்களிலும் குவிந்து கிடந்தன.

தானியங்களை ஆங்காங்கே மக்கள் திருடத்தொடங்கினார்கள், இந்தச் சூழலில் தன் கண் முன்னே இருக்கும் தானியத்தை ஒருவர் எடுத்துக்கொள்வது திருட்டா என்கிற கேள்வி எழுந்தது. பின்னர் தானியங்களைத் திருடுகிறவர்களுக்கு தண்டனையில்லை என்று உத்தரவுகள் வந்தன, அது அவர்களின் உரிமைதானே?

ஒவ்வொரு பெரும் பஞ்சத்தின் போதும் மிகப்பெரிய இடப்பெயர்வுகள் நடந்துள்ளன. அவசியமான உடைமைகளுடன் கிராமங்களை விட்டு மக்கள் வெளியேறினர், கூட்டம் கூட்டமாக செழிப்பான இடங்கள் நோக்கிப் பயணித்தனர். அந்த நேரம் புழங்கும் செய்திகள், தகவல்களை வைத்துக்கொண்டு தங்களின் திசைகளை அனுமானித்து

"THE LAST OF THE HERD"

THE FAMINE IN INDIA—SCENES IN THE MADRAS PRESIDENCY MADRAS

தலைச்சுமைகளுடன் கிளம்பினார்கள்.

பஞ்சம் பிழைக்க இலங்கை, மலேசியா, சிங்கப்பூர், பர்மா எனப் பல நாடுகளுக்கு கூட்டம் கூட்டமாகக் கப்பல்களில் மதுரைக்காரர்கள் சென்றார்கள். தனுஷ்கோடி, தொண்டி, தூத்துக்குடி, நாகப்பட்டினம் எனப் பல துறைமுகங்களில் இருந்து சிறிய படகுகள் முதல் கப்பல்கள் வரை மக்களை அள்ளிக்கொண்டு கிளம்பியது. கப்பல் இயக்கத்தினால் ஏற்படும் குமட்டல் நோய்க்கு பலர் பலியானார்கள், இறந்தவர்களின் உடல்களை கடலில் வீசிவிட்டு, எஞ்சியவர்கள் மட்டும் தங்களின் இலக்குகளை வந்தடைந்தார்கள். சென்னை மாகாணத்தின் பல்வேறு பகுதிகளிலிருந்து இலங்கைக்குச் சென்றவர்களின் எண்ணிக்கை மட்டும் 3.3 லட்சத்துக்கும் அதிகம் என்று பிரித்தானிய ஆவணங்களில் குறிப்பிடப்பட்டுள்ளது.

இந்தப் பஞ்சங்களின்போது 1880-ல் கிழக்கிந்திய கம்பெனி ஆட்சியில் இந்திய பஞ்ச சட்டம் *(Indian Famine Code)* இயற்றப்பட்டது. இதன்வழியே ஒரு பஞ்சத்தின் வருகையை முன்னுணர்தல், அதன் அளவை மதிப்பிடுதல், அதனைத் தடுப்பதற்கான தற்காப்பு நடவடிக்கைகளை எடுத்தல் என்கிற நிர்வாக ஏற்பாடுகள் செய்யப்பட்டன, சென்னைக்கு என்று பஞ்சத்திற்கான கமிஷனர் *(Madras Famine Commissioner)* நியமிக்கப்பட்டார்.

மக்கள்தொகை கணக்கெடுப்பில் பெரும் சரிவு வெளிப்படையாகவே காணப்பட்டது. மக்கள் லட்சக்கணக்கில் இறந்தார்கள். ஆனால் பசி, பட்டினி மக்களைக்

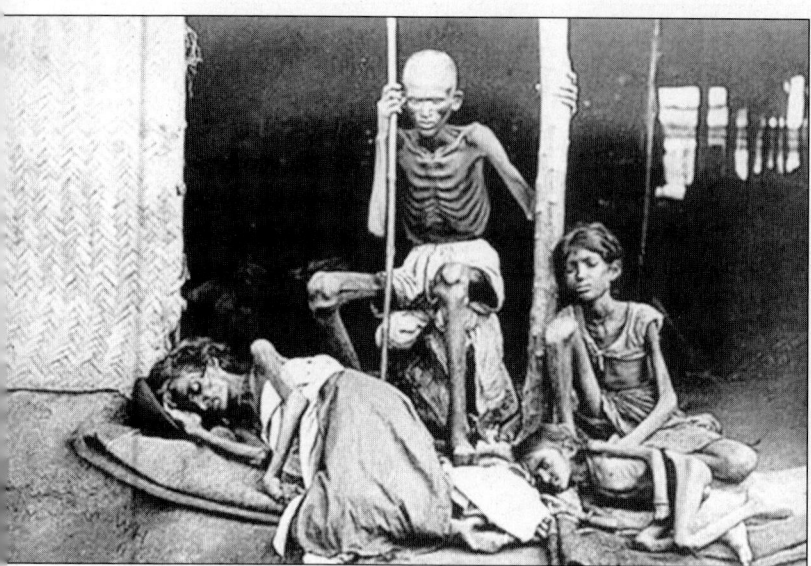

தாது வருடத்துப் பஞ்சம்

கொன்று குவித்தாலும், கிழக்கிந்திய கம்பெனியின் வரி விதிப்பு மட்டும் நிற்கவில்லை. பஞ்சகாலங்களிலும் வரியைக் கட்டச் சொல்லி அதிகாரிகள் மக்களை வற்புறுத்தினார்கள், மிரட்டினார்கள். கிழக்கிந்திய கம்பெனியின் 120 ஆண்டுக்கால ஆட்சியில் 34 முறை பஞ்சம் ஏற்பட்டது. வங்காளப் பஞ்ச காலத்தில், அரிசி விலை சுமார் 40 மடங்கு உயர்ந்தது. 19-ம் நூற்றாண்டில் மட்டும் இந்தியா முழுவதும் 9 மாபெரும் பஞ்சங்கள் தோன்றின.

பஞ்சலட்சணத் திருமுக விலாசம் 1899-ம் ஆண்டு வெளியான ஒரு தமிழ் நூல். சோதிடர்கள், விலை மாதுக்கள், நகை ஆசாரிகள் ஆகியோரின் போலித்தனத்தையும் பொய் புரட்டையும் இந்த நூல் விரிவாக விளக்குகிறது. மதுரை சுந்தரேசுவரக் கடவுள், பஞ்சத்தால் பாதிக்கப்பட்டவர்களின் இன்னல்களைத் தன்னால் தீர்க்க இயலாது என்று கைவிரித்து அவர்களை சிவகங்கை ஜமீன்தார் துரைசிங்கத்திடம் முறையிடுமாறு அனுப்புவதாக இந்த நூல் குறிப்பிடுகிறது.

பிரதாப முதலியார் சரித்திரம் தமிழ் மொழியின் முதல் நாவல் இதனை எழுதியவர் வேதநாயகம் பிள்ளை. 1876-1878 ஆண்டுகளில் தமிழகத்தில் ஏற்பட்ட பஞ்சத்தின் போது தமது சொத்துக்கள் அனைத்தையும் கொடையளித்தார். மாயூரம் நகர சபையின் தலைவராக வேதநாயகம் பிள்ளை பணியாற்றிய 1876-ல் தாது வருடப் பஞ்சத்தின் போது கஞ்சித்தொட்டி திறந்து பொதுமக்களுக்குச் சேவை செய்த அனுபவங்கள் இந்நூலில் இடம் பெற்றுள்ளன. இதைப் போலவே தாது வருடத்தின் கரிப்பு கும்மி நமக்கு இந்தப் பஞ்ச காலத்தின் பெரும் சித்திரத்தை வழங்குகிறது.

1876 -78 வரையிலான சென்னை மாகாணப் பஞ்சத்தில் பல

லட்சம் மக்கள் செத்து மடிந்தனர். சோமாலியா போலான காட்சிகள் மதுரை நகரத்தில் இருந்தது என்பதை கற்பனை செய்துகூடப் பார்க்க முடியவில்லை. மதுரையில் விலைவாசி கட்டுக்கடங்காமல் உயர்ந்தது. கண் முன்னே கணவனும், மனைவியும் ஒட்டிய வயிற்றுடன், யார் முதலில் சாகப்போகிறோம் என்று தெரியாமல் ஒருவரை ஒருவர் வெற்றுப் பார்வை பார்த்தபடி இருக்கிறார்கள். பிணங்களைப் புதைக்க, எரிக்க வழியில்லாமல் மக்கள் அவதிப்பட்டார்கள். குவியல் குவியலாக சடலங்கள் மதுரையின் வீதிகளில் குவிகின்றன. அழுகிய உடல்களில் இருந்து கிருமிகள் வெளியேறி புதிய புதிய தொற்றுகளை ஏற்படுத்தியது. குடிதண்ணீர் கிடைக்கவில்லை, கிடைத்த நீரும் பாதுகாப்பாக இல்லை. வாந்தியும் பேதியும் எஞ்சியவர்களையும் கொண்டு சென்றது. ஆடு மாடுகள் இறக்க, அவையே உணவுப்பொருளாயின. மக்கள் சில காலம் இப்படி புலால் உணவுகளை மட்டுமே உண்டு வாழ்ந்தனர். மதுரையின் அன்றாடங்காய்ச்சிகளாக இருந்த அனைவருமே கையேந்தும் நிலைக்கு வந்தார்கள்.

இந்தக் காட்சிகளைப் பார்த்த குஞ்சரத்தம்மாளுக்கு வேதனை தாள முடியவில்லை. தாசி குலத்தைச் சேர்ந்த குஞ்சரத்தம்மாள் மதுரையில் பெரும் செல்வச் செழிப்புடன் வாழ்ந்த பெண்மணி. தாது வருடம் தொடங்கிய இரண்டாவது வாரத்தில் ஒரு முடிவை எடுத்தார் குஞ்சரத்தம்மாள். மதுரை வடக்கு ஆவணி மூல வீதிக்கு அருகில் உள்ள சந்தில் அவள் வீடு இருந்தது. மதுரையில் பசியால் யாரும் சாகக்கூடாது என்று கஞ்சி காய்ச்சி ஊற்றத் தொடங்கினாள். தினமும் ஒரு வேளை கஞ்சி ஊற்றப்பட்டது. இந்தச் செய்தி மதுரை நகரமெங்கும் பரவியது. இந்தக் கஞ்சிக்காக மக்கள் காலையிலிருந்து வரிசையில் நின்றனர்.

சென்னை துறைமுகத்தில் வந்திறங்கிய தானியங்கள்

காத்துக் கிடந்தனர். எலும்பும் தோலுமாகக் குழந்தைகளுடன் வரிசைகள் நீண்டு சென்றன.

மதுரையின் கலெக்டர் தாது வருடத்தின் ஆறாவது வாரத்தில்தான் கஞ்சித்தொட்டியைத் திறக்க முன்வந்தார். நகரில் மூன்று இடங்களில் அரசு கஞ்சித்தொட்டியைத் திறந்தது. குஞ்சரத்தம்மாளின் செயல்தான் மதுரை கலெக்டர் களத்திற்கு வர அழுத்தம் கொடுத்தது.

தாது வருடம் முழுவதும் குஞ்சரத்தின் அடுப்பு எரிந்தபடி இருந்தது. பதிமூன்று மாதங்கள் அடுப்பின் புகை மீனாட்சி அம்மன் கோபுரத்தின் உயரத்தைத் தாண்டி மக்களின் கண்களில் பட்டது. குஞ்சரத்தம்மாள் தனது வாழ்க்கை முழுவதும் சேமித்த சொத்துக்களை உலையிலே போட்டாள். கல் பதித்த தங்க நகைகள், வெள்ளி நகைகள், முத்துக்கள், காசு மாலை, மோதிரம், ஒட்டியாணம், தோடு எல்லாம் கஞ்சியாய் மாறி, தட்டேந்தி நின்ற மக்களுக்குப் பசி போக்கியது.

வடக்கு ஆவணி மூலவீதியில் இருந்த குஞ்சரத்தம்மாவின் இரண்டு பெரிய வீடுகளும் விற்கப்பட்டு கஞ்சியாய் மாறியது. தாது வருடத்துப் பஞ்சம் முடிந்து இரண்டாவது மாதத்தில்தான் அவள் அடுப்பு அணைந்தது. அருகில் இருக்கும் ஓட்டு வீட்டில் வசிக்கத் தொடங்கினாள். படுத்த படுக்கையானாள், குஞ்சரத்தைப் பற்றி ஊரெல்லாம் பேசினார்கள். குஞ்சரத்தம்மாளின் இறப்புச் செய்தி மதுரை நகரெங்கும் காட்டுத்தீயாய்ப் பரவியது. குஞ்சரத்தம்மாளின் உடல் அவரது வீட்டிலிருந்து தத்தநேரி சுடுகாட்டை நோக்கிப் புறப்பட்ட போது வடக்கு ஆவணி வீதி முழுவதும் ஜனத்திரள் அலை மோதியது. கோவில் திருவிழாக்களைத் தவிர மதுரையில் இத்தனை பெரிய எண்ணிக்கையில் மனிதர்கள் கூடி இன்றுதான் பார்க்கிறேன் என்று மதுரை கலெக்டர் ஜார்ஜ் பிரக்டர் தனது குறிப்பிலே எழுதினார். ஆடலும் பாடலுமாக வாழ்ந்த குஞ்சரத்தம்மாளுக்கு சலங்கையைப் படையிலிட்டு வணங்கினார்கள் மதுரை மக்கள். மதுரை மற்றும் அதன்

கஞ்சி ஊற்றும் குஞ்சரத்தம்மாள்

சுற்றுப்புற கிராமங்களில் பெண் குழந்தைகளுக்கு ஒரு நூற்றாண்டு கடந்தும் குஞ்சரம் என்ற பெயர் வைக்கும் வழக்கம் இன்றும் உள்ளது.

வரலாறு நெடுகிலும் பஞ்சங்கள் இயற்கையால் தொடங்கப்பட்டு அரசுகளால் நிகழ்த்தப்பட்டவையே. எந்த ஒரு பஞ்சமும் இத்தனை ஆண்டுகள் நீடிக்கிறது என்றால் அதற்குப் பின்னால் அரசு இருக்கிறது என்பதைப் பல ஆய்வாளர்கள் துள்ளியமாக நிரூபித்திருக்கிறார்கள். பிரிட்டிஷ் ஆட்சியில் நிகழ்ந்த பல பஞ்சங்களின்போது அவர்களது வரி வருவாயும் குறையவில்லை, ஏற்றுமதியும் குறையவில்லை. உலகம் முழுவதும் உணவு தானியத் தட்டுப்பாடுகளும்கூட செயற்கையான ஒரு ஏற்பாடே. இந்தியாவிலும் பல நேரங்களில் மக்கள் பட்டினியால் சாகும்போது தானிய மூட்டைகளை வைக்க கிட்டங்கிகளில் இடம் இல்லை என அவற்றைத் தீயிட்டுக் கொளுத்தும் செயல்முறைகளை உணவுக் கழகங்கள் அரங்கேற்றிக் கொண்டுதான் இருக்கின்றன.

குஞ்சரத்தம்மாளைப் பற்றி வாசிக்கும்போது எனக்கு அவர் வாடிய பயிரைக் கண்டபோதெல்லாம் மதுரையில் வாடியவராகவே காட்சி தருகிறார். தாது வருடத்துப் பஞ்சத்தை வாசிக்கும்போது மக்கள் பட்ட துயர்களைப் பார்க்கும் போது இன்றைய கொரோனா பாதிப்பையும் மக்கள் பட்ட அவதிகளையும் நினைவிலிருந்து தவிர்க்க இயலவில்லை. கொரோனா பாதிப்பால் உங்களைச் சுற்றி இருப்பவர்கள் உணவின்றித் தவித்தபோது நீங்கள் எத்தனை பேரின் பசியைப் போக்கினீர்கள்? அப்படி அடுத்தவர் பசியைப் போக்கியவர்களுக்கு மட்டுமே குஞ்சரத்தம்மாளின் செயலைப் பாராட்டத் தகுதி இருக்கிறது என்று நினைக்கிறேன். குஞ்சரத்தம்மாளுக்கு இயற்கை தாது வருடத்துப் பஞ்சத்தில் பரீட்சை வைத்தது என்றால் அதே இயற்கை நம் தலைமுறையை கொரோனாவின் வடிவில் சோதித்துப் பார்க்கிறது. நீங்கள் பரீட்சையில் பாசா ஃபெயிலா?

15

மதுரையை ரசவாதம் செய்த நீர்!

தாது வருடத்துப் பஞ்சம் தொடர்பான செய்திகள் இங்கிலாந்து முழுவதும் பரவின. *'The Great Madras Famine'* என *The Illustrated London News* உள்ளிட்ட பல பத்திரிகைகள் தொடர்ந்து இந்தப் பஞ்சத்தில் மக்கள் பட்ட துயரங்களைப் பற்றித் துல்லியமான செய்திகள் வெளியிட்டன. பிரிட்டிஷ் நிர்வாகம் ஏன் பஞ்சத்தின்போது மக்களுக்குப் போதிய ஏற்பாடுகளைச் செய்யவில்லை என அங்கே எல்லா மட்டங்களிலும் கேள்விகள் எழுந்தன. கிழக்கிந்திய கம்பெனியாக இருந்தபோது கேட்க முடியாத கேள்விகளை எல்லாம் இங்கிலாந்தின் நேரடி ஆட்சியின்கீழ் வந்ததும் மக்கள் கேட்கத் தொடங்கினார்கள். இங்கிலாந்தில் எழுந்த குரல்களின் வழியே ஆங்கிலேய அதிகாரிகளின் செயல்களிலும் சில மாற்றங்களை இந்திய மண்ணில் பார்க்க முடிந்தது.

ஒரு நூறு ஆண்டுகளாகவே பெரியாற்றின் தண்ணீரை வைகை நதி நோக்கித் திருப்பிவிட இயலுமா, மேற்குத் தொடர்ச்சி மலைகளின் உச்சியில் இதைச் செய்வது சாத்தியமா என்பது குறித்த பேச்சுகள், விவாதங்கள், ஆய்வுகள் தொடர்ந்து நடைபெற்று வந்தன. வைகை வடிநிலப்பரப்பில் பலமுறை மழை பொய்த்து மிகுந்த உணவுப் பஞ்சம் ஏற்பட்டு, இதனால் பல்லாயிரக்கணக்கான மக்கள் பாதிக்கப்பட்டனர். இதற்கு ஒரு தீர்வு காண வேண்டும் என்கிற வேட்கை பல அதிகாரிகளின் மனதிலும் கனன்று வந்தது.

கேப்டன் கால்டுவெல் என்பவர், பெரியாற்றைக் கிழக்கு நோக்கி திசைமாற்றும் ஒரு திட்டம் இங்கே

தொடர்ந்து இருந்து வருகிறது, அப்படி ஒரு முயற்சியைப் பலர் ஆலோசித்திருக்கிறார்கள் என்பதை பற்றிக் குறிப்பிட்டிருக்கிறார். 1798-ல் ராமநாதபுரம் மன்னர் ஒரு குழுவை மேற்குத் தொடர்ச்சி மலைகள் நோக்கி அனுப்பிவைத்தார். திவான் முத்துப்பிள்ளை தலைமையிலான குழு ஒரு பெரும் வேலையாட்களின் படையுடன் சென்று இந்த வேலைகளைத் தொடங்கியது. ஆனால் பல காரணங்களால் வேலைகளைத் தொடராமல் கைவிட்டனர்.

1807-ல் அன்றைய கலெக்டராக இருந்த ஜார்ஜ் பாரிஷ், தானே இந்தத் திட்டம் பற்றி ஆய்வு செய்ய குமுளி நோக்கிச் சென்றார். அங்கே சென்று அவர் பெரியாற்றுக்கும் தண்ணீர் கிழக்கு நோக்கிப் பாய வேண்டிய ஓடைக்கும் நடுவே மூன்று மைல்கள் அகலத்திற்கு மலைகள் பள்ளத்தாக்குகள் இருப்பதைப் பார்த்தார். நடுவில் இருக்கும் பெரும் பாறையைத் தகர்ப்பது அத்தனை சுலபமான காரியம் அல்ல. இது மனிதர்களால் இயலாத காரியம், இது இயற்கையை மீறும் செயல் என்பது போல் தனது பார்வைகளை முன்வைத்து, திட்டம் இயலாது என்கிற முடிவுக்கு வந்தார்.

இதனைத் தொடர்ந்து 1862-ல் பிரித்தானிய ராயல் பொறியாளரான மேஜர் ரீவ்ஸ் மீண்டும் பெரியாற்று நீரை வைகைக்குத் திருப்பிவிடும் திட்டத்தைத் தன் கையில் எடுத்தார். 1862 முதல் 1867வரை ஐந்து ஆண்டுகள் இந்த மலைகளில் சுற்றித்திரிந்த அவர், இந்த நீரை நாம் திருப்பி விடுவதற்கு முன் அங்கே ஓர் அணையைக் கட்டுவதன் அவசியத்தைப் பற்றித் தெளிவான யோசனைகளை முன்வைத்தார். இருப்பினும் இந்தக் காலத்தில் ஏற்பட்ட தாது வருடத்துப் பஞ்சம் பிரித்தானிய அரசுகளின் கவனத்தை வேறு பக்கம் திசைதிருப்பியது. போதுமான நிதி வசதிகளும் இல்லை என்பதால் இந்தத் திட்டம் நடைமுறைகள் நோக்கிச் செல்லவில்லை.

தாது வருடத்துப் பஞ்சத்தின் கோர விளைவுகள் மதுரையைச் சுற்றிய பகுதிகளை நிர்மூலமாக்கிவிட்டுச் சென்றது. இந்தப் பஞ்சத்திற்குப் பிறகு மீண்டும் மதுரை மாவட்டமும் அதன் வறட்சியின் கடுமை குறித்தும் ஒரு விவாதம் எழுந்தது. மதுரை தாதுப் பஞ்சத்தில் படாத பாடுபட்டது. அதுமட்டுமன்றி மதுரை மாவட்டமே தொடர்ச்சியாக வறட்சியின் நிழலில்தான் உழன்றது. கம்பம் பள்ளத்தாக்கு தொடங்கி ராமேஸ்வரம் வரை அன்றைய மதுரை மாவட்டம் நீண்டு விரிந்து கிடந்தது. வறட்சியின் விளைவாக கடுமையான களவு நடவடிக்கைகள் மதுரையில் காணப்பட்டன. இந்தத் திருட்டுத்தொழில் செய்யும் குறிப்பிட்ட சமூக மக்களின் மீது குற்றப் பரம்பரைச் சட்டம் 1871-ல் அமல்படுத்தப்பட்டது. இந்தியா முழுவதும் இது 127 சாதியினர் மீது போடப்பட்டது. இந்தப் பகுதிக்கு தண்ணீரைக் கொண்டு வந்து வறண்ட நிலங்களில் விவசாயம் நடைபெற்றால் இந்தக் களவு நடவடிக்கைகளுக்கு ஒரு முடிவு வரும் என்று மதுரையில் இருந்த சில பிரித்தானிய அதிகாரிகள் நம்பினார்கள்.

1882-ல் இந்தத் திட்டத்தை நடைமுறைப்படுத்த முழுப் பொறுப்புடன் மேஜர் ஜான் பென்னிகுவிக் நியமிக்கப்பட்டார்.

பெரியாறு அணை கட்டும்போது

பெரியாறு அணை கட்டுமானப் பணிகள்

இதே ஆண்டில் அவர் சமர்ப்பித்த திட்ட அறிக்கைக்கு உடனடியாக ஒப்புதல் அளிக்கப்பட்டது. அந்தத் திட்டத்தின்படி அங்கே 176 அடிக்கு கற்களாலான ஓர் அணை கட்டப்பட்டு அதை ஒரு பெரும் நீர்தேக்கமாக மாற்றி, அங்கிருந்து ஒரு மைல் தொலைவிற்கு பாறைகளுக்குள் ஒரு சுரங்கப்பாதை வெட்டி அதன் வழியே தண்ணீரை கிழக்கு நோக்கிப் பாயச்செய்வதாக இருந்தது. இந்தத் திட்டத்திற்குத் தேவையான நிலத்தைப் பெற திருவிதாங்கூர் சமஸ்தானத்துடன் 1886-ல் ஒப்பந்தம் மேற்கொள்ளப்பட்டு அவர்களிடம் 8,100 ஏக்கர் நிலம் 999 வருடங்களுக்குக் குத்தகையில் பெறப்பட்டது.

1887-ல் அணைக்கான வேலைகள் தொடங்கின. அணை கட்டுமிடத்திற்கு அருகிலிருந்த மண் சாலை 11 கிமீ தொலைவிலும், ரயிலடி 128 கிமீ தொலைவிலும் இருந்தன. அணையின் கட்டுமானப் பகுதி முற்றிலும் வெளி உலகத்தின் தொடர்பு எல்லைக்கு வெளியே இருந்தது. ஜான் பென்னி குவிக் அணை கட்டுவதற்கான

இயந்திரங்கள் வாங்க 1888-ல் இங்கிலாந்து சென்றார், ஏப்ரல் முதல் ஜூலை வரை லண்டனில் அவர் தங்கியிருந்தார். எழுபத்தைந்து லட்சம் ரூபாய் திட்ட மதிப்பீட்டில் பொறியாளர் கர்னல் பென்னிகுவிக் தலைமையில் பிரிட்டிஷ் ராணுவத்தின் கட்டுமானத்துறை இந்த அணை கட்டும் பணியை மேற்கொண்டது. மெட்ராஸ் பயனியர்சின் முதலாம் மற்றும் நான்காம் பெட்டாலியன்கள், போர்த்துக்கீசிய தச்சு ஆசாரிகள் உள்ளிட்ட மதுரை முழுவதும் இருந்து அணையைக் கட்ட வந்த 3,000 பேருடன் கட்டுமானப் பணிகள் விறுவிறுப்பாகத் தொடங்கின. கடல் மட்டத்தில் இருந்து 3,000 அடி உயரத்தில் 175 அடி உயரம் கொண்ட அணையை இத்தனை பெரும் அடர்வனத்தில் கட்டுவது உலகின் அசாத்தியங்களில் ஒன்றாகவே கருதப்பட்டது.

முதலில் இரு சிறு அணைகளும் ஏராளமான குறு அணைகளையும் கட்டிப் பெரியாற்றின் திசைகளை மாற்றினார்கள். கட்டுமானம்

> **முல்லைப் பெரியாறு அணை கட்டி முடிக்கப்பட்ட பின், தண்ணீர் திறக்கப்பட்டு அது சுரங்கத்தின் வழியே பாய்ந்து தமிழக எல்லையை அடைந்தபோது பென்னிகுவிக் கதறி அழுதார் என்று செவிவழிச் செய்திகள் கூறுகின்றன.**

நடைபெறும் இடத்தில் நீரை வேறு திசைகளில் மாற்றி தற்காலிகமாகத் தேக்கினார்கள். இவ்வளவு பெரும் நீர்ப் பரப்பைத் தங்கள் கட்டுக்குள் வைத்துக்கொள்ளப் பல வழிமுறைகளைக் கையாண்டார்கள். அடர்ந்த காடு, விஷப்பூச்சிகள், யானைகள், புலிகள், கரடிகள், அளவில்லாத அட்டைப்பூச்சிகள் போன்றவற்றையும் பொருட் படுத்தாமல் மூன்று ஆண்டுகள் பல்வேறு சிரமங்களுடன் இந்தக் கட்டுமானப் பணிகள் நடைபெற்றன. ஆறு மாதங்கள் இந்த மலைகளில் அடித்துப் பெய்யும் கனமழையும், திடீரென உருவாகும் காட்டாறுகளும் சொல்லொணாத் துயரைத் தந்தது. தொழிலாளர்கள் முதல் அதிகாரிகள் வரை அணைக் கட்டுமானத்தில் ஈடுபட்ட அனைவரையுமே ஆண்டுக்கு ஒருமுறை மலேரியா, காலரா என நோய்களும் பதம் பார்த்துச் செல்லும். கடுமையாக நோயுற்று இனி வேலைகள் செய்ய இயலாதவர்கள் தங்களின் கிராமங்களுக்குத் திரும்பிச் சென்றார்கள். காலநிலை, நோய்கள், விபத்துகள் என ஆயிரத்திற்கும் மேற்பட்டவர்கள் செத்து மடிந்தார்கள்.

பென்னி குவிக்

இத்தனை இடர்களுடன் அணை பாதி கட்டப்பட்டிருந்த நிலையில் தொடர்ந்து பெய்த மழையினால் உருவான காட்டு வெள்ளத்தில் அணையின் கட்டுமானம் அடித்துச் செல்லப்பட்டது. அதன் பிறகு இந்தத் திட்டம் சில காலம் தடைப்பட்டு மீண்டும் தொடங்கப்பட்டது. கர்னல் பென்னிகுவிக் உடனே லண்டனுக்குச் சென்று தனது குடும்பச் சொத்துக்களை விற்று அந்தப் பணத்தில்தான் அணையைக் கட்டி முடித்தார் என்கிற ஒரு தகவல் கம்பம் பள்ளத்தாக்கு முதல் மதுரை வரை உலவி வந்தாலும் அதற்கு

தக்க ஆதாரங்கள் ஏதும் இதுவரை கிடைக்கவில்லை.

கடுமையான பாறைகளில் சுரங்கம் வெட்டும் பணி இரு திசைகளில் இருந்தும் நடைபெற்றது. இது 2 கி.மீ தூரத்தை இணைக்கும் சுரங்கம், இந்தப் பணிகளின்போது பென்னிகுவிக் மிகுந்த கவலையில் இருந்தார். இரு புள்ளிகளும் ஓர் இடத்தில் கச்சிதமாக இணைந்தால் மட்டுமே அந்தச் சுரங்கம் வெட்டும் பணி வெற்றியடையும். இருப்பினும் அன்றைய தொழில்நுட்பங்களுடன் அவர்களின் கடுமையான ஈடுபாடும் சேர்ந்து பொறியியல் வரலாற்றில் பெரும் வெற்றியைத் தந்தது.

முல்லைப் பெரியாற்று அணை சுண்ணக்கல் மற்றும் சுர்க்கி கலவையுடன் கருங்கல் கொண்டு கட்டப்பட்ட ஒரு எடையீர்ப்பு அணையாகும். இந்தத் திட்டத்தில் முழுமையாகப் பணியாற்றிய ஏ.டி. மெக்கன்சி, 'History Of Periyar River Project' என்ற நூலில், அணையின் கட்டுமானத்தில் பயன்படுத்திய பொருள்கள், அவற்றின் அளவு, திட்ட வரைவு குறித்த தகவல்களுடன் இந்த அணைக் கட்டுமானம் உலகின் பெரும் சாதனை என்பதை விரிவாக எழுதினார்.

1895-ல் அணையின் கட்டுமானங்கள் முடிந்தன. கர்னல் பென்னிகுவிக் அவர்களுக்கு கம்பம் பகுதியில் இருந்து மக்கள் இந்த வேலைகள் நடைபெற்ற நாள்கள் முழுவதுமே ஏதேனும் ஒரு பரிசைக் கொண்டு வந்து கொடுக்க முயன்றனர். ஆனால் அவர் ஒருபோதும் எதையும் வாங்கவில்லை. அணையின் கட்டுமானங்கள் முடிந்து தண்ணீர் திறக்கும் நாளில் மீண்டும் மக்கள் வந்து அவர் கையில் வெற்றிலையும் ஒரு

கேம்பெர்லியில் இருந்த பென்னி குவிக் சமாதி

எலுமிச்சம்பழத்தையும் கொடுத்தனர். அவர் அதை வாங்க மறுத்து அதனை அணைக் கதவுகள் திறக்கப்பட்டதும் நீரில் போடுங்கள், அதுவும் தமிழகம் நோக்கிச் செல்லட்டும் என்றார்.

இந்த அணையை சென்னை மாகாண ஆளுநராக இருந்த வென்லாக் திறந்து வைத்தார். தண்ணீர் திறக்கப்பட்டு அது சுரங்கத்தின் வழியே பாய்ந்து தமிழக எல்லையை அடைந்தபோது பென்னிகுவிக் கதறி அழுதார் என்று செவிவழிச் செய்திகள் கூறுகின்றன. இந்த அணை கட்டியதன் முழுப் பெயரும் இந்தக் கட்டுமானத்தில் உயிர் நீத்த ஆயிரக்கணக்கானவர்களுக்குத்தான் செல்ல வேண்டும் என்பதை பென்னிகுவிக் அடிக்கடி குறிப்பிட்டிருக்கிறார். இன்றும் பெரியாற்று அணைப் பகுதியில் ஆங்கிலேயர்களின் கல்லறைகளும் கொஞ்சம் தூரத்தில் உயிர் நீத்த தொழிலாளர்களின் புதைவிடமும் புதர் மண்டிக் கிடக்கிறது.

இ.ஆர்.லோகன்தான் இந்த அணைக் கட்டுமானத்தின்

இயந்திரங்களுக்கான பொறுப்பாளர். அணைக் கட்டுமானத்தில் பென்னிகுவிக் ஈடுபட, அணைப்பகுதியில் இருந்து தண்ணீரைக் தேக்கடிக்குக் கொண்டுவருதல், அங்கிருந்து தமிழகப் பகுதிகளுக்குத் திருப்புதல் போன்ற பணிகளையும் மேற்கொண்டார் லோகன். இன்றும் கம்பம் முதல் தேனி வரையிலான பகுதிகளில் இருக்கும் மக்கள் தங்கள் குழந்தைகளுக்கு லோகன், லோகன்துரை, பென்னிகுவிக் பெயர்களை வைத்திருப்பதை நீங்கள் காணலாம்.

அன்றைய மதுரை மாவட்டம்தான் இன்று தேனி, திண்டுக்கல், சிவகங்கை மற்றும் ராமநாதபுரம், விருதுநகராகப் பிரிக்கப்பட்டுள்ளது. இதில் தேனி, திண்டுக்கல், மதுரை, சிவகங்கை மற்றும் ராமநாதபுரம் மாவட்டத்தின் நிலங்களில் பெரியாற்று அணையின்றி சுமார் இரண்டு லட்சம் ஏக்கர் நிலத்தில் விவசாயம் நடைபெற்றிருக்க வாய்ப்பேயில்லை. தேனி மாவட்டத்தின் சுருளிப்பட்டி, காமயக்கவுண்டன்பட்டி, பாலார்பட்டி, கூழையனூர் போன்ற ஊர்களில் பென்னிகுவிக் நினைவைப் போற்றும்படி ஆண்டுதோறும் கிராமத்து தெய்வங்களை வணங்குவது போல் பொங்கல் வைத்து வழிபாடுகள் நடைபெற்றுவருகின்றன. இந்தப் பகுதியில் பல வீடுகளில் பென்னிகுவிக் அவர்களின் உருவப்படத்தை நீங்கள் காணலாம்.

இந்த அணையின் நீர் ராமநாதபுரம்வரை சென்றாலும், வைகை அணைக்கு அருகில் இருக்கும் மதுரை மாவட்டத்தின் உசிலம்பட்டி பகுதியைச் சேர்ந்த 58 கிராமங்களுக்குத் தண்ணீர் கொண்டு செல்வதற்காக அமைக்கப்பட்ட '58 கிராமப் பாசனக் கால்வாய்' திட்டம் இன்று இந்த மக்களுக்கு ஒரு கனவாகவே இருந்துவருகிறது.

பென்னிகுவிக் 1911-ல் இங்கிலாந்தின் சர்ரேயில் உள்ள கேம்பர்லியில் காலமானார். உத்தமபாளையத்தைச் சேர்ந்த சந்தானா பீர் ஒலி, இந்த நீரின் பயனைப் பெற்ற ஐந்தாம் தலைமுறையைச் சேர்ந்தவர். அவர் பென்னிகுவிக் சமாதியையும், பென்னிகுவிக் குடும்பத்தாரையும் லண்டனுக்குக் கல்வி கற்கச் சென்ற இடத்தில் கண்டுபிடித்தார். அவர்களது குடும்பத்தாரை 2018-ல் தமிழகம் அழைத்துவந்தார். லண்டனில் பென்னிகுவிக்கின் சமாதியைப் புணரமைத்து, அவரது சிலையையும் அங்கு நிறுவினார்கள்.

பென்னிகுவிக்கின் பெயர்த்தியான டயானா கிப் மற்றும் பேரன் டாம் கிப் என் நண்பர்கள், அவர்கள் இருவரும் மதுரையின் என் வீட்டிற்கு வருகை தந்தார்கள். பென்னிகுவிக் அவர்களின் இந்த நிலத்தின் மீதான பிரியத்திற்கு என்ன காரணம் என்பதை அவர்களுடன் விவாதித்துக்கொண்டிருந்தேன். ஊடகவியலாளரான டாம் கிப் சொன்னார் "அனைவருக்குமே தாம் பிறந்து வளர்ந்த ஊரின் மீது எப்பொழுதுமே ஒரு பிரியம் இருக்கவே செய்யும், என் தாத்தா இந்தியாவின் மகாராஷ்டிர மாநிலத்தின் பூனேயில் பிறந்தவர்" என்றார்.

16

மதுரா மில்ஸ் - நவீனத்தின் வருகை!

ஸ்கட்லாந்தைச் சேர்ந்த ஆண்ட்ர்யூ மற்றும் ப்ராங்க் ஹார்வி சகோதரர்கள் பருத்தி வியாபாரத்தில் ஈடுபட்டிருந்தார்கள். 1883-ல் அம்பா சமுத்திரத்தில் பருத்தி நெசவுத் தொழிற்சாலையை (STEAM MILL) நிறுவினார்கள். அம்பை ஆலை தாமிரபரணியின் நீர் கொண்டு மின்சாரம் தயாரித்து அதிலிருந்து இயங்கும்படி வடிவமைத்தார்கள். அம்பாசமுத்திரத்தின் வெற்றி அவர்களை 1889-ல் தூத்துக்குடியில் இரண்டாவது ஆலையை (CORAL MILL) அமைக்க வித்திட்டது. தூத்துக்குடிக்குக் கடல் வழியே நிலக்கரியைக் கொண்டுவந்து அங்கே நிலக்கரியின் துணையுடன் மின்சாரம் தயாரித்து ஆலையை இயக்கினார்கள்.

கர்னல் ஜான் பென்னிகுவிக் பெரியாற்று அணையைக் கட்டிக் கொண்டிருக்கிறார், விரைவில் மதுரை நகரத்திற்குத் தண்ணீர் வந்துவிடும் என்ற தகவல் ஆண்ட்ர்யூ மற்றும் ப்ராங்க் ஹார்வி சகோதரர்களை எட்டுகிறது.

1892-ல் நீராவி கொண்டு இயங்கும் விதமாக பெரும் நூற்பாலையை இந்தச் சகோதரர்கள் மதுரையில் நிறுவும் வேலையைத் தொடங்கினார்கள். அதுதான் இன்றும் மதுரையில் பெரும் தொழில் புரட்சியின் தொடக்க முகவரியாகத் திகழும் 'மதுரா மில்ஸ்' (MADURA MILLS). பின்னாள்களில் இது தென்னிந்தியாவின் மிகப்பெரிய பஞ்சாலையாகவும், உலகின் மிகப்பெரிய பஞ்சாலைகளில் ஒன்றாகவும் கருதப்பட்டது.

மதுரையில் உள்ள இந்த ஹார்வி மில்லின் கட்டடத்தை பொறியாளர் சார்லஸ் ஹென்றி பாலார்டு கட்டினார். நீராவியால்

வேலை நேரம் என்கிற வரைமுறைகள் அன்று இருந்திருக்கவில்லை. காலை ஆறு மணியிலிருந்து மாலை ஆறு மணி வரை தொழிலாளர்கள் பஞ்சாலையில் வேலை செய்தனர்.

ஓடக்கூடிய இப்பஞ்சாலை மதுரை ரயில் நிலையத்திற்கு நேர் பின்புறம் அமைந்திருந்தது. ரயில் நிலையத்திலிருந்து இருப்புப்பாதை ஆலையின் வளாகத்தினுள் சென்று மீள்வதாக நிறுவப்பட்டது. மதுரா மில்ஸின் பிரமாண்டமான பழைய கட்டடத்திற்கு முன்பாக நீராவி இயந்திரத்தின் மாபெரும் ஃப்ளைவீலை இன்றும் நீங்கள் காணலாம். இந்தப் பெரிய இரும்புச் சக்கரம்தான் மதுரா கோட்ஸ் மில்லின் அடையாளமாக நீண்ட காலம் மதுரை மக்களால் பிரமிப்புடன் பார்க்கப்பட்டது, இன்றும் பார்க்கப்படுகிறது.

மில் தொழிலாளர்களுக்கு என்று மதுரையின் ஆக நவீனமான குடியிருப்புப் பகுதி ஹார்விப்பட்டி என்கிற பெயரில் திருப்பரங்குன்றம் மலையின் தெற்காக அமைக்கப்பட்டது. மதுரை மில்லிலிருந்து செல்லும் ரயில் பாதை திருப்பரங்குன்றத்தைத் தாண்டி நேரடியாக ஹார்விப்பட்டி குடியிருப்புப் பகுதியின் அருகே நிற்கும் வண்ணம் வடிவமைக்கப்பட்டது. ஹார்விப்பட்டியிலிருந்து மதுரா மில் வளாகத்திற்குத் தொழிலாளர்கள் செல்ல ஒரு ரயில் ஏற்பாடு செய்யப்பட்டது. இந்த ரயில் மூன்று ஷிப்ட்டிற்கும் தொழிலாளர்களை ஏற்றிச் செல்லும். இது தொழிலாளர்களுக்கான இலவச ரயில் சேவை. இந்த ரயில் ஹார்விப்பட்டியிலிருந்து கிளம்பி திருப்பரங்குன்றம், பசுமலை ரயில் நிலையங்கள் வழியாக மதுரை ஜங்ஷனைக் கடந்து மதுரா கோட்ஸ் வளாகத்தை வந்தடையும். தென்னிந்தியாவின் மிக முக்கியமான ரயில் நிலையமாகக் கருதப்படும் மதுரைச் சந்திப்பில் (*Madurai Junction railway station*) நிற்காத ஒரே ரயிலாக இந்த ரயில் புகழ்பெற்று விளங்கியது.

பஞ்ச காலத்தில் மதுரை கடுமையாகச் சிரமப்பட்டது. இந்தச் சிரமங்களிலிருந்து விடுபட கைக்கு ஒரு வேலை வேண்டும் என்கிற பரிதவிப்புடன் மதுரை மக்கள் தவித்த நேரம் இந்தப் பஞ்சாலை பெரும் வாய்ப்புகளை உருவாக்கியது. பழைய மதுரை மாவட்டம் முழுவதுமிருந்து மக்கள் இந்த வேலைவாய்ப்புக்காக பிறந்த கிராமங்களை விட்டு, பிள்ளை குட்டிகளைப் பிரிந்து மதுரை நகரம்

மதுரா மில் கட்டுமானத்தின்போது...

மதுரா மில் நிர்வாகக் குழுவினர்

நோக்கி வந்தார்கள். இந்த வேலை வாய்ப்பைப் பெறுவதும், இதற்கான மேஸ்திரிகளைக் கண்டடைவதும் அத்தனை சுலபமான காரியமாக இருக்கவில்லை. மேஸ்திரிகளை கங்காணிகளைத் தேடிப்போக வேண்டும். அவர்கள் சொன்ன நேரம் அங்கு சென்று கைகளைக் கட்டி நிற்க வேண்டும். ஜாதியும் பணமும் வேலை கிடைப்பதற்கான முக்கிய காரணிகளாக மாறின.

ஆண்-பெண் தொழிலாளர்களுடன் பத்து பன்னிரண்டு வயது சிறுவர்கள் வரை ஆலையில் தொழிலாளர்களாகப் பணியாற்றினார்கள். வார விடுமுறைகள் என்றால் என்ன என்பதை அவர்கள் அன்று அறிந்திருக்கவில்லை. உணவுக்குக்கூட போதிய இடைவேளை கிடையாது. ஊதியமும் மிகவும் குறைவு. குடும்ப வேலைகளுக்காக விடுமுறை எடுத்தால் அதற்கும் ஊதியம் மறுக்கப்படும். அத்துடன் விடுமுறை முடிந்து பணிக்குத் திரும்பிய தொழிலாளார்களுக்கு வேலையும் மறுக்கப்படும். மேஸ்திரிக்கு மறைமுக லஞ்சம் கொடுத்துதான் மில்லுக்குள் நுழைய வேண்டும்.

வேலை நேரம் என்கிற வரைமுறைகள் அன்று இருந்திருக்க வில்லை. காலை ஆறு மணியிலிருந்து மாலை ஆறு மணி வரை தொழிலாளர்கள் பஞ்சாலையில் வேலை செய்தனர். 'ரேகை பார்த்து ஓட்டுதல்' என்ற சொல்லால் வேலையின் தொடக்கமும் முடிவும் குறிப்பிடப்பட்டது. உங்கள் உள்ளங்கை ரேகை தெளிவாகத் தெரியும் நேரத்தில் வேலையைத் தொடங்கி அதனைப் பார்க்க முடியாத அளவில் ஒளி மங்கும் நேரத்தில் வேலையை முடிக்க வேண்டும் என்பதே 'ரேகை பார்த்து ஓட்டுதல்' என்ற சொல்லின் அர்த்தம்.

தொழிலாளர்கள் செய்யும் சிறு தவறுகளுக்குக்கூடக் கடுமையான தண்டனைகள் வழங்கப்பட்டன. பிரம்படியும் அதனால் எழும் அலறலும் பல டிபார்ட்மென்டுகள் தாண்டியும் கேட்குமாம். வெள்ளைக்கார அதிகாரிகள் ஆலையினுள் வரும்போது குறுக்கே கடந்து சென்றாலும் அடியும் உதையும் கிடைக்கும் என்கிறார் ஆய்வாளர் அ.சிவசுப்பிரமணியன்.

மதுரா ஆலையில் நூற்புக் கதிர்கள்

பெண் தொழிலாளர்களுக்குக் குறைந்த சம்பளமே கொடுக்கப்பட்டது. அவர்களுக்கு ரீலர், வைண்டர் மற்றும் கழிவுகள் அகற்றும் வேலைகள் மட்டுமே வழங்கப்பட்டன. மேஸ்திரிகளின் பாலியல் சீண்டல்கள் மற்றும் சுரண்டல்களைச் சேர்த்துச் சமாளிக்கும் சூழல் அவர்களுக்கானதாக இருந்தது. பொதுவாக இந்த ஆலையில் வேலை செய்த பெண்கள் வீட்டை விட்டு 14-15 மணி நேரம் வெளியே இருக்கும்படியாக இருந்தது. ஒரே கட்டத்தில் இந்த மூன்று ஆலைகளிலும் கூட்டாக 27,000 தொழிலாளர்கள் பணியாற்றினார்கள். இதில் மூன்றில் ஒரு பங்கு பெண் தொழிலாளர்கள்.

1908-ல் இந்திய பேக்டரி கமிஷன் வேலை நேரம் தொடர்புடைய பரிந்துரைகளை வகுத்துத் கொடுத்தது. அதிலும் குறிப்பாக பெண் தொழிலாளர்களின் வேலை நேரங்கள் தொடர்பாகப் பல கட்டுப்பாடுகளை முன்வைத்தது. 1911-ல் இந்திய பேக்டரி சட்டம் பெண்களை காலை 5 மணி முதல் மாலை 7 மணிக்குள்தான் வேலை வாங்கலாம், பெண்களை இரவு நேர ஷிப்டுகளில் இனி ஈடுபடுத்தக் கூடாது என்றது. அடுத்து 1922-ல் வெளிவந்த தொழிலாளர் சட்டம் பெண்களையும் குழந்தைகளையும் கனரக வேலைகள் மற்றும் ஆபத்தான பணியிடங்களில் ஈடுபடுத்தக்கூடாது என்று பரிந்துரைத்தது.

பொதுவாகவே ஹார்வி சகோதரர்களின் மில்களில் தொழிற்சங்கங்கள் அறவே கிடையாது. ஆனால் நெருக்கடிகள் அமைப்புகளுக்கு வழிவகுக்கும்தானே. நிர்வாகம் இந்தச் சட்டங்களை நடைமுறைப்படுத்த சங்கமும் போராட்டங்களும் அவசியமாக மாறின. 1917-ல் ரஷ்யாவில் அக்டோபர் புரட்சி வெடித்ததும் அது உலகம் முழுவதும் பெரும் தாக்கத்தை ஏற்படுத்தியது. 1918-ல் மதுரா கோட்ஸ் ஆலையில் தொழிற்சங்கம் தொடங்கப்பட்டது. இந்த உருவாக்கத்தில் ஜார்வ் ஜோசப் முக்கியப் பங்காற்றினார். சம்பள உயர்வு, வேலைநேரக் குறைப்புக்காக 1919-ல் புகழ்பெற்ற மதுரா மில் வேலை நிறுத்தம் தன்னெழுச்சியாக வெடித்தது. அடுத்து 1920 ஏப்ரல் 22 முதல் ஜூன் 1 வரை மதுரா மில் ஸ்டிரைக் நடைபெற்றது. வேலை நேரக்குறைப்பு தொடங்கி மேஸ்திரிகளின் ஆதிக்கம் வரை பல கோரிக்கைகள் முன்வைக்கப்பட்டன. மில் தொழிலாளர்களின் கோரிக்கைகளை நிர்வாகம் ஏற்றது. இந்த எல்லாப் போராட்டங்களிலும் பெண்கள் முக்கியப் பங்காற்றினார்கள்.

இந்தக் காலகட்டத்தின் காட்சிகளையெல்லாம் ‘பஞ்சநந்தவிர்க்கவந்த பஞ்சாபீஸ் பரிமளச்சிந்து’ என்கிற நூல் விரிவாகப் பதிவு செய்துள்ளது. இந்த நூலின் ஆசிரியர் வெள்ளியம்பல வித்வான் சந்தச்சரபம் ஷண்முகதாஸ், இசை நாடக மரபில் ராஜபாட் நடிகராக

விளங்கியவர். இசை, நாடகம், எழுத்திலும் வல்லவராகத் திகழ்ந்தார்.

இந்தப் பனுவல் இயந்திரங்களைப் பற்றியும் அதன் பேரளவு, வேகத்தைப் பற்றியும் பேசியது, தொழிற்துறைப் பண்பாட்டைப் பற்றிப் பேசியது, இப்படி ஒரு புதிய நடைமுறையை எதிர்கொள்ளும் முதல் தலைமுறையினரின் மனநிலையைக் குறித்துப் பேசியது. அந்த ஆலையில் உலவிய இஞ்சின்துறை பற்றியும் தொழிலாளர்களை வேலை வாங்கும் தாடி துறை பற்றியும் விவரித்தது. இந்த ஆலைகளில் ஒருவித சிறைப்பண்பு இருந்ததையும் இந்தப் பாடல்கள் சுட்டிக்காட்டுகின்றன.

இந்த ஆலைகளில் தொழிலாளர்களின் மீது விழும் பிரம்படி பற்றிய குறிப்புகள் உள்ளன. 'அண்டி விழுதுண்ணு/ அடிக்கிறானே சூசைமுத்து/ அடிபொறுக்க முடியாமல்/ ஓடுறாளே தெங்கமலம் கடற்கரைக்கு' என்கிற ஒரு பாடல் அடிபொறுக்க முடியாமல் தொண்டிக் கடல் நோக்கி ஓடி கடலில் விழும்படியாக விழும் பிரம்படிகளைப் பற்றி விவரிக்கிறது.

மதுரா மில் தொழிலாளியான எஸ்.பெருமாள் கோனார் அவர்கள் இந்த ஆலைத்தொழிலாளிகளின் அவல வாழ்க்கையைப் பாடல்களாக வடித்திருக்கிறார். புதிய தொழில்முறைமைகள் தொழிலாளியைப் பிழிந்து எடுப்பதை அவரது பாடல்களில் சித்திரித்துள்ளார்.

'சைடு மேஸ்திரி எசக்கி பிள்ளையை எப்பொழுதும் இன்பத்துடன் பார்க்கணும், சரியாக நடக்கணும், அவர் சந்திலே பொந்திலே கண்டவுடன் சரணங்கள் செய்யணும், அரி எடுக்கிற பாண்டிக்கு நாங்கள் அடங்கியே போகணும், அவர் அறிவிக்கும் வேலைகளை நாங்க அன்புடனே பார்க்கணும், சுத்திப் பாக்குற சுந்தராசுக்கு சொல்லுப் பேச்சு கேட்கணும், உடம்புக்கு சோம்பேறித் தனமில்லாமல் சுறுசுறுப்பாய் பார்க்கணும், அதிகாலையில் எந்திரிச்சி அவசரமாய்ப் போகணும் அங்கே அசந்து மசந்து இருந்துட்டா அப்சண்ட்டு ஆகணும் வேலைக்குப் போகும்போது வில்லையத்தான் போடணும்' என்று ஒரு நாள் மில் வாழ்க்கையை அப்படியே துள்ளியமாக விவரிக்கிறது அவரது பாடல்.

‘பஞ்சாபீஸ் காசு வந்து பஞ்சுபோலப் பறக்குது, பறக்க பறக்கப் பாடுபட்டுப் பாதி ஒடம்பாய் இருக்குது, அதிகாலையிலே எந்திரிச்சா அடுப்புலே கோழி தூங்குது, அருமையாகப் பெத்தபுள்ள ஆப்பத்துக்கு ஏங்குது, காலையிலே எந்திரிச்சா கஞ்சிக்குப் போட உப்பில்லை, நாங்க கடிச்சுக்கிற தொட்டுக்கிற காய்கறிகளும் ஒண்ணுமில்லை.’ பஞ்சாலைத் தொழிலாளர்களின் அவல வாழ்வை இந்தப் பாடல்கள் நம் கண்முன்னே கொண்டு வந்து நிறுத்துகின்றன.

பஞ்ச காலங்களில் கிராமங்களிலிருந்து மில் வேலைக்கு வருவதும் பஞ்சகாலம் முடிந்ததும் சொந்த ஊர்களுக்குத் திரும்பிவிடவே அவர்கள் மனம் ஏங்கியது. அவர்களின் நிலம், ஊர், உறவினர்கள், நண்பர்கள், திருவிழாக்கள் என எல்லாவற்றையும் விட்டு நகரத்தில் வேலை செய்வதை அவர்கள் பெரும் துயராகவே கருதினார்கள் என்பதும் சில பாடல்களில் வெளிப்படுகிறது.

ஒரு புதிய பணியிடத்தை அவர்கள் முதன்முதலாகப் பார்க்கும் வியப்பு, ஆனந்தம், அதிசய உணர்வும் பஞ்சாபீஸ் பரிமளசிந்தில் வெளிப்படுகிறது. ஆலையின் கட்டடம் விரிவாக வர்ணிக்கப்படுகிறது. அதைக் கட்டுவதில் பயன்படுத்தப்பட்ட கல், இரும்பு, கண்ணாடி ஆகியவை கூட இந்தப் பாடல்களில் இடம் பெறுகின்றன. ஆலையின் உள்ளே இருக்கும் இயந்திரங்கள், அவற்றில் மும்முரமாய்ப் பணியாற்றும் தொழிலாளர்கள், பெரும் வலையின் பேரளவிலான தானியக்கத்தை அதிசயித்துப் பார்க்கும் தொழிலாளர்கள் இந்தப் பாடல்களில் இடம்பெறுகிறார்கள்.

ஒரு விவசாயி தொழிலாளியாக மாறும்போது ஏற்படுகிற மன நிலையையும் இந்தப் பாடல்கள் சுட்டிக்காட்டுகின்றன. அவர்களின் வாழ்வில் சங்கொலி எனும் ஒரு புதிய ஒலி எப்படி ஒரு ஒழுங்கைக் கொண்டு வருகிறது என்பதையும் இப்பாடல்கள் மீண்டும் மீண்டும் வலியுறுத்துகின்றன. காலையில் வேலை தொடங்குகிற நேரத்தின் அழைப்புகள், இரண்டாம் மூன்றாம் அழைப்புகள், மதிய உணவு நேரத்தை அறிவிக்கும் ஒலி, மதியம் உணவு நேரம் முடிந்ததை அறிவிக்கும் ஒலி, மாலையில் வேலை முடிந்ததை அறிவிக்கும் ஒலி என இரவில் வீட்டிற்கு வந்து உறங்கும் தொழிலாளிகூட மீண்டும் ஒரு அழைப்பால் எழுப்பப்படுவது வரை ஒலிகளின் பெரும் தொகுப்பாக இந்தப் பாடல்கள் திகழ்கின்றன.

இந்த இயந்திரங்களிலிருந்து வியர்வை வரும்படியாக தொழிலாளர்கள் வறுத்தெடுக்கப்படுகிறார்கள் என்கிற வரிகள் இந்தப் பாடல்களின் உச்சம் எனலாம், தங்களின் மீது நிகழ்த்தப்படும் சித்ரவதைக்கு இந்த இயந்திரங்களே சாட்சி என்கிற இடம் உழைப்பு பற்றி எழுதப்பட்ட இந்த உலகின் ஆகச்சிறந்த வரிகளில் ஒன்று. மனிதமயமாக்கப்பட்ட இயந்திரமும் இயந்திரமாக மாற்றப்பட்ட தொழிலாளியும் என எப்படி ஒரு புதிய இயந்திர நாகரிகத்திற்குள் மதுரையில் தொழிலாளர்கள் உருமாற்றம் அடைந்தனர் என்பதற்கு இந்தப் பாடல்களின் சொற்களே சாட்சி.

மதுரை மில் அருகே இருக்கும் ரயில்வே கேட்டைத் தாண்டினால் மதுரா தொழிலாளர் பள்ளி. இந்த

மதுரை ரயில் நிலையத்தின் பின்னணியில் மதுரா மில்ஸ்

ரயில்வே கேட்டை தினசரி 12,000 தொழிலாளர்கள் எப்படிக் கடந்து வந்தனர் என்பதைப் பற்றி இந்தப் பகுதியில் வசிப்பவர்கள் சொல்லக் கேட்டிருக்கிறேன். அதேபோல் மில் வளாகத்தில் உள்ள நீராவிக் களனில் இருந்து வெளியாகும் வெந்நீர் ஒரு வாய்க்காலில் அங்கிருந்து கிளம்பி ஆரப்பாளையம் புட்டுத் தோப்பு நோக்கிச் செல்லும். இந்த வாய்க்கால் உள்ள சாலைக்கு சுடுதண்ணீர் வாய்க்கால் தெரு என்று பெயர். ஆயிரக்கணக்கான தொழிலாளர்கள் ஷிப்ட் முடிந்ததும் அந்த வெந்நீரில் அலுப்பு தீரக் குளிப்பது தினசரி நிகழ்வுகளில் ஒன்று. 1960களில் மின்சாரம் வந்தவுடன் இந்த நீராவி இயந்திரம் நிறுத்தப்பட்டு வெந்நீரும் காணாமல்போனது.

பசுமலையின் உச்சியில் பஞ்சாலையின் இயக்குநருக்கான குடியிருப்பு உருவாக்கப்பட்டது. மதுரை கோட்ஸ் ஆலைக்கு அருகே தொழிலாளர்களின் ஆண் குழந்தைகளுக்கான மதுரா லேபர் வெல்ஃபேர் பள்ளியும் தொழிலாளர்களின் பெண் குழந்தைகளுக்காக மங்கையர்கரசி பள்ளியும் உருவாக்கப்பட்டன. அதேபோல் அதிகாரிகளின் குழந்தைகளுக்கு என விகாசா பள்ளி பசு மலை மீது கொஞ்சம் காலம் இயங்கியது. அதன் பின்னர் அதனை மதுரா மில்லுக்கு எதிரே உள்ள வளாகத்திற்கு மாற்றினார்கள். கோச்சடையின் அலுவலர்கள் குடியிருப்பும் அத்துடன் அதிகாரிகளுக்கான க்ளப்பும் தொடங்கப்பட்டன.

மதுரா மில் பல போராட்டங் களுக்குப் பின்பு நல்ல ஊதியம் மற்றும் தொழிலாளர் சட்டங்களை நடைமுறைப்படுத்தும் ஒரு முன்மாதிரி நிர்வாகமாக உருமாறியது. இரண்டாம் உலகப்போருக்குப் பின் தொழிலாளர்களுக்கு ஆலையின் பங்குகள் விற்கப்பட்டு அவர்களுக்கு லாபத்தில் பங்கு கொடுக்கப்பட்டது. ஒரு காலகட்டத்தில் மதுரை நகரத்திலேயே அதிகபட்சமாக சம்பளம் வாங்கும் தொழிலாளர் வர்க்கமாக இந்த மில் தொழிலாளிகள் விளங்கினர். மதுரையில் ஒரு காலத்தில் அரசு ஊழியர்களைவிட மதுரா கோட்ஸ் ஊழியர்களுக்குத் திருமணத்திற்கு வரன் கிடைப்பது சுலபமாக இருக்கும் அளவிற்கு இந்த மில்லின் சம்பளமும் அதன்

மதுரா ஆலையின் உள்ளே புகை போக்கி

உத்தரவாதமும் மக்கள் மனதில் பெரும் நம்பகத்தன்மையாக இருந்துள்ளது. சம்பள நாளில் கைநிறையப் பணத்துடன் வெளியே வரும் தொழிலாளர்களுக்காக ஒரு பெரிய பஜாரே சாலையின் இரு புறங்களிலும் காத்திருக்கும். பீம புஸ்டி ஹல்வா முதல் ஒரு திருவிழா சந்தை போல மில் வாசல் காட்சியளிக்கும்.

மதுரை நகரத்தில் எந்த ஒரு பொருளும் அறிமுகப்படுத்த வேண்டும் என்றால் அது மதுரா கோட்ஸ் மில் வாசலில்தான் நடைபெற்றுள்ளது. மதுரையில் காபி அறிமுகமானது மதுரா மில் வாசலில்தான். முதலில் வேலையை விட்டு வெளியே வருபவர்களுக்கு இலவசமாக காபி குடிக்கக் கொடுத்திருக்கிறார்கள். அதற்குப் பிறகு அவர்கள் உணவு கொண்டு வரும் தூக்குவாளியில் தொழிலாளர்களின் குடும்பத்தாருக்கு இலவசமாக காபி ஊற்றிக் கொடுத்திருக்கிறார்கள். அதன் பின்னர் மெல்ல காபித் தூள் விற்பனை செய்திருக்கிறார்கள். இந்தக் காபித்தூளை வாங்கிச் சென்று வீட்டில் போட்டால் அதே சுவையுடன் வரவில்லை, அதன் பின்னர்தான் காபியை வில்லை வடிவில் மாற்றி வந்து மீண்டும் காபி விற்பனையைத் தொடங்கியிருக்கிறார்கள். இப்படித்தான் மதுரையில் ஸ்டேன்ஸ் நிறுவனம் காபியை அறிமுகம் செய்தது.

மதுரா மில்கள் தையல் நூல்கள், கேன்வாஸ் துணி, தார்ப்பாய்கள், காடாதுணிகள் தொடங்கி பாராசூட்களின் குடைத் துணி வரை எண்ணற்ற நூல் மற்றும் துணி வகைகளைத் தயாரித்து வந்துள்ளார்கள். காலம்தோறும் தேவைகளுக்கு ஏற்ப இவர்கள் தயாரிப்புகள் மாறி வருகின்றன. இன்றும்கூட உலகின் புகழ்பெற்ற *TETLEY* தேயிலைப் பைகளில் உள்ள *EDIBLE GRADE* நூல்கள் மதுரையிலிருந்துதான் உலகம் முழுவதும் செல்கின்றன.

மில் வாயிலில் நீராவி இயந்திரத்தின் பெரும் சக்கரம் மட்டும் பழைய சாட்சியமாக நகரத்தைப் பார்த்துக்கொண்டிருக்கிறது. சுடுதண்ணீர் ஓடிய வாய்க்கால் சுவடு இல்லாமல் மறைந்து விட்டது. ஏ.டி.எம் கார்டுகளின் வருகை சம்பள நாளில் வாசலில் இருந்த சந்தையை இல்லாமல் ஆக்கிவிட்டது. 12,000 மில் தொழிலாளர்களை நவீன இயந்திரங்களின் வருகை 1500ஆக குறைத்துவிட்டது. எது எப்படி இருப்பினும் தொழிற்புரட்சியின் வருகையை மதுரைக்கு அறிவித்த சாட்சியமாக மதுரையின் வரலாற்றில் எப்பொழுதும் முக்கிய இடத்தை வகிக்கும் ‘மதுரா மில்ஸ்.’

17

கோட்டைக் கொத்தளத்தின் கால்தடங்கள்!

வரலாற்றின் எச்சங்களாக உலகம் முழுவதுமே கோட்டைச் சுவர்களை நீங்கள் காணலாம். ஓர் அரண்மனையைச் சுற்றி பாதுகாப்புக்காக கோட்டைச் சுவர்கள் கட்டுவது வழக்கம். ஒரு தலைநகரத்தைச் சுற்றிப் பாதுகாப்பு அரணாகக் கோட்டைச் சுவர்கள் எழுப்பப்பட்டதையும் வரலாற்றில் காண்கிறோம். இப்படியான சுவர்களைக் காண்பதற்குப் பள்ளிப்பருவத்தில் ஏங்கியிருக்கிறேன். மும்பையில் இருந்து புனே அருகில் இருக்கும் பல கோட்டைகளுக்கு எங்களை பள்ளிச் சுற்றுலாவாக அழைத்துச் செல்வார்கள். இருப்பினும் புத்தகங்களின் வழியே என் மனதைக் கொள்ளைகொண்டு ஈர்த்தது சீனப் பெருஞ்சுவர் (*Great Wall of China*).

விண்வெளியில் இருந்து பார்த்தால் பூமியில் மனிதனின் உருவாக்கத்தில் ஒன்றை நாம் பார்க்க இயலும் எனில் அது சீனப் பெருஞ்சுவர் மட்டுமே என்கிற தகவல்தான் இந்தச் சுவரின் மீதான ஈர்ப்பிற்குக் காரணம். சீனப் பேரரசைக் காப்பதற்காக பல சீன அரச வம்சங்களால் கட்டப்பட்ட இந்தச் சுவர் கொரியாவுடனான எல்லையிலிருந்து கோபி பாலைவனம் வரை 6,400 கிமீ அளவுக்கு நீண்டு செல்கிறது. வெளியாட்கள் நுழைவதைத் தடுப்பதும் குறிப்பாக எதிரிகள் குதிரைகளை, ஆயுதங்களைக் கொண்டுவராமல் தடுப்பதுமே இந்தச் சுவரின் முதன்மை நோக்கம், எல்லாப் பெஞ்சுவர்களின் நோக்கமும் இதுவே.

இந்தியாவில் ஆக்ரா, அஹமதாபாத், அமராவதி, அமிர்தசரஸ், டெல்லி, ஹைதராபாத், ஜோத்பூர், ஜைசல்மேர், லக்நவ், ராய்கட்,

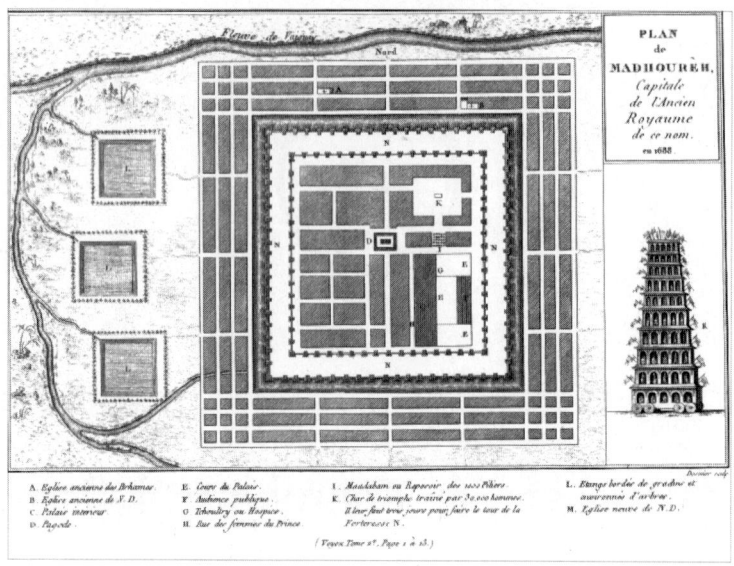

1683-ல் மதுரையின் வரைபடம்

வாராங்கல், மோவ், சென்னை, திருநெல்வேலி, திண்டுக்கல், திருமயம், நாமக்கல், சங்ககிரி, ஆத்தூர் என பல இடங்களில் பெரிய பெரிய கோட்டைச் சுவர்களை வரலாற்றின் எச்சங்களாக நீங்கள் காணலாம்.

மதுரை ஒரு கோட்டை நகரம், ஒரு பெரும் கோட்டைச் சுவருக்குள் இருந்த நகரம். கோட்டைச் சுவர்களைக் காண்பது என்பதே வரலாற்றைக் காண்பதுதான். மதுரையில் இருந்து வடக்காகச் சென்றால் திண்டுக்கல் கோட்டை, கிழக்காகச் சென்றால் திருமயம் கோட்டை என எந்தக் கோட்டையைக் கடந்தாலும் அதனைக் கண்களில் இருந்து மறையும் வரை பேருந்தில் இருந்து பார்த்துப் பரவசம் அடைந்திருக்கிறேன். திருவண்ணாமலையில் இருந்து சென்னைக்குப் போகும்போதெல்லாம் என் கைப்பேசியை அணைத்து வைத்து விட்டு செஞ்சிக் கோட்டைக்காகக் காத்திருப்பேன். ஹைதராபாத் செல்லும்போதெல்லாம் கோல்கொண்டா கோட்டையைப் பார்க்காமல் வந்ததில்லை, இவையெல்லாம் அரண்மனையைச் சுற்றிக் கட்டப்பட்ட கோட்டைகள், ஆனால், மதுரையில் மொத்த நகரமும் ஒரு கோட்டைக்குள்ளே இருந்தது.

தமிழ்நாட்டில் மட்டும் 92 பேரரசுக் கோட்டைகள், 8 சிற்றரசர்களின் கோட்டைகள், 18 பாளையக்காரர்களின் கோட்டைகள் உள்ளன. இவை தவிர சென்னையின் புனித ஜார்ஜ் கோட்டை முதல் தரங்கம்பாடி வரை ஐரோப்பியர்கள் கட்டிய கோட்டைகள் என்று நாம் அவசியம் காணவேண்டிய வரலாற்றுத் தளங்களின் பட்டியல் வைத்திருக்க வேண்டும்.

13-ம் நூற்றாண்டில் பாண்டிய வேந்தர்கள் மதுரை நகருக்கு ஒரு கோட்டைச் சுவரைக் கட்டினார்கள், இந்தக் கோட்டைக்கு ஐந்து கோட்டை வாயில்கள் இருந்ததாகவும் தகவல்கள் தெரிவிக்கின்றன. சங்க இலக்கியத்தில் மதுரையில் உள்ள கூடல் அழகர் பெருமாள் கோயில் கோட்டைக்கு

வெளியே கிருதுமால் நதியின் கரையில் இருந்ததாக ஒரு குறிப்பில் வாசித்திருக்கிறேன். அப்படியெனில் பாண்டியர் கோட்டைக்கு வெளியேதான் கூடல் அழகர் கோயில் இருந்திருக்கிறது என்றால் இந்த எல்லைக்கு உள்ளேதான் பழைய கோட்டைச் சுவர் இருந்திருக்க வேண்டும். பாண்டியர் காலத்தில் இருந்த அந்தக் கோட்டைச் சுவர் எங்கே நின்றது, அதன் மிச்சங்கள் ஏதும் இனியும் உள்ளதா என்கிற கேள்வி மனதில் எழவே செய்தது.

இந்தத் தேடுதல் மதுரை அம்மன் சன்னதிக்கு அருகே இருக்கும் பெரும் நுழைவாயிலுக்கு என்னை அழைத்துச் சென்றது. அந்த ஐந்து கோட்டை வாயில்களில் ஒன்றுதான் விட்டவாசல். அந்த விட்டவாசல் சுவரில்தான் முனீசுவரர் காவல் தெய்வமாக இன்றும் காட்சி தருகிறார். விட்டவாசல் மண்டபத்தில் கல்வெட்டுக் குறிப்பு ஒன்று உள்ளது. அந்தக் கல்வெட்டுக் குறிப்பில், விட்டவாசல் மண்டபத்தை யாரும் அகற்றவோ, ஆக்கிரமிக்கவோ, மாற்றம் செய்யவோ கூடாது எனக் குறிக்கப்பட்டுள்ளது, இதனை 1935-ல் மதுரை நகர செயற்பொறியாளராக இருந்த ஜி.எப்.பிலிப் நிறுவியிருக்கிறார்.

அப்படியெனில் இன்றைய ஆவணி மூலவீதிகளுக்கு சற்று வெளியேதான் கோட்டைச் சுவர் இருந்திருக்க வேண்டும். மதுரை ராஜா பார்லி பேக்கரிக்கு எதிரில் செல்லும் ஒரு தெருவின் பெயர் பாண்டியன் அகிழ் சந்து, நிச்சயமாக இந்த இடம் கோட்டைச் சுவர் இருந்த இடத்திற்கு வெளியே இருந்த பாண்டியன் காலத்தின் அகழியாக இருந்திருக்க வேண்டும் அது தூர்ந்துபோய் இன்று அந்த இடம் பாண்டியன் அகழித் தெருவாகவும் பின்னர் பாண்டியன் அகிழ் தெருவாகவும் மறுவியிருக்க வேண்டும் என்று நினைக்கிறேன்.

விஸ்வநாத நாயக்கர் காலத்தில் மதுரை நகரம் விரிவாக்கம் நடை பெற்றபோது பாண்டியன் காலத்துக் கோட்டைச் சுவர் இடிக்கப்பட்டது.

THIS BUILDING
WAS FORMERLY
THE WEST GATE
OF THE OLD FORT
OF MADURA

ஸ்ரீபாரத் இலவச வாசக சாலை

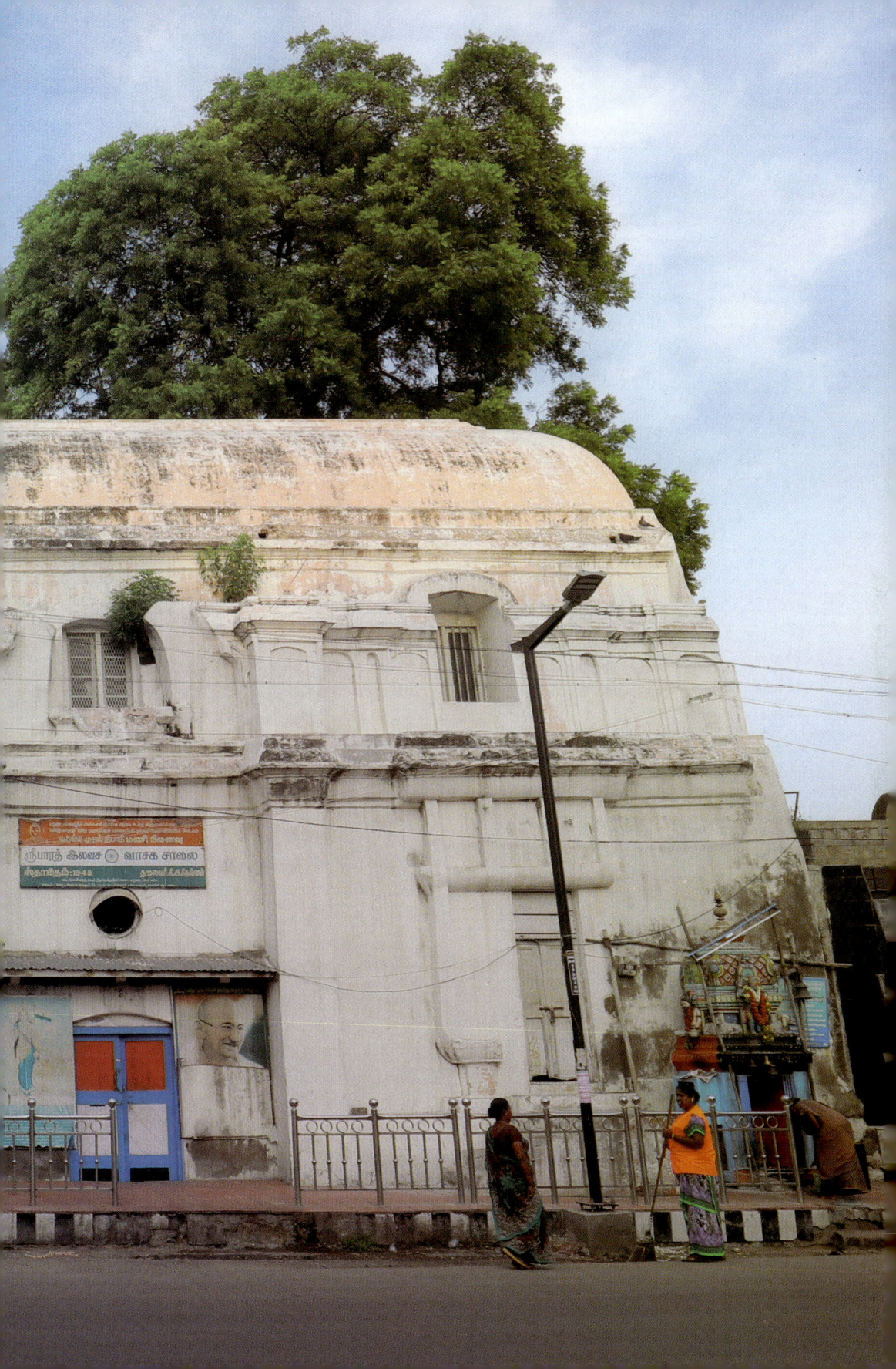

1837-ல் மதுரை கோட்டைக்குள் மட்டும் 5,000 குடும்பங்கள் வசித்தன. மதுரையில் எல்லா வீதிகளுமே ஆக்கிரமிப்புகளால் மூச்சுத் திணறின.

நகரம் இன்னும் விரிவடைந்தது, 40 அடி உயரத்திற்குப் பெரிய கோட்டைச் சுவர் நான்கு வாயில்களுடன் 72 கொத்தளங்களுடன் கட்டப்பட்டது. இந்தக் கோட்டை மதுரை நகரத்தை வலுப்படுத்தியது, எதிரிகள் நுழைய முடியாத அளவிற்கு இதில் பாதுகாப்பு ஏற்பாடுகளும் தொலைதூரம் வரை பார்ப்பதற்கு வசதியான கண்காணிப்புக் கோபுரங்களும் இந்தச் சுவரில் ஆங்காங்கே இருந்தன. கோட்டைக்கு வெளியே மிகப்பெரும் அகழி இருந்துள்ளது. மதுரையில் இருந்த அகழி 5184 மீட்டர் சுற்றளவுடையது. இன்றும் அப்படியான அகழியை நீங்கள் வேலூர் முதல் தவுலதாபாத் வரை பல கோட்டைகளில் காணலாம்.

அந்த நேரம் மாசி வீதிதான் மதுரையின் ஆகப்பெரிய வீதியாக தேரோடும் வீதியாக இருந்துள்ளது. மாசி வீதிக்கும் கோட்டைச் சுவருக்கும் இடையே இருந்த நிலப்பரப்பில் வயல்வெளிகளும் தோட்டங்களும் புதர்க்காடுகளும் இருந்தன. உலகம் முழுவதும் உள்ள கோட்டைச் சுவர்களுக்கும் மக்களின் வசிப்பிடங்களுக்கும் இடையே உள்ள பகுதிகள் எதிரிகள் கோட்டையைத் தாண்டி நுழைந்துவிட்டால் போர் நடைபெறும் இடமாகவும் இருந்துள்ளன.

16-ம் நூற்றாண்டுக்குப் பின் மதுரையின் ஜனத்தொகை படிப்படியாக வளர்ந்தது, மெல்ல மெல்ல இந்த வயல்வெளிகள் எல்லாம் குடியிருப்புகளாக மாறின, ஒரு இடத்தில் நீங்கள் நீண்ட நாள் குடிசை போட்டுக்கொண்டால் அல்லது உங்கள் அனுபவத்தில் இருந்தால் அது உங்களுக்கு சொந்தமாக மாறும் வழக்கமும் இருந்தது. 1810-ல் மதுரையின் ஜனத்தொகை கடுமையாக அதிகரித்திருந்தது, சுகாதாரக் கேடுகள் நகரின் முக்கிய பிரச்னையாக உருவெடுத்தது. ஒவ்வோர் ஆண்டும் மதுரையில் காலராவுக்கு 1500 பேர் பலியானார்கள். மதுரை

நகரத்திற்குள் ஏராளமான மாடுகள் கூட்டம் கூட்டமாகத் திரியும், அந்த மாடுகளும் இந்த சுகாதாரக் கேட்டை இன்னும் அதிகப்படுத்தும் காரணியாக இருந்தது. 1837-ல் மதுரை கோட்டைக்குள் மட்டும் 5,000 குடும்பங்கள் வசித்தன. மதுரையில் எல்லா வீதிகளுமே ஆக்கிரமிப்புகளால் மூச்சுத் திணறியது. மதுரை மிகவும் இடைஞ்சலான, சாக்கடை நீர் தேங்கி நிற்கும் வீச்சமெடுத்த நகரமாக மாறியது. அகழியும் பெரும் துர்நாற்றம் வீசும் இடமாக மாறிப்போனது.

திருமலை நாயக்கர் கட்டிய மகாலின் பெரும்பகுதியை அவரது பேரன் இடித்துவிட, மிச்சப் பகுதிகள் பாழடைந்து கிடந்தன. மதுரையைச் சுற்றி கட்டப்பட்ட 40 அடி உயரமுள்ள பிரமாண்ட கோட்டை எந்த நேரத்தில் இடிந்து விழுமோ என்ற நிலையில் இருந்தது. மதுரையின் ஜனத்தொகை 30,000 என்றால் திருவிழாக்களின் போது அது 60,000 ஆக மாறும். ஒவ்வோர் ஆண்டும் திருவிழா நடைபெறும்போதும் ஒரு பெரிய மாட்டுச்சந்தையும் நடைபெறும், ஒவ்வோர் ஆண்டும் திருவிழா முடிந்த பின் நகரத்தில் சுகாதாரக் கேடுகள் பல்கிப் பெருகும்.

ஜான் பிளாக்பர்ன் 1834லிருந்து 1847வரை மதுரையின் கலெக்டராகப் பணியாற்றினார். இந்த வரலாற்று நகரத்தை இந்தக் கோட்டை ஒரு திரை போல் மறைக்கிறது என்று அவர் கருதினார். மதுரை நகரத்தில் இருக்கும் சுகாதாரக் கேடுகள் களையப்பட வேண்டும், ஆக்கிரமிப்புகள் அகற்றப்பட வேண்டும் என்று அவர் கருதினார். ஐரோப்பிய மறுமலர்ச்சி காலகட்டத்தில் அவர்கள் எல்லா நகரங்களையும் மறு அமைவு செய்ததுபோலவே மதுரை நகரத்தையும் மறு அமைவு செய்யத் தீர்மானித்தார்கள், ஜான் பிளாக்பர்ன் கைகளில் அந்த மறு அமைவு வேலைகள் சமர்ப்பிக்கப்பட்டது. ஒரு வரலாற்று நகரத்தைத் தன் கைகளில் ஏந்துவது அவருக்கு அத்தனை சுலபமான காரியமாக இருக்கவில்லை. அன்றைய காலத்தில் இந்த நகரத்தில் பெரிய வரி வருவாய்களும் இல்லாததால், இந்தத் திட்டத்திற்கான நிதித் திரட்டலும் அவருக்கு சிரமமாகவே இருந்தது.

கோட்டை இடிப்புக்கு முக்கியத்துவம் கொடுத்த பிளாக்பர்ன் இந்தத் திட்டத்திற்கான செலவுகளை முதலில் ஒரு பொறியாளர் மூலம் மதிப்பிட்டார், அவர் ரூ.15,000 எனத் தன் திட்ட வரைவைக் கொடுத்தார். ஆனால் அரசோ கடும் நிதி நெருக்கடியில் இருந்தது. இந்தத் திட்டத்தில் இருந்தே பணம் திரட்டினால் என்ன என்கிற யோசனை பிளாக்பர்னுக்கு வந்தது. கோட்டை மற்றும் அகழி இருக்கும் இடத்தை விற்பனை செய்து அதில் இருந்து நகர விரிவாக்கத்திற்கான நிதியைப் பெறுதல் என்று முடிவு செய்தார். 1844-ல் மதுரை மக்களிடம் இதற்கான அழைப்பை அவர் விடுத்த போது 660 பிளாட்டுகளுக்கு 696 பேர் விண்ணப்பித்தனர்.

விண்ணப்பித்தவர்களுக்கு அவர்களுக்கான இடத்தை சர்வேயர் மாரட் அளவீடு செய்து கொடுப்பார், அவர்களுக்கு வழங்கப்பட்ட இடத்தில் உள்ள கோட்டைச் சுவரை இடிப்பதும் அகழியை மூடும் பணிகளையும் அவர்களே செய்ய வேண்டும் என்ற விதிமுறைகளுடன் நிலம் வழங்கப்பட்டது. அதேநேரம் மதுரையில் சர்வேயர் மாரட்டுடன் இணைந்து கோட்டை இடிப்புப்

பணிகள் முதல் புதிய கழிவுநீர் அமைப்பு, புதிய காவல்நிலையங்கள், கொத்த வால்சாவடிகள் ஆகியவற்றைக் கட்டும் பணிகளில் பெருமாள் மேஸ்திரி ஈடுபடுத்தப்பட்டார். அன்றைய நாளில் கூலிக்கு ஆட்கள் கிடைக்காததால் சிறைக் கைதிகள் இந்த விரிவாக்கப் பணிகளுக்கு ஈடுபடுத்தப்பட்டார்கள். மதுரை நகரத்தைச் சுற்றி 20 கி.மீ தூரத்திற்கு சாலைகளையும் சிறைக்கைதிகள்தான் போட்டார்கள்.

மதுரையின் நான்கு மாசி வீதிகளின் அகலம் 57 அடிகள் என்று முடிவு செய்யப்பட்டு ஆக்கிரமிப்புகள் அகற்றப்பட்டு வீதி விரிவாக்கம் செய்யப்பட்டது. பல கடைகள் பந்தல் போட்டு ஆக்கிரமிப்புகள் செய்து பாதையில் எல்லாம் பொருள்கள் வைத்திருந்தார்கள், இவற்றையெல்லாம் பிளாக்பர்ன் ஒழுங்கு செய்தார். தினசரி நகரத்திற்கு வந்து வேலைகளைக் கண்காணித்தார். நகரத்தின் மறு அமைவில் பல சிக்கல்கள் எழுந்தன, எளியவர்களின் ஆக்கிரமிப்புகளுக்குத் தடைகள் இருக்கவில்லை ஆனால் செல்வந்தர்கள் கடும் எதிர்ப்புகளைத் தெரிவித்தார்கள். அதுமட்டுமன்றி மதுரை நகரத்தில் இருந்த இடங்கள் எல்லாம் மறு அமைவில் பல்வேறு நபர்களுக்கு ஒதுக்கும் போது பிராமணர்கள் மற்றும் செல்வாக்குள்ள ஜாதிகள் களத்தில் இறங்கின. இவர்களுடனான பேச்சுவார்த்தைகளின் முடிவில் கோயிலின் வடக்குப் பகுதிகள் பிராமணர்களுக்கும், வடமேற்கின் சில பகுதிகள் முதலியார்களுக்கும், வடக்கின் சில தெருக்கள் முழுமையாக செட்டியார்களுக்கும், திருமலை நாயக்கர் மகாலை ஒட்டிய பகுதியில் வசித்த சவுராஸ்டிரா சமூகத்திற்கு அந்த இடம் முழுமையாகவே ஒதுக்கீடு செய்யப்பட்டன.

மீனாட்சி அம்மன் கோயிலின் சுற்றுச்சுவருக்கு வெளியே இருக்கும் சித்திரை வீதிகளில்தான் நாட்டியக்காரர்கள், சிகை திருத்துபவர்கள் வசித்தார்கள். நாட்டியக்காரர்களில் பலர் பாலியல் தொழிலில் ஈடுபடுகிறார்கள், தாழ்த்தப்பட்டவர்களால்தான் பெரும் அசுத்தமும் சுகாதாரக் கேடும் ஏற்படுகின்றன, இவர்களை எல்லாம் இங்கிருந்து அகற்றினால்தான் நகரத்தை அழகுபடுத்த முடியும் என்று முடிவு செய்து கூண்டோடு நகரத்தை விட்டு வெளியேற்றுகிறார்கள். இதை எழுதும்போது எனக்கு ஸ்மார்ட் சிட்டி திட்டத்தின் பெயரால் இன்றும் எப்படி எளியவர்கள் நகரத்திற்கு வெளியே தூக்கி வீசப்படுகிறார்கள் என்பது நினைவுக்கு வந்து செல்கிறது.

மதுரையின் புனிதமான மையப்பகுதியில் உள்ள 9837 சதுர அடி இடத்தில் பறையர்கள் வசிக்கிறார்கள். இவர்களையும் நகரத்தை விட்டு அப்புறப்படுத்த வேண்டும் என்ற கோரிக்கைகள் எழுகின்றன. உடனே கோட்டைக்கு வெளியே வடக்கில் வைகை ஆற்றுக்கரையில் அடிக்கடி வெள்ளம் ஏற்படும் பகுதியில் இவர்கள் அனைவரும் குடியமர்த்தப்பட்டனர். இந்த 9837 சதுரடி இடத்தை உடனடியாக ஒரு பிராமணர் ரூ.805க்கு வாங்குகிறார்.

1844-ல் பிளாக்பர்ன், திருமலை நாயக்கர் மகாலின் இடிந்திருந்த பகுதிகளில் உள்ள கற்களை அகற்ற சிலருடன் ஒப்பந்தம் செய்தார், அதில் மூன்றில் ஒரு பகுதியை நிர்வாகத்திற்குக் கொடுக்க வேண்டும்

மதுரையின் மேற்குக் கோட்டை

என்பதுதான் ஒப்பந்தம். இதன்மூலம் 4,000 ரூபாய் அரசுக்குக் கிடைத்தது.

கொல்லர்களின் உலைகளில் இருந்து எழும் கரும்புகையால் கோயிலின் கோபுரம் பாழ்படுகிறது, இந்தப் பட்டறைகளில் இருந்து எழும் தீக்கங்குகளால் ஆங்காங்கே குடிசைகள் தீப்பிடித்துவிடுகின்றன என அவர்களும் ஏற்கெனவே ஊரை விட்டு வெளியே ஆற்றோரம் அனுப்பப்பட்டிருந்தார்கள்.

கோட்டை இடிப்பில் இருந்து கிடைத்த கற்களைக் கொண்டு அகழி மூடப்பட்டது. கோட்டை இருந்த இடத்திலும் அதற்கு வெளியே இருந்த அகழி மூடிய இடத்திலும் மூன்று சாலைகள் அமைக்க ப்ளாக்பர்ன் உத்தரவிட்டார். இந்தப் பணிகளில் முழுமையாக ஈடுபட்ட சர்வேயர் மாரட் (Marret) பெயரிலும் இந்தப் பணிகளைச் செய்து முடிக்கும் வேலைகளைப் பொறுப்பேற்ற பெருமாள் மேஸ்திரி (Perumal Maistry) பெயரிலும் இரண்டு வீதிகள் பெயரிடப்பட்டன. மதுரை நகருக்கு வெளியே அகழி இருந்த இடம் ஊருக்கு வெளியே இருந்ததால் அதனை வெளி வீதி என்றும் பெயரிட்டார்கள்.

கோட்டை இடிப்பில் மீந்துபோன கற்களைக் கொண்டு வைகை ஆற்றைக் கடந்து செல்ல கற்களால் ஒரு பாலம் அமைக்கப்பட்டது அதுவே இன்றளவும் கல்பாலம் என்று அழைக்கப்படுகிறது. இன்னும் மீந்துபோன கற்கள் இருந்தன. 45 ஆண்டுகளுக்குப் பின் அந்தக் கற்களைக் கொண்டு 1889-ல் ஆல்பர்ட் பில் பாலம் எனும் பெரிய மேம்பாலம் கட்டப்பட்டது. இந்தக் கோட்டை இடிப்பு எனும் பெரும்பணிக்குப் பிறகுதான் பல தளங்களில் இந்த நகரம் எல்லா திசைகளிலும் வளர்ந்து தடம் பதித்தது.

1847-ல் ப்ளாக்பர்ன் தனது ஆட்சிப் பொறுப்பு முடிந்து மதுரையைவிட்டுப் புறப்பட்டபோது மதுரை மக்கள் அவரது பணிகளுக்காக ஒரு விளக்குத் தூணை நிறுவினார்கள். இன்றும் அந்த விளக்குத்தூணில் உள்ள கல்வெட்டில் "John Blackburne, esq., Principal Collector and Magistrate of Madura From 1834 to 1847, by - A grateful people." என்று பொறிக்கப்பட்டுள்ளதை நீங்கள் காணலாம்.

மதுரை நகரத்தின் கோட்டையில் ஒரு சிறிய பகுதியையாவது இவர்கள் விட்டுவைத்திருக்கலாமே என்று நினைத்து ஏங்கியிருக்கிறேன். ப்ளாக்பர்ன் இந்தக் கோட்டை இடிப்பு பணிகளை செய்யும் போது ஏற்பட்ட காலராத் தொற்றில் பலர் இறக்க அவசரமாக மேற்கு வாயிலை இடிக்காமல் அதனை அரசு மருத்துவமனையாக மாற்றினார். அது முதலே மருத்துவமனையாகவும், அரசின் நியாய விலைக்கடையும் இயங்கி வந்தது. சுகாதார பணியாளர்களின் அலுவலகமும் அங்கே இயங்கியது. இதே கோட்டை வாயிலின் தரைத்தளத்தில் 1942 முதல் பாரத் இலவசம் வாசக சாலை இயங்கி வருகிறது. இந்த கட்டடத்தின் தரைத்தளத்தின் வடக்கில் புகழ்பெற்ற துளசிராம் இட்லி கடை சமீபகாலம் வரை இயங்கி வந்தது. அன்று முதல் இன்றுவரை மேற்கு நுழைவாயில் மட்டும் இடிக்கப்படாமல் வரலாற்றின் சாட்சியமாக இந்த நகரத்தை உற்றுப் பார்த்துக்கொண்டிருக்கிறது.

மேற்குக் கோட்டைச் சுவருக்கு பசுமை நடையின் சார்பாகச் சென்று அதன் வரலாற்றைப் பற்றி விரிவாகப் பேசியிருக்கிறோம். இருப்பினும் என் மனதில் இருக்கும் ஒரே கேள்வி, ஏன் இந்த மாநகராட்சி மருத்துவமனை இங்கிருந்து அகற்றப்பட்டு அந்த இடத்தில் உலகத் தரத்திலான மதுரை நகர ஓர் அருங்காட்சியகத்தை உருவாக்கக்கூடாது என்பதே.

பஞ்சாபின் அம்ரித்சரஸ் இன்று எனக்கு விருப்பமான கோட்டை நகரம். பாகிஸ்தானின் லாகூருக்குச் சென்றபோது அவர்கள் இன்னும் இடிக்காமல் வைத்திருக்கும் லாகூர் நகரத்தின் கோட்டைக்குள் ஒரு இரவு முழுக்க காலார நடந்து திரிந்தேன். சிரியாவின் டமாஸ்கஸ் நகருக்குள்ளும் துருக்கியின் இஸ்தான்புல் நகரத்தின் வரலாற்றுத் தெருக்களிலும் மனம் உருக உருக நடந்திருக்கிறேன், இப்பொழுதும் இந்தக் கட்டுரையை எழுதி முடித்து அங்காடி நாய்போல் அலைந்து திரிய என் நகரத்திற்குக் கிளம்புகிறேன்.

18

ஐரோப்பாவிற்குச் சென்ற மதுரையின் நிலக்காட்சிகள்!

கிழக்கிந்திய கம்பெனி இந்தியாவில் தனது வியாபாரத்தைத் தொடங்கியது. மெல்ல மெல்ல வியாபாரம் ஒருபுறம் இருக்க, இந்த நாட்டின் பகுதிகளைத் தனது ஆளுகையின்கீழ் அவர்கள் கொண்டுவந்தனர். இந்தியாவில் நடைபெற்ற அவர்களின் வர்த்தகம் பன்மடங்கு செழித்ததால் அந்த நிறுவனத்தின் பங்குதாரர்களுக்கு லாபம் கூடிக்கொண்டே சென்றது. இங்கிலாந்தில் வெளியாகும் பத்திரிகைகளில் இந்தியாவைப் பற்றிய செய்திகளை அறிந்துகொள்வதில் முதலீட்டாளர்கள் பெரும் ஆர்வம் காட்டியதால், இன்றைய வர்த்தகச் செய்திகள்போல் இந்தியாவைப் பற்றிய செய்திகளுக்கு என தனிப் பக்கங்கள் ஒதுக்கப்பட்டன.

பிரித்தானிய அதிகாரிகள் இந்தியா குறித்தான தகவல்களையும், புள்ளி விவரங்களையும் சேகரிக்கத் தொடங்கினார்கள். இந்தத் தகவல்கள், புள்ளிவிவரங்கள் எல்லாம் பிரித்தானிய செய்திப் பத்திரிகைகளில் பதிப்பிக்கப்பெற்றன. இந்தியாவில் எந்தெந்த நகரங்கள் வேகமாக வளர்ந்துவருகின்றன, எங்கே முதலீடு செய்யலாம், எந்தத் தொழிலில் முதலீடு செய்யலாம் எனத் தங்களின் அதிகாரத்தையும் வியாபாரத்தையும் பெருக்கும் பல்வேறு சூத்திரங்களை அவர்கள் இந்தப் புள்ளிவிவரங்களில் இருந்தே பெற்றார்கள். அதேநேரம் இந்தியாவின் பல பழைமையான நகரங்கள் காலத்தின் மாற்றங்களுக்கு ஈடுகொடுக்க முடியாமல் காணாமற் போயின, வர்த்தகத்தினால் சில நகரங்கள் படுவேகமாக வளர்ந்தன.

மலைகள், காடுகள், நதிகள், தாவரங்கள், நோய்கள், மரணங்கள் என அனைத்தையும் தங்கள்

> இங்கிலாந்திலிருந்து ஓவியர்கள் இந்தியாவிற்குப் பிழைப்புத் தேடி வந்தார்கள். அவர்கள் மன்னர்களை, நவாபுகளை அவர்களின் அரண்மனையில் வைத்து வரைந்து பெருஞ்செல்வம் ஈட்டினார்கள்.

அட்டவணைகளில் கொண்டு வந்தார்கள். அவர்களுக்கு நம்பிக்கையளித்த நகரங்களுக்கு வரைபடங்களை உருவாக்கினார்கள். இது அவர்களுக்கு நகர விரிவாக்கம், வியாபாரம் முதல் போர்வரை அனைத்துத் திட்டமிடுதலுக்கும் அடிப்படையாகத் திகழ்ந்தது. மெல்ல இந்த நகரங்களையெல்லாம் நிர்வகிக்கும் பொறுப்பை அவர்களே ஏற்றார்கள். தண்ணீர் இணைப்பு, சாக்கடை வசதிகள், சாலைகள், பொது சுகாதாரம் என வசதிகள் செய்துகொடுத்து இவற்றுக்கெல்லாம் கட்டணம் வசூலிக்கத் தொடங்கினார்கள். தொடர்ச்சியாக இந்த நகரங்களின் மக்கள் தொகையைக் கணக்கெடுத்தார்கள். 1872-ல் முதல் சென்சஸ் நடத்தப்பட்டது பெயர், பாலினம், வயது, சாதி, தொழில் எனப் பல்வேறு விவரங்கள் முதல் முறை முழுமையாகத் தொகுக்கப்பட்டன. இதன் பின்னர் 1881 எனப் பத்தாண்டுகளுக்கு ஒருமுறை கணக்கெடுக்கும் பழக்கம் நடைமுறையாக மாறியது.

இந்திய நகரங்கள், இந்திய வர்த்தகம், இந்திய லாபம் இவை அனைத்துமே லண்டனில் இருக்கும் பத்திரிகைகளின் முதன்மைக் கச்சாப் பொருளாக மாறியதுமே இந்தியாவைக் காணும் ஆவல் பிரித்தானியர்கள் மத்தியில் மேலோங்கியது. இந்தியாவில் பணியாற்றி லண்டன் திரும்பிய அதிகாரிகளின் பயணக்குறிப்புகளின் வழியேதான் இந்திய நிலப்பரப்பை அவர்கள் தங்களின் மனங்களில் உருவகப்படுத்திக் கொண்டிருந்தார்கள்.

இந்திய நிலப்பரப்பைத் தங்களின் முதலீட்டாளர்களுக்குக் காட்டும் ஆர்வத்தில் லண்டனிலிருந்து வெளியாகும் கல்கத்தா க்ரானிக்கல் என்கிற நாளிதழில் ஒப்பந்த விவரங்களை 17 ஜூலை, 1786 மற்றும் 4 ஜனவரி 1787 ஆகிய இரு தேதிகளில் கிழக்கிந்திய கம்பெனி பிரசுரித்தது. பல ஓவியர்கள் இதற்கு விண்ணப்பித்தார்கள். கிழக்கிந்திய கம்பெனியின் சார்பாக ஒப்பந்தம் செய்யப்பட்டு தாமஸ் டேனியல்

சென்னை பஜார்

(1749-1840) மற்றும் அவரது மருமகன் வில்லியம் டேனியல் *(1769-1837)* ஆகிய இருவரும் 1786-ல் இந்தியா பயணமானார்கள்.

இதற்கு முன்பும் இங்கிலாந்திலிருந்து ஓவியர்கள் இந்தியாவிற்கு பிழைப்புத் தேடி வந்தார்கள். அவர்கள் மன்னர்களை, நவாபுகளை அவர்களின் அரண்மனையில் வைத்து வரைந்து பெருஞ்செல்வம் ஈட்டினார்கள். 1778-ல் வாரன் ஹாஸ்டிங்கின்சின் உதவியுடன் இந்தியாவிற்கு வந்த வில்லியம் ஹோட்ஜஸ் எனும் ஓவியர், ஆறு ஆண்டுகள் உத்தரப்பிரதேசத்தின் லக்னோவில் வசித்து சில ஓவியங்களைத் தீட்டியிருக்கிறார். அவரின் ஓவியங்கள்தான் இந்தச் சகோதரர்களுக்கு இந்தியா நோக்கிக் கிளம்பும் உந்துதலைக் கொடுத்தன. இந்தச் சகோதரர்கள் புறப்பட்ட போதே இவர்கள் அடியோடு வேறு தளத்தில் பயணமாகிறார்கள் என்கிற உணர்வுடன்தான் புறப்பட்டார்கள்.

1786 முதல் 1793 வரை ஏழு ஆண்டுகள் இந்தியாவில் தங்கி தங்கள் ஓவியப்பணியை மேற்கொண்டார்கள். கொல்கத்தா நகரத்தை 12 பெரும் ஓவியங்களாகத் தீட்டுவதுதான் இவர்களிடம் சமர்ப்பிக்கப்பட்ட முதல் வேலை. கொல்கத்தாவில் தங்களின் வேலைகளை முடித்ததும் அதன் பின்னர் கொல்கத்தாவில் இருந்து காஷ்மீரின் ஸ்ரீநகர் வரை கங்கைக் கரையிலேயே பயணித்தனர். அதன் பிறகு கொஞ்ச காலம் கையில் கொஞ்சம் பணத்தைச் சேமித்துக்கொண்டு டேனியல்கள் இந்தியாவின் தெற்கு நோக்கி வந்தார்கள். இந்த இருவரும் முதன்முதலில் இந்தியாவின் பெரிதும் மெச்சத்தக்க நிலப்பரப்பை ஓவியங்களாகத் தீட்டினார்கள்.

1792-ல் மதுரைக்கு இவர்கள் இருவரும் வந்தார்கள், ஜூலை 3, 1792-ல் வில்லியம் டேனியல் தனது டைரி குறிப்பில் இவ்வாறாக எழுதுகிறார்:

'Breakfasted at Tappacallum & went to the Old Palace near the Rampart inside the Fort, where we propose remaining during our stay at Madura. The Palace of Madura is said to be principally the work of Tremal Naig, rajah of Madura; at least it may be supposed to have been repaired and beautified by him, who was an Hindoo prince of considerable power and wealth, as appears by the

1798- மதுரை கோயிலின் உட்புறத்தோற்றம்

many edifices attributed to him in this neighborhood. In this building appears a great mixture of the Hindoo and Mahommedan styles of architecture, a circumstance not so frequently occurring in this part of India, as on the banks of the Ganges.'

'தெப்பக்குளத்தில் காலைச் சிற்றுண்டி. அதன் பிறகு மகாலின் சிதிலமடைந்த பகுதிகளுக்குச் சென்று கோட்டைக்குள்ளேயே எஞ்சிய மதுரை நாள்களைக் கழித்தோம். திருமலை நாயக்கர் எனும் மதுரையின் மன்னரால் இந்த அரண்மனை கட்டப்பட்டுள்ளது. அதை அவர் பல இடங்களில் புனரமைத்தும் அழகு படுத்தியிருக்கிறார். அவர் ஒரு வசதி படைத்த இந்து மன்னர், அவரிடம் நிறைய சொத்துகளும் அதிகாரமும், பெருஞ்செயற் கட்டமைவும் இருக்கின்றன. அவரது இந்த அரண்மனை இந்து மற்றும் இஸ்லாமியக் கட்டடக்கலையின் கலவையாகவே காணப்படுகிறது. கங்கைக் கரையில் இருப்பதுபோல இந்தியாவின் இந்தப் பகுதியில் சுலபமாகப் பார்க்க முடியாத ஒரு கூற்றாக இந்தக் கட்டடக்கலை இருக்கிறது'.

தாமஸ் டேனியல்

தாமஸ் டேனியல் மதுரை மகாலில் சிதிலமடைந்த பகுதிகளை ஓவியமாக வரைந்தார். அதில் அவர் சிதிலமடைந்த பகுதியையும் சீரமைத்துப் புதுப்பிக்கப்பட்ட பகுதிகளையும் இணைத்து வரைந்தார். இதே ஓவியத்தில் ஓர் ஐரோப்பியக் குழு அங்கு அரண்மனையின் புல்வெளியில் இருப்பதையும், அருகே இரண்டு எருமை மாடுகள் மேய்ந்து கொண்டிருப்பதையும் இந்த ஓவியத்தில் நீங்கள் காணலாம். இந்த ஓவியத்தில் பிரிட்டிஷார் எப்படி இந்திய நாட்டின் ஓர் அரண்மனையைப் புனரமைக்க உதவியிருக்கிறார்கள் என்கிற பெருமிதமும் உள்ளடக்கியிருந்தது.

திருவிழாக்களைக் காணவும், அரண்மனையை, கோயிலை தூரத்தில் இருந்து பார்ப்பதற்கான கண்காணிப்பு கோபுரத்தையும் அழகான

1798-சென்னை புனித ஜார்ஜ் கோட்டை

சென்னையின் தென் கிழக்கில் சரக்கு ஏற்றிவரும் நாவாய்கள்

ஓவியமாகத் தீட்டினார்கள். சிதிலமடைந்த திருமலை நாயக்கர் மகாலில் நாட்டிய சாலை, இந்தக் கட்டடத்திற்கு உள்ளே உள்ளூர் வாசிகளுடன் மாடுகளும் இருப்பதை நீங்கள் காணலாம். மதுரை நகரத்தைத் தொலை தூரத்திலிருந்து இரு ஓவியங்களும் உருப்பொறித்தல் பாணியிலான ஓர் ஓவியத்தையும் தீட்டினார்கள்.

மதுரை தவிர்த்து இவர்கள் சென்னை, தாமிரபரணி ஆறு, திருச்சி மலைக்கோட்டை, தஞ்சைப் பெரியகோவில், மாமல்லபுரம், ராமேஸ்வரம், சிவகிரி, ஆத்தூர் எனப் பல ஓவியங்களையும் உருப் பொறித்தல் பாணியிலான ஓவியங்களாகத் தீட்டினார்கள்.

சென்னையில் அவர்கள் கறுப்பர் நகரத்தை ஓவியமாகத் தீட்டினார்கள், அடுத்து பாரிசீல் உள்ள ஆர்மீனியம் தேவாலயத்தை வரைந்தார்கள். ஏராளமான காளை மாடுகள் ஓய்வு எடுக்கும் ஒரு நிலக்காட்சிகளின் வழியே இந்தியாவில் அவர்கள் சந்தித்த பல இடர்களையும் பதிவு செய்தார்கள். *1788* முதல் *1791* வரை சென்னை, மதுரை என கன்னியாகுமரி வரை சென்று மைசூர் வழியே பம்பாய் வந்துடைந்தனர், அங்கிருந்து அவர்கள் இங்கிலாந்து திரும்பினார்கள்.

ஓவியங்களைத் தவிர்த்து அவர்களின் டைரிக் குறிப்புகளும் நமக்கு இந்தியாவைப் பற்றிய வேறு துல்லியமான சித்திரங்களைக் கொடுத்தது. துபாசுகளும் அவர்களது பணியாளர்களும் இவர்களின் துணிமணிகள், பணம் உள்ளிட்ட எல்லாவற்றையும் எப்படித் திருடிக்கொண்டு ஓடினார்கள் என்பதைப் பற்றியும் இந்தியாவின் வெவ்வேறு பகுதிகளில் கொள்ளையர்களிடம் சிக்கிய நிகழ்வுகளையும், தொற்று நோய்களில் சிக்கி அவதியுற்றதையும், நல்ல உணவுக்காக அலைந்ததையும் விரிவாக எழுதியிருக்கிறார்கள்.

வில்லியம் டேனியல்

டேனியல் சகோதரர்கள் தங்களின் பயணக் காலம் முழுவதிலுமே சக இந்தியர்களையே அனைத்திற்கும் நம்பி இருக்கவேண்டிய சூழலில் இருந்தார்கள். அவர்களுக்கு உள்ளூர் மொழிகள் அறவே தெரியாது, ஒரு இடத்தின் பெயர், ஒரு கட்டடத்தின் வரலாறு, எதை வரைகிறார்கள் என்பதைப் பற்றிய விளக்கம் என அனைத்துமே உடன் இருந்தவர்கள் கூறியதுதான். அவர்களால் இந்த விவரங்களை ஒருபோதும் சரிபார்க்க முடிந்ததில்லை. அதனாலேயே இவர்கள் தங்களின் ஓவியங்களுக்கு எழுதிய விளக்கங்கள் பல நேரங்களில் பிழையாகவே இருந்தன என்பதைப் பின்னர் உணர்ந்தனர்.

தாமஸ் மற்றும் வில்லியன் டேனியல் ஆகிய இருவரும் ஓவியர்களாக மட்டுமல்ல, பெரும் சாகசக்காரர்களாகவும் கருதப் பட்டார்கள். இவர்கள் நூற்றுக்கும் மேற்பட்ட ஓவியங்களை இந்தியா முழுமையிலும் அலைந்து திரிந்து வரைந்தார்கள். இந்திய வானத்தின் அரவணைப்பு வெதுவெதுப்பு, இங்கு ஓடிய ஓடை நீர், இந்தியக் கட்டடக்கலை, இஸ்லாமியக் கட்டடக் கலை, திராவிடக் கட்டடக்கலையில் உருவான சின்னங்கள், அருவிகள், மலைச்சிகரங்கள், மிருகங்கள், மரங்கள், இந்திய முகங்கள், உடைகள் என ஐரோப்பா இதுவரை கண்டிராத காட்சிகளை தங்களின் ஓவியங்களின் வழியே பதிவு செய்தார்கள். இவற்றையெல்லாம் விட ஐரோப்பியர்கள் முதல் முறையாக கிறித்தவத்தின் சாயலற்ற வெவ்வேறு கலாசாரங்களை, ஒரு புதிய நிலத்தை இந்த ஓவியங்களின் வழியே கண்கள் அகலப் பார்த்தார்கள்.

டேனியல் 1795-ல் தனது கைப்பட வரையப்பட்ட 144 ஓவியங்களின் தொகுப்பை பெரும் கண்காட்சியாக வைத்தார். இதுதான் இந்திய நிலப்பரப்பின் முதல் பலவண்ண ஆவணம். கீழைத்திய நிலக்காட்சிகள் என்கிற ஒரு தொடர் ஓவிய வரிசையை அவர் லண்டனில் தீட்டியபடி இருந்தார்.

1794 முதல் அவர் வரைந்த கோட்டோவியங்களை நீர் மற்றும் தைல ஓவியங்களாக முழுமைப்படுத்தினார்கள். 1795 முதல் 1801 வரை தங்களின் கீழைத்திய ஓவியங்கள் வரிசையை வெளியிட்டார்கள். இதில் மொத்த 144 ஓவியங்கள் இடம் பெற்றன. ஒரு செட் ஓவியங்களின் விலையை 210 ஸ்டெர்லிங் என நிர்ணயித்தார்கள். கிழக்கிந்திய கம்பெனி முதலில் 30 செட்டுகளையும் பின்னர் மீண்டும் ஒரு 18 செட்டுகளையும் வாங்கியது.

1795 முதல் 1810 வரை டேனியல் குடும்பத்தார் வெளியிட்ட ஓவியங்கள் அனைத்துமே லண்டனில் பெரும் அதிர்வுகளை ஏற்படுத்தின. இந்த ஓவியங்களை மக்கள் கொண்டாடினார்கள், இவற்றைப் பெருந்தொகை கொடுத்து ஓவிய சேகரிப்பாளர்கள் முதல் நூலகங்கள், அலுவலகங்கள், கிளப்புகள் வரை தங்களின் வளாகங்களை அலங்கரித்தனர்.

டேனியல்களின் கீழைத்திய நிலக்காட்சிகள் 1795-ல் வெளியிடப்பட்டன. 1808 வரை அந்த நூல் வரிசையின் ஆறு தொகுதிகள் வெளிவந்தன. இதன் அன்றைய விலை 60 பவுண்டுகள். இன்றும் அதே தொகுதிகள் விலைக்குக் கிடைக்கின்றன. அதன் விலை 16,000 பிரிட்டிஷ் பவுண்டுகள். இவர்களது 'Picturesque Voyage to India' என்கிற நூல் 1810-ல் வெளியானது. வில்லியம் டேனியல் எழுதிய இந்தியப் பயணக் குறிப்புகளின் ஒரிஜினல் இன்றும் லண்டனில் உள்ள பிரிட்டிஷ் நூலகத்தில் உள்ளது. இதில் உள்ள மதுரை பற்றிய பகுதிகள் என்றாவது வாசிக்கக் கிடைத்தால் பெரும்பேறாகக் கருதுவேன்.

தாமஸ் டேனியல் திருமணம் செய்துகொள்ளவில்லை. 1840-ல் அவர் மரணமடையும் வரை ஓவியங்களைத் தீட்டியபடி இருந்தார். 1837-ல் வில்லியம் டேனியல் இறக்கும்போதும் அவருடைய உடைகளும் விரல்களும் வண்ணங்களில் தோய்ந்தபடியே இருந்தன.

மதுரையை முதன்முறையாகப் பல வண்ண ஓவியங்களாகத் தீட்டியவர்கள் பற்றி மதுரையில் யாரும் தெரிந்திருக்கவில்லை. அவர்களைப் பற்றிய விவரங்கள் வரலாற்றுப் பேராசிரியர்கள் முதல் பள்ளிப் பாட நூல்கள் வரை எங்கும் இல்லை. புகைப்படக் கருவிகள் கண்டுபிடிக்கப்பட்டதற்கு முன்பாகவே என் நகரத்தை எனக்குப் பலவண்ணங்களில் இவ்வளவு துல்லியமாகப் பதிவு செய்துகொடுத்தவர்களுக்கு இந்தக் கட்டுரையின் வாயிலாக அவர்களை நினைவுகூர்வதை விடவும் ஒரு எழுத்தாளனாக என்னால் என்ன கைம்மாறு செய்துவிட முடியும்!

19

மதுரைக்கு வந்த ரயில்!

அறிவியல் கண்டுபிடிப்புகள் உலக வரலாற்றின் போக்குகளில் முக்கியத் திருப்பங்களை ஏற்படுத்திவந்துள்ளன. தொழில்துறைப் புரட்சி தொடங்கிய நேரம். அது பல்வேறு கண்டுபிடிப்புகளுக்கு வித்திட்டது. நீராவி இயந்திரம் என்கிற ஒற்றைக் கண்டுபிடிப்பு உலக வரைபடத்தையே மாற்றிப்போட்டது. நீராவி இயந்திரம் பல்வேறு துறைகளுக்கு ஏற்ப தன்னைத் தகவமைத்துக் கொண்டது. தொழில்துறையில் நடைமுறையிலிருந்து பல வேலைகளை அது சுலபமாக்கியது. குதிரைகளுக்கு ஓய்வு கொடுத்து சிறிய வண்டிகளை இயக்கிய நீராவி இயந்திரங்கள் உலகத்தையே இணைக்கும் ரயில்களாக பரிணாம வளர்ச்சி பெற்றன.

1832-ல் கிழக்கிந்திய கம்பெனி தனது வர்த்தகத்தை மேலும் வலுப்படுத்த அதற்கான கட்டமைப்புகளை இந்தியாவில் உருவாக்கத் திட்டமிட்டது. இந்தியாவில் சாலைகள் போதாது என்பதால் ரயில்வே துறையை நிறுவ ஆயத்தமானது. இங்கிலாந்தில் இதற்கான விவாதங்கள் கம்பெனியின் பங்குதாரர்கள் மத்தியில் நடத்தப்பட்டன. முதலில் இப்படி ஒரு தொலைதூரத் தேசத்தில் இது தேவையா, இது சாத்தியமா என்று விவாதிக்கப்பட்டது, ஆராயப்பட்டது. எனினும் அடுத்த பத்தாண்டுகளுக்கு எந்த நடவடிக்கையும் எடுக்கப்படவில்லை.

முதலீட்டாளர்களுக்கு நம்பிக்கையைக் கொடுக்க ரயில்வே திட்டத்திற்கான நிலம் முழுவதும் இலவசமாக அளிக்கப்படும் என்றும், அவர்களின் மூலதனத்திற்கு ஆண்டுக்கு 5% வளர்ச்சி உத்திரவாதம் அளிக்கப்பட்டது. அத்துடன் எப்பொழுது வேண்டுமானாலும் அவர்கள் தங்கள் முதலீட்டைத் திரும்பப்பெறும் உரிமையும் வழங்கப்பட்டது. அதன்

ரயில் இருப்புப் பாதை அமைக்கும் பணி

பின்னர் அதற்கான தேவை இன்னும் வலுப்பெற்றதையடுத்து இங்கிலாந்திலிருந்து தளவாடங்களை ஏற்றிக்கொண்டு கப்பல்கள் மெட்ராஸ் துறைமுகம் நோக்கிக் கிளம்பின.

இந்தியாவில் முதல் சரக்கு ரயில் 1837-ல் செங்குன்றம் முதல் சிந்தாதிரிப்பேட்டை பாலம் வரை ஓடியது. ரெட்ஹில் ரயில்வே என்று அது அழைக்கப்பட்டது. இந்த ரயில் வில்லியம் ஏவரி தயாரித்த ரோட்டரி நீராவி இன்ஜினைப் பயன்படுத்தியது. சென்னை நகரத்தில் சாலைக் கட்டுமானப் பணிக்கான கிரானைட் கற்களைக் கொண்டு செல்ல இந்த ரயில்கள் முக்கியமாகப் பயன்படுத்தப்பட்டன. இந்தியாவில் ரயில்வே தொடங்கப்பட்டபோது அது வர்த்தகம் மற்றும் பொருள்களை ஏற்றிச் செல்லும் சரக்கு ரயில்களாகவே தொடங்கப்பட்டன. இருப்பினும் அடுத்த சில ஆண்டுகளிலேயே பயணிகளை ஏற்றிச் செல்லும் ரயில்களுக்கான அடிப்படைப் பணிகள் மேற்கொள்ளப்பட்டன. இங்கிலாந்திலிருந்து பயணிகள் செல்வதற்கான ரயில் பெட்டிகள் இந்தியா வந்திறங்கின.

இருப்புப் பாதைக்கான நிலம் கையகப்படுத்துவதில் ஏராளமான சிக்கலை, பெரும் கிளர்ச்சிகளை இந்தியாவெங்கும் ஆங்கிலேயர்கள் எதிர்கொண்டனர்.

இந்தியாவின் முதல் பயணிகள் ரயில், 16 ஏப்ரல் 1853 அன்று மும்பைக்கும் தானேவுக்கும் இடையே இயக்கப்பட்டது. பிற்பகல் 3:30 மணியளவில், பாம்பே கவர்னரின் மனைவியான லேடி பால்க்லாண்ட் ரயிலில் ஏறினார். பிரிட்டிஷ் அரசு அதிகாரிகள், பணக்காரர்கள் என 400 விருந்தினர்கள் இந்நிகழ்ச்சியில் பங்கேற்றனர். சரியாக 3.35 மணிக்கு 21 துப்பாக்கிக்குண்டுகள் முழங்க, போரிபந்தர் ரயில் நிலையத்திலிருந்து தானேவுக்கு ரயில் கிளம்பியது. 32 கிலோ மீட்டர் பயணிக்க, இந்த ரயில் 57 நிமிடம் எடுத்துக்கொண்டது.

இந்தியாவில் ரயில்வே கம்பெனி தொடங்குவது பெரும் லாபம் தரும் தொழில் என்று அறிந்ததும் ஏராளமான நிறுவனங்கள் இந்தியா வெங்கும் ரயில்கள் தொடங்க ஆர்வம் காட்டினர். ரெட் ஹில் ரெயில்வே (The Red Hill Railway), மெட்ராஸ் ரயில்வே (Madras Railway),

> "இந்த ரயில் இன்ஜின்களுக்கு சக்தி கொடுக்க, ஒரு குழந்தையையும், இளம் தம்பதியையும் பலி கொடுக்க வேண்டும் என்றும், இதற்காக பிரிட்டிஷ் சிப்பாய்கள் ஆட்களை மதுரை எங்கும் தேடுவதாகவும் புரளிகள் கிளம்பின."

ஈஸ்ட் இந்தியா ரயில்வே கம்பெனி (East Indian Railway Company), கிரேட் இந்தியன் பெனின்சுலர் ரயில்வே (Great Indian Peninsular Railway), ஈஸ்ட் கோஸ்ட் ஸ்டேட் ரயில்வே (East Coast State Railway), கல்கத்தா ட்ராம்வேஸ் கம்பெனி (Calcutta Tramways Company), சவுத் இந்தியன் ரயில்வே (South Indian Railway Company) என இந்தியா முழுவதும் இங்கிலாந்தின் தனியார் நிறுவனங்கள் பல ரயில் கம்பெனிகள் தொடங்கி அதை நிர்வகித்தன. இந்தியாவின் ரயில் வரைபடத்தில் இடம்பெற்ற ஊர்கள் அனைத்தும் பருத்தி அல்லது நிலக்கரிச் சுரங்கங்கள் உள்ள ஊர்களாகவே இருந்தன.

1853-ல் மதுரையில் ரயில்கள் இருப்புப்பாதை அமைப்பதற்கான திட்டமிடுதல்கள் தொடங்கப்பட்டன. மதுரை திருச்சி நகரங்களை இணைக்க முடிவு செய்யப்பட்டது. இருப்பினும் இந்த நகரங்களை இணைக்கும் அதே வேளையில் வர்த்தகம், போர்த் தளவாட இடமாற்றங்கள் மற்றும் கொடைக்கானல் என்கிற மலை நகரத்தையும் மனதில் கொண்டு பிரிட்டிஷார் இந்தப் பாதையை திண்டுக்கல் வழியே அமைத்தனர்.

1857-ல் முதல் ரயில் மதுரை நகரத்தை வந்தடைந்தது. இந்த அதிசயத்தைக் காணப் பெரும் கூட்டம் மதுரையில் கூடியது. முதலில் அவர்களுக்கு உலகின் ஓர் அதிசயமாகவே ரயில் கண்ணில் பட்டது. இருப்பினும் அவர்களால் இதனை நம்ப முடியவில்லை. இந்தப் பெரும் இயந்திரம் நகரத்திற்குள் நுழைந்தபோது மக்களின் கண்களில் பெரும் அச்சம் காணப்பட்டது.

இதுவரை குதிரை வண்டிகளை, மாட்டு வண்டிகளைப் பார்த்தவர்கள், யானைகள் பாரம் இழுப்பதைப் பார்த்தவர்கள்; அப்படி யாரும் இல்லாமல் ஒரு கறுப்பு இயந்திரம் தன் தலையில் இருந்து புகையைக் கக்கும் காட்சி புரியவேயில்லை. இப்படி ஓர் இயந்திரத்தால் எப்படி நகர்ந்து செல்ல முடிகிறது, அது எப்படி வேகமாகச் செல்கிறது? தீய சக்தி அல்லது தெய்வீக சக்தி என ஏதோ ஒன்று இதை இயக்குகிறது என்று நகரம் முழுவதும் பேசிக்

மதுரை ரயிலடி

கொண்டார்கள். தீய சக்தி இருப்பதற்கான வாய்ப்புகளே அதிகம் என சத்திரம் சாவடிகளில் மக்கள் முடிவுக்கு வந்தார்கள்.

இந்த ரயில் இன்ஜின்களுக்கு சக்தி கொடுக்க, ஒரு குழந்தையையும், இளம் தம்பதியையும் பலி கொடுக்க வேண்டும் என்றும், இதற்காக பிரிட்டிஷ் சிப்பாய்கள் ஆட்களை மதுரை எங்கும் தேடுவதாகவும் புரளிகள் கிளம்பின. மக்கள் இருட்டியதும் வீடுகளில் பதுங்கிக்கொண்டார்கள். இருப்பினும் மெல்ல மெல்ல ரயில் வரும் நேரங்களில் அதைக் காணப் பெரும் கூட்டம் கூடியது. ரயில்கள் எழுப்பும் ஒலியும், தண்டவாளங்களின் கீச்சொலியும், கையசைக்கும் இன்ஜின் டிரைவர்களும் அவர்களின் சிரிப்பும் . ரயில்களின் மீதான பயத்தை மெல்ல மெல்ல போக்கியது.

நிலக்கரி இன்ஜின்கள் பெரும் புகையைக் கக்கும். தொலை தூரங்களிலிருந்து வருபவர்கள் உடையெல்லாம் புகை வீச்சமும் அவர்கள் முகம் கைகள் எல்லாம் ஒரு கறுப்புப் பூச்சுடனேயே இருக்கும். மதுரை டவுன்ஹால் ரோட்டில் ஒருவர் நுழையும்போதே அவர் ரயிலிலிருந்து இறங்கி வருபவர் என்பதை எளிதாகக் கண்டுபிடித்துவிட மக்கள் பழகினார்கள். ஒருவர் ரயிலில் பயணித்தால், அவரது ஆயுசு குறையும் என ஓர் அச்சம் மதுரை மக்கள் மத்தியில் நீண்ட நாள் புழங்கியது.

மதுரையிலிருந்து தூத்துக்குடி, ராமேஸ்வரம், திருநெல்வேலி, கன்னியாகுமரி என விரைவாகவே பெரும் வலைப்பின்னலாக தென் தமிழகம் ஒட்டுமொத்த இந்திய ரயில்களின் இருப்புப் பாதைகளுடன் இணைக்கப்பட்டது.

1860கள் முதல் பயணிகள் ரயில்களின் முதல் வகுப்பு பெட்டிகளில் மின்சார விளக்குகள், கழிவறைகள் என வசதிகள் அறிமுகப்படுத்தப்பட்டன. பின்னர் மெல்ல மெல்ல அவை மூன்றாம் வகுப்பு வரை வந்து சேர்ந்தன. 1901-ம் ஆண்டு ரயில்வே வாரியம் அமைக்கப்பட்டது. இருப்பினும் 1907-ம் ஆண்டுதான் அனைத்து ரயில் நிறுவனங்களும் அரசினால் கையகப்படுத்தப்பட்டன.

தொடங்கப்பட்டபோது முற்றிலும் ஆங்கிலேயர்களால்தான் ரயில்வே நிர்வாகம் நடத்தப்பட்டது. இன்ஜின் ஓட்டுநர்கள், கார்டுகள், பயணிச்சீட்டு வழங்குபவர்கள்

40
40

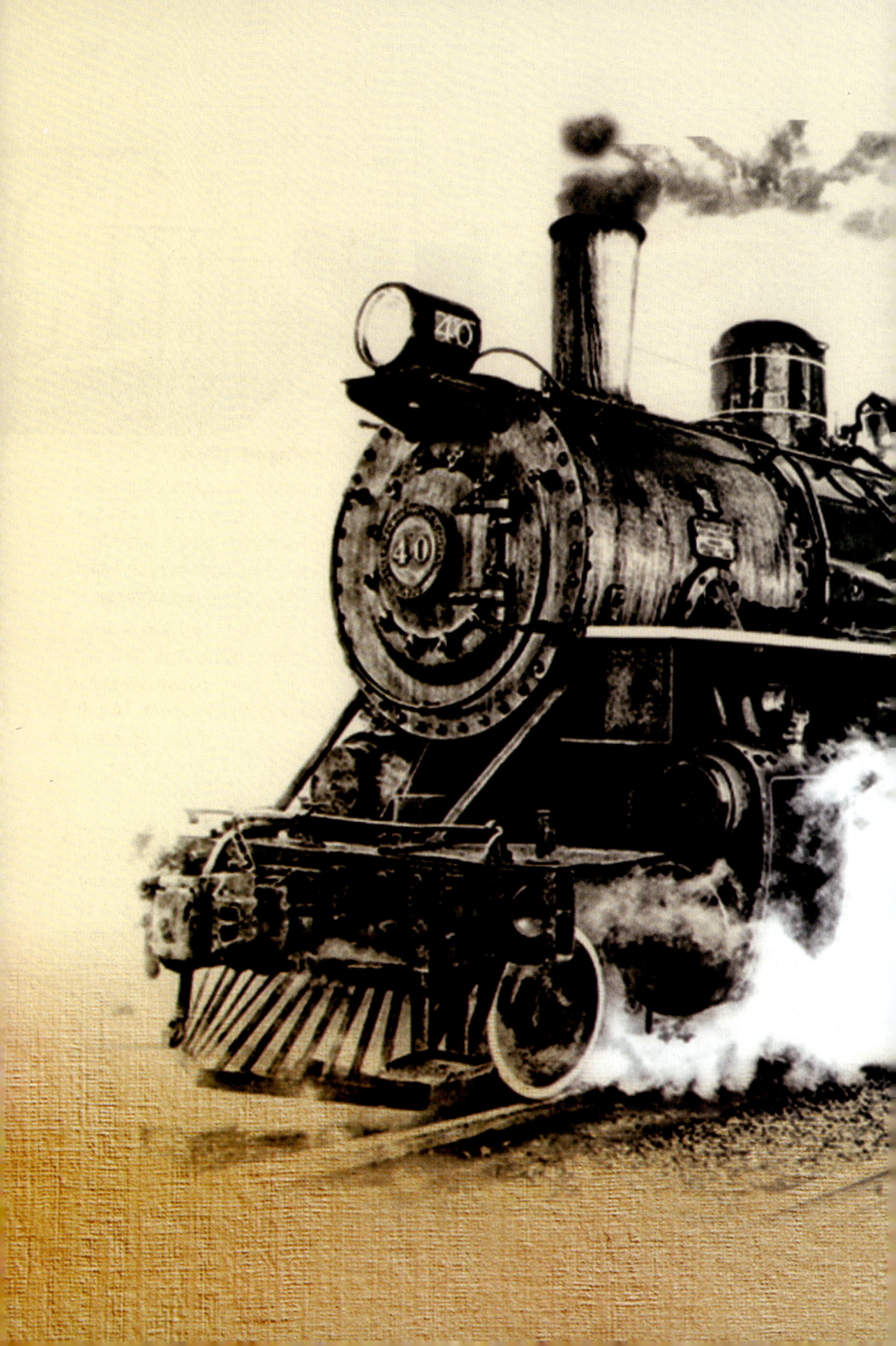

சென்னை - கல்கத்தா மெயில்

என ரயில்வே நிர்வாகம் முழுவதும் ஆங்கிலேயர்களாகவே இருந்தனர். இருப்பினும் விரைவில் அவர்களால் இத்தனை பெரிய ரயில்வே துறையை தங்களால் மட்டுமே நிர்வகிக்க இயலாது என்பதை உணர்ந்து இந்தியர்களைப் பணியில் சேர்த்தனர். இன்றும் மதுரையில் வசிக்கும் ஆங்கிலோ-இந்திய சமூகத்தினர் மத்தியில் ஏராளமானவர்கள் ரயில்வே துறையில் பணிபுரிவதை நீங்கள் காணலாம்.

மதுரையில் பழைய கோட்டைச் சுவர் இடிக்கப்பட்டதற்குப் பின்னர் மேல வெளி வீதிக்கு வெளியே நடைபெற்ற முதல் பெரும் பணி என்பது ரயில் நிலையம் கட்டப்பட்டதும், ரயில்வே காலனி அமைக்கப்பட்டதுமே! இன்றுவரை மதுரையின் முகமாக மதுரை ரயில் நிலையம்தான் திகழ்கிறது. சரக்குப் போக்குவரத்திற்கு எனத் தனியே ஒரு வாசல் அமைக்கப்பட்டு அதற்கு நேர் எதிராக குட் ஷெட் தெரு என ரயில் மூலம் நடைபெறும் சரக்கு வர்த்தகத்திற்கு ஒரு தெருவே ஒதுக்கப்பட்டது.

மதுரைக்குப் பயணிகள் ரயில்கள் வரத்தொடங்கிய காலத்தில் இங்கே பெரிய அடிப்படைக் கட்டமைப்புகள் எதுவும் இல்லை. ரயில் நிலையத்திற்கு மேற்கே ஒரு பயணியர் விடுதி மட்டுமே இருந்தது. அதுவும், இந்த விடுதியில் இருந்த நான்கு அறைகள் ஆங்கிலேயர்களுக்கு மட்டுமே வழங்கப்பட்டன. இந்த விடுதியில் ஒரு பட்லர் இருந்தார், அவர் உணவுகளை சமைத்து வழங்கினார். இங்கே தங்கும் ஆங்கிலேயர்கள் தங்களுக்கான மது வகைகளைத் தாங்களே ஏற்பாடு செய்துகொள்ள வேண்டும் என்றது அந்த அறையில் இருந்த அறிவிப்பு பலகை.

1926-ல் வெளிவந்த தென்னிந்திய ரயில்வேயின் கையேடு (South Indian Railway Illustrated Guide) மதுரை வரும் பயணிகளுக்கான அடிப்படை கட்டமைப்புகளை விவரிக்கிறது. ஆங்கிலேயர்களைத் தவிர்த்து வருகை தரும் ஏனையோருக்கு மதுரையில் ஏராளமான சத்திரங்கள் சாவடிகள் இருக்கின்றன என்று வழிகாட்டியது. இதில் பல சத்திரங்களில்

இலவசமாகவே தங்கலாம் என்றும் அது தெரிவிக்கிறது. சில இடங்களில் ஆங்கிலேயர்களுக்கு மட்டுமே என்று இருந்த வசதிகள் அடுத்தபடியாக பிராமணர்களுக்கு மட்டுமேயாக இருந்தது. அதன் பின்னர் சுதந்திரப் போராட்டமும் தேசிய இயக்கங்களுமே அனைத்தையும் அனைவருக்குமானதாக மாற்றியது.

மதுரை ரயில் நிலையத்தில் முதல் மற்றும் இரண்டாம் வகுப்புப் பயணிகளுக்கு மட்டும் சிறிய காத்திருப்பு அறை இருந்தது. ரயில் நிலையத்தில் ஒரு சிற்றுண்டிக் கடையும் இருந்தது. இரவு நேரத்தில் தூங்குவதற்கு என மாடியில் படுக்கை வசதிகள் இருந்தன, சிறிய அறைகளும் அங்கு இருந்தன. இந்தச் சேவைகளுக்குக் கட்டணம் நிர்ணயிக்கப்பட்டிருந்தது. ரயில் நிலையத்திலிருந்து இரண்டு மைல் தொலைவில் ஆங்கிலேயர்களுக்கான ஐரோப்பிய கிளப் இருந்ததையும் அந்தக் கையேடு தெரிவிக்கிறது.

ரயில் நிலையத்தில் நாளிதழ்கள் புத்தகங்கள் வாங்கச் சிறிய கடை இருந்தது. மதுரை ரயில் நிலையத்தில் மாட்டு வண்டிகள், குதிரை வண்டிகளை நீங்கள் நாள் வாடகைக்கு எடுத்து மதுரையைச் சுற்றிப்பார்க்கலாம். ஒரு நாள் வாடகை ரூ.3 என்று கட்டணம் நிர்ணயிக்கப்பட்டிருந்தது. மதுரை பஸ் ஸ்டேஷனில் இருந்து திருப்பத்தூர், தேவகோட்டை, காரைக்குடி, அலங்காநல்லூர், மேலூர், உத்தமபாளையம் ஊர்களுக்கு மட்டும் பேருந்துகள் இயங்கின. மதுரையில் மஸ்லின் துணிகள், மர வேலைப்பாடுகள், செம்பு வேலைப்பாடுகள், பருத்தித் துணிகள், பட்டுத் துணி வகைகள்

முதல் ரயிலைக் காண காத்திருந்த மக்கள்

வாங்கலாம் என அந்தக் கையேடு பரிந்துரை செய்தது.

ரயில்களின் வருகை மதுரையில் புதிய சாத்தியங்களுக்கு வித்திட்டது. புதிய தொழில்கள், புதிய தொழில்நுட்பங்கள், புதிய வர்த்தகங்கள் எனப் பல புதியவை மதுரையில் ரயில்களின் வழியேதான் வந்தன. மதுரையின் சந்தைகள் ரயில்கள் மூலம் தொலைதூர நகரங்களின் சந்தைகளுடன் இணைந்தது. மதுரையில் ரயில் இருப்புப்பாதை இல்லையெனில் மதுரா கோட்ஸ் ஆலை இங்கு அமைய வாய்ப்பில்லை. மதுரை மல்லிகைப்பூ, மேற்குத் தொடர்ச்சி மலையின் ஏலக்காய், கிராம்பு, மதுரையின் பருத்தித் துணி, சுங்குடிச் சேலைகள், ராமேஸ்வரம் தொடங்கி தூத்துக்குடி வரை பிடிக்கப்படும் மீன் என இந்த மொத்த நிலத்தின் உற்பத்திக்கும் ரயில் எனும் சிறகு முளைத்தது.

மதுரைக்காரர்கள் சாதி வித்தியாசமில்லாமல் ரயில்களில் ஒன்றாக சமமாக அமர்ந்து செல்லும் வாய்ப்பினை

இந்தியாவில் ஓடிய பல்வேறு ரயில்களின் இலச்சினைகள்

ரயில்கள் சாத்தியப்படுத்தின. இது அனைவருக்கும் பெரும் தன்னம்பிக்கையைக் கொடுத்தது. மதுரைக்காரர்கள் தங்களின் வாழ்வை மேம்படுத்த கல்வி, வேலை என அனைத்திற்கும் தொலை தூரங்கள் நோக்கிச் செல்வதற்கான சாத்தியங்களை ரயில்கள் நனவாக்கின.

மதுரை ரயில் நிலையத்திற்கு ஒப்பாக மதுரையின் முகமாக மதுரைக்கு வருபவர்களை வரவேற்க மங்கம்மாள்சத்திரம் 1890கள் முதல் காத்திருக்கிறது. ஐந்து கட்டடத் தொகுதிகளாகக் கட்டப்பட்ட இந்தச் சத்திரத்தில் மொத்தம் 97 அறைகள் உள்ளன. இந்தச் சத்திரத்தில் நீண்ட காலம் குதிரை லாயங்களும் இருந்தன. பிராமணர்களுக்கும், பிறருக்கும் தனித்தனியே அறைகள் ஒதுக்கப்படும் நடைமுறை இங்கு அமலில் இருந்தது. இந்த நடைமுறைகள் நீதிக்கட்சி அரசினால் ஒழிக்கப்பட்டது.

மதுரைக்கு இரண்டாயிரம் ஆண்டுகளாகப் பயணிகள் வந்த வண்ணம் உள்ளனர். மதுரை கோட்டையின் நான்கு வாயில்களின் வழியே இவர்கள் மதுரை நகருக்குள் நுழைந்தனர். ஆனால் ரயில்களின் வருகைக்குப் பின் மதுரைக்கு வருபவர்களின் நுழைவாயிலாக மதுரை ரயில் நிலையம் மாறியது. இன்றும் மதுரைக்குள் நுழைபவர்கள் ரயிலடியிலிருந்து வெளியேறி டவுன்ஹால் ரோட்டில் நடந்து சென்றால் சாமானியர்கள் உங்களை நோக்கி வந்து அறைகள் வேண்டுமா என்று கேட்பார்கள், ஆங்கிலத்தில் தொடங்கி அவர்கள் ஹிந்தி, மலையாளம், தெலுங்கு, கன்னடம் என ஒரு நொடியில் பல மொழிகளுக்கு மாறி விருந்தினரின் மொழியைக் கண்டடைய முனைவார்கள். ஐரோப்பியர்கள் எனில் உடன் பிரஞ்சு, ஸ்பானிஸ் என வித்தை காட்டுவார்கள். டவுன்ஹால் ரோட்டின் நாவுகளில் சுழலும் இந்த மொழிகளின் நடனத்தில் மதுரைக்கு வந்த பயணிகளின் ரேகைகள் படிந்திருக்கின்றன. ஓர் ஊரில் எத்தனை மொழி பேசுகிறவர்கள் இருக்கிறார்கள் என்பதைப் பொறுத்துதான் அந்த ஊரின் வயதை, தொன்மையை நாம் கணக்கிட இயலும். இந்த விஷயத்தில் மதுரை உலகின் மிகத்தொன்மையான நகரில் ஒன்றாக சிம்மாசனத்தில் அமர்ந்திருக்கிறது.

20

தபாலின் சிறகுகள்!

நான் மதுரையில் இருந்து தூங்காநகர நினைவுகள் தொடரின் ஒரு அத்தியாயத்தை எழுதுகிறேன். அந்த அத்தியாயம் விகடன் இணையதளத்தில் பிரசுரிக்கப்படுகிறது. பிரசுரிக்கப்பட்ட பத்து நிமிடங்களில் எனக்கு சிங்கப்பூரிலிருந்தும் லண்டனிலிருந்தும் மெல்பர்னிலிருந்தும் கட்டுரையைக் குறித்த பாராட்டுகள்/ விமர்சனங்கள் வந்து சேர்கின்றன. என் வீட்டிலிருந்து இரண்டு தெருக்கள் பக்கத்தில் வசிப்பவர் கட்டுரையைத் தனது கைப்பேசியில் வாசித்துவிட்டு, காலார நடந்து வந்து என்னுடன் ஒரு தேநீர் அருந்திக்கொண்டே பேசிவிட்டுச் செல்கிறார். நொடிப் பொழுதில் நம் தகவல்கள் உலகத்தின் எந்த மூலைக்கும் சென்றுவிடும் அசுர வேகமான யுகத்தில் வாழும் நமக்கு, இந்தத் தகவல் தொடர்பு மதுரையில் எப்படியெல்லாம் இருந்தது, அது எப்படியெல்லாம் உருமாறி வளர்ச்சியும் வேகமும் பெற்றது என்பதை அறிந்திருக்க வாய்ப்பில்லை.

வேட்டையில் இருப்பவர்கள் ஒரு விலங்கின் வருகையை சைகையில் பிறருக்கு உணர்த்தினார்கள், அடுத்தகட்டமாக எலும்பினால் செய்யப்பட்ட ஊதியால் (சீட்டி) மெல்ல ஓசை எழுப்பி அதன் வழியே தன் சகாக்களை எச்சரித்தார்கள், அவர்கள் ஊதும் ஒவ்வொரு வகையான சீட்டிக்கும் ஒவ்வொரு அர்த்தம் உண்டு. கற்களிலும் இலையிலும் செய்திகளைப் பதிவிட்டு அனுப்பும் வழக்கம் புதிய கற்காலத்தில் பெரும் பாய்ச்சலாக வந்துவிட்டது.

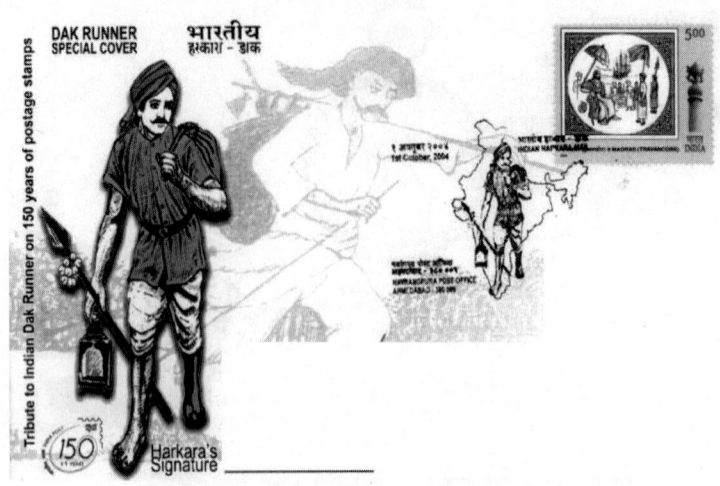

ரன்னர்களை கவுரவித்து வெளியிடப்பட்ட கவர்கள்

சிந்து சமவெளி காலத்தில் நம்மிடையே எழுத்துருக்கள் வந்துவிட்டன. நமக்குக் கிடைத்திருக்கும் பல்வேறு விதமான களி மண்ணோடுகளில் இருக்கும் எழுத்துருக்களை இன்னும் வாசிக்க முடியாது இருக்கிறோம், அதனாலேயே அன்றைய தகவல் தொடர்பு முறைகளைப் பற்றியும் நம்மால் யூகிக்க முடியவில்லை.

சங்க காலத்திலேயே ஏடுகளும், புறநானுற்றுக் காலத்தில் முரசு அறிவிப்புகளும் வந்துவிட்டன. விரலியர், கூத்தர், புலவர்கள் செய்திகளை மக்களிடம் எடுத்துச் செல்பவர்களாக விளங்கினர். தமிழ் நிலத்தில் ஆட்சி செய்த வேந்தர்களின் காலத்தில் ஓலை எழுதுபவர்களும், அதைச் சரிபார்க்கும் ஓலை நாயகர்களும் அரசவையில் இடம்பெற்றிருந்தனர். ஒற்றர்கள் உளவு பார்ப்பவர்களாக மட்டும் அல்லாமல் அவர்கள் மூலமாகச் செய்தித் தொடர்புகள் வந்துவிட்டன. பிராமணர்களை எளிதில் யாரும் சந்தேகிக்கமாட்டார்கள் என்பதால் பல இடங்களில் அவர்களே ஒற்றர்களாக இருந்தனர் என்றும் குறிப்புகள் தெரிவிக்கின்றன.

ஆயிரம் ஆண்டுகளுக்கு முன்னர் மன்னர்கள் போர்கள் தொடர்பான தகவல் தொடர்புக்கு ஓலைகளை அனுப்பத் தொடங்கிவிட்டனர். அக்பர், ஜஹாங்கீர், ஷாஜகான், ஔரங்கசிப் காலங்களிலேயே அரசவைத் தபால்களைக் கையில் எடுத்துக் கொண்டு ஓடும் ரன்னர்களும் அதற்குப் பிறகு குதிரைகளில் செல்லும் ரன்னர்களும் வந்துவிட்டனர். முகலாய மன்னர்கள் காலத்தில் அந்த அரசுகளிடம் இருப்பதிலேயே துடிப்பான குதிரைகள் ரன்னர்கள் வசம்தான் இருந்தன. தகவல் தொடர்பு என்பது ஒரு ராஜ்ஜியத்தின் போக்கையே தீர்மானிக்கும் விஷயம் என்பதால் ரன்னர்கள் பெரும் போர்த் தளபதிகளுக்கு ஒப்பாக மதிக்கப்பட்டார்கள்.

கிழக்கிந்திய கம்பெனியின் வருகைக்குப் பிறகு அவர்களின் வர்த்தகத் தொடர்புகளுக்காக முறையான தபால் முறைகளை

1931-ல் கட்டப்பட்ட மதுரை தலைமைத் தபால் நிலையம்

நிர்மானித்தார்கள். முதலில் மும்பைக்கும் சென்னைக்கும் இடையே தபாலுக்கான ஒரு பாதையை அமைத்தார்கள். 1712-ல் சென்னைக்கும் கல்கத்தாவிற்கும் இடையே ஒரு முறையான நிலவழிப்பாதை உருவாக்கப்பட்டது. அதற்கும் பிறகுதான் சென்னையிலிருந்து கிளம்பும் தபால் ஒரு மாதத்தில் கல்கத்தா சென்றடையும் அதிவேகத் தொலைத்தொடர்பு உருவானது.

காலம் காலமாகக் கால்நடையாகச் சென்றவர்களின் கால் தடங்களின் வழியே உருவான நடைபாதைகளைத்தான் இந்த ரன்னர்கள் பாவித்தார்கள். இதில் பெரும்பாலான பாதைகள் வர்த்தகப் பாதைகளாக (Trade Route) நெடுங்காலமாக இயங்கி வந்த பாதைகளே. அரேபிய வணிகர்களின் வருகைக்குப் பிறகு குதிரைகளின் காலடித் தடங்கள் விழுந்து விழுந்து இவை இன்னும் செம்மையான பாதைகளாக மாறியிருந்தன. மும்பையிலிருந்து லண்டனுக்குத் தபால்கள் 90 நாள்களில் சென்றடைந்தன. பெர்சியா, சிரியா, துருக்கி வழியாகப் பாதைகள் அமைக்கப்பட்டு இந்தத் தபால்கள் 35 நாள்களில் செல்லும் வகையில் தொடர்புக் கட்டமைப்புகள் உருவாக்கப்பட்டன. கல்கத்தா, மும்பை, சென்னையிலிருந்து கிளம்பும் கப்பல்கள் ரன்னர்களின் வருகைக்காகக் காத்திருக்கும். சில நேரம் 15 மணி நேரம் வரை காலதாமதமாக கப்பல்கள் கிளம்பும். தபால்கள் இல்லாமல் கப்பல்கள் கிளம்ப இயலாதுதானே.

இந்த ஒட்டுமொத்தத் தபால் துறையும் ரன்னர்கள் எனும் ஓட்டத்தூதுவர்களை நம்பியே இயங்கியது. இவர்கள் தபால்களை எடுத்துக்கொண்டு காடு, மழை பாராமல் ஓடவேண்டும் அடுத்த ரன்னரிடம் இந்தத் தபால்களைக் கொண்டு சேர்ப்பது அவர்களின் பொறுப்பு. அவர்கள் ஈட்டி முனையுடன் கூடிய நீளமான குச்சியை வைத்திருப்பார்கள். இந்த ஈட்டியில் ஒரு மணி

> **1800-களிலேயே மதுரையில் கிழக்கிந்திய கம்பெனி தங்களின் தபால் சேவையைத் தொடங்கியபோதும் அது ஏகாதிபத்திய தபால்களுக்காக மட்டுமே பிரத்யேகமாக இயங்கியது.**

கட்டப்பட்டிருக்கும், அவர்கள் ஓடும்போது மணியின் ஓசை எழும். அவரது கையில் அரசு முத்திரையின் சின்னங்கள் பொறிக்கப்பட்டிருக்கும். இரவு நேர ரன்னர்கள் கைகளில் லாந்தர் விளக்கு இருக்கும். இந்தியா முழுவதும் ரன்னர்கள் இரவு நேரங்களில் தங்குவதற்கு என்றே டாக் (தபால்) பங்களாக்கள் இருந்தன. இந்த ரன்னர்கள்தான் நீண்ட நாள்கள் தடம் காட்டும் வழிகாட்டிகளாகவும், தொலைதூர ஊர்களைப் பற்றிய தகவல்களை அறிந்தவர்களாகவும், சுற்றுலா வழிகாட்டிகளாகவும் இருந்துள்ளனர்.

பாரம்பர்யம் மிக்க உருக்கு தபால் பெட்டி 1694-ல் கிழக்கிந்திய கம்பெனியின் காலத்திலேயே மதராசப்பட்டினத்தில் ஒரு தபால் அலுவலகத்தை ஏற்படுத்த முயன்றனர். தங்களின் சொந்த ரன்னர்கள் கொண்டே இந்தத் துறையை ஏற்படுத்தினார்கள். புனித ஜார்ஜ் கோட்டையில் தபால் அலுவலகமும் அதனைத் தொடர்ந்து 1855-ல் மவுண்ட் ரோடு போஸ்ட் ஆபீஸூம் கட்டி முடிக்கப்பட்டு பயன்பாட்டுக்கு வந்தது. புனித ஜார்ஜ் கோட்டையில் ஏழாம் நம்பர் கொடி ஏற்றப்பட்டால் வெளிநாட்டுத் தபால் வந்துவிட்டது என்று பொருள். கட்டம் போட்ட ஊதா மற்றும் வெள்ளை கொடி ஏற்றப்பட்டால் தபால்கள் விநியோகிக்கத் தயாராக இருக்கிறது என்று பொருள். 1855-ல் இந்தக் கொடிகள் ஏற்றப்பட்டதைத் தெரிவிக்கும் வகையில் வானில் துப்பாக்கிச் சூடு நடத்தும் வழக்கம் இருந்தது.

1774-ல் தபால்களில் சீல் வைக்கும் வழக்கம் நடைமுறைக்கு வந்தது. கட்டணம் செலுத்தப்பட்ட தபால்கள் எனும் முத்திரையும் அறிமுகமானது. 1790 முதல் வாரம் இருமுறை தபால்கள் எடுக்கும் நடைமுறை உருவானது.1854-ல்தான் தபால் பெட்டிகள் கிராமங்கள் நோக்கிச் சென்றன. தபால் சேவை அறிமுகமான

பாரம்பர்யமிக்க உருக்கு தபால் பெட்டிகள்

போது அது ஓர் இலவச சேவையாக இருந்தது. இந்தியாவில் இருக்கும் 700க்கு மேற்பட்ட சுதேச மன்னர்கள்/மாநிலங்களில் அனைத்திலும் இந்த சேவை அறிமுகம் செய்யப்பட்டது. மெல்ல மெல்ல போர்துக்கீசியர்கள், பிரெஞ்சு, டச்சுக்காரர் ஆட்சி செய்யும் பகுதிகளும் இந்த சேவையுடன் இணைக்கப்பட்டன. இந்தியர்கள் அனைவருக்கும் தபால் சேவைகள் திறக்கப்பட்டபோதும் ஏகாதிபத்திய தபால்கள் 'Imperial Post' (Official) என்றும் மாவட்ட தபால்கள் என்றும் 'District Post' (Public) தனித்தனியாகவே அனுப்பப்பட்டன.

1800-களிலேயே மதுரையில் கிழக்கிந்திய கம்பெனி தங்களின் தபால் சேவையைத் தொடங்கியபோதும் அது ஏகாதிபத்திய தபால்களுக்காக மட்டுமே பிரத்யேகமாக இயங்கியது. ஆரம்பக் காலத்தில் இது முற்றிலும் ஒரு சேவைத்துறையாகவே இருந்தது, இதிலிருந்து எந்த வகையான வருமானமும் அவர்களால் ஈட்ட முடியவில்லை, பின்னாள்களில் தபால்தலைகள் அறிமுகப்படுத்தப்பட்டன. பொதுமக்களும் இந்த சேவையைப் பயன்படுத்தும் வகையில் சேவைகள் மேம்படுத்தப்பட்டன, தபால்கள் கிளம்பும் நேரங்கள் அறிவிக்கப்பட்டன. மதுரையில் இருந்து ரன்னர்கள் நத்தம் வழியே திருச்சி, வேலூர், சென்னை என ஏகாதிபத்திய தபால்களை எடுத்துச் சென்றவண்ணம் இருப்பார்கள். தலைமைத் தபால் அலுவலர் இல்லாத நேரங்களில் மாவட்ட கலெக்டர் அல்லது ராணுவ அதிகாரிகள் இந்தப் பொறுப்பை வகித்தனர். அந்த அளவிற்கு தலைமைத் தபால் அலுவலரின் பதவி அதிகாரமிக்கதாக இருந்தது.

ரன்னர்கள் உடல் திடகாத்திரமாக நல்ல ஆரோக்கியத்துடன் இருக்க வேண்டும், அவர்கள் மணிக்கு 5-6 மைல்கள் ஓடவேண்டும் என்பதும் இருபுறங்களிலும் மொத்த ஒரு நாளில் 40 மைல் ஓட வேண்டும் என்பதும் ஒப்பந்தம். 1790கள் முதல் 1830கள் வரை ரன்னர்களின் சம்பளம் மாதம் ரூ.3க்கும் குறைவாகவே இருந்தது.

1840களில் மதுரைத் தெருக்களில் மணி அடிக்கும் ஓசை கேட்டால் அது தபால்காரர்களின் வருகை

என்று அர்த்தம், மணியடிக்கும் சத்தம் கேட்டு தங்களுக்குத் தபால் வரும் என்று காத்திருப்பவர்கள் வீட்டிற்கு வெளியே வந்து காத்திருப்பார்கள், மணியடிக்காமல் தபால்காரர்கள் சென்றால் புகார் அளித்து நடவடிக்கை உறுதி என்கிற அளவிற்கு சட்டங்கள் கடுமையாக இருந்தன.

என்னதான் ஆங்கிலேயர்கள் தபால் சேவையைத் தங்களின் நலன்களுக்காகத் தொடங்கியிருந்தாலும் மெல்ல மெல்ல ரயில்வே, மின்சாரம், தந்தி என இவை அனைத்தும் இணைந்து தேசத்தின் வளர்ச்சியில் முக்கியப் பங்காற்றின, பெரும் விசையாக இருந்தன. தபால் துறையைப் பொதுமக்களின் பயன்பாட்டுக்கு வந்ததும் தமிழக சமூக வாழ்வில் பல மாற்றங்கள் நிகழ்ந்தன.

ரயில்வேயின் வருகைக்கு முன்னரே தபால்கள் இந்தியா முழுவதும் உள்ள செய்திகளை ஒரு பெரு நதியைப் போல் மதுரைக்குக் கொண்டு வந்து சேர்த்தது. இலக்கியங்கள், போராட்டச் செய்திகள், புத்தகங்கள், உலகம் முழுவதும் நடைபெறும் செய்திகள் என மக்களிடமும் சுதந்திரப் போராட்ட இயக்கங்களின் தலைவர்களிடமும் புதிய அலையாய் கருத்துகள், உலகச் செய்திகள், சுதந்திரப் போராட்டங்கள் குறித்த இந்தியாவின் பிற பகுதிகள் நடைபெற்ற நிகழ்வுகள் மதுரை வந்து சேர்ந்தன. புதிய புதிய செய்திகள் மக்களின் மனங்களில் பெரிய பெரிய மாற்றங்களை ஏற்படுத்தின. இரவு நேர தபால் நிலையங்கள் இந்தியாவில் 12 நகரங்களில் திறக்கப்பட்டபோது அதில் மதுரையும் இடம்பெற்றது என்பது தேசிய அளவில் மதுரையின் முக்கியத்துவத்தை உணர்த்துகிறது.

சுதந்திரப் போராட்டத்தின் போது தபால் அலுவலகங்கள் இந்தியா முழுவதும் தாக்கப்பட்டன, சூறையாடப்பட்டன. போஸ்ட் மாஸ்டர்களை, ரன்னர்களைத் தாக்குவதும்கூட போராட்டங்களின் ஒரு பகுதியாக இருந்தது. ரன்னர்களிடம் இருந்து ஆங்கிலேயர்களின் அதிகாரபூர்வ தபால்களைப் பறிப்பது, அழிப்பது எனப் பல நிகழ்வுகள் சுதந்திரப் போராட்டத்தில் நிகழ்ந்துள்ளன. 1942-ல் மதுரையில் 'வெள்ளையனே வெளியேறு' இயக்கத்தின்போது தபால் பெட்டிகள் தீவைத்துக் கொளுத்தப்பட்டன. அதற்குப் பின்னரும் ஆங்கிலேயர்களுக்கு எதிர்ப்பு தெரிவிக்கும் விதமாகத் தபால் பெட்டிகள் கொளுத்தப்படுவது முதல் இன்றும் மத்திய அரசுக்கு எதிராக நாம் தபால் அலுவலகங்களுக்கு முன்னே போராடுவது வரை, இது அதிகாரத்திற்கு எதிரான போராட்டங்களின் ஒரு வடிவமாக நிலைபெற்றுவிட்டது.

ரன்னர்களின் வாழ்க்கை அத்தனை சுலபமானதாக இருக்கவில்லை. மிருகங்கள், கொள்ளையர்களிடமிருந்து தங்களைக் காக்க அவர்கள் பல வழித்தடங்களில் பெரும்பாடு பட்டார்கள். விஷப்பாம்புகளிடம் கடி வாங்கி இறப்பது, புலிகள் உள்ளிட்ட வன மிருகங்கள் இவர்களை அடித்துக் கொல்வது, ஆற்றில் அடித்துச் செல்லப்படுவது, கொள்ளையர்கள் இவர்களை கொலை செய்துவிடுவது, வர்த்தக வழித்தடங்களில் பிரத்யேகமாக கொள்ளையர்களிடம் பொருள்களை பறிகொடுப்பது, காயம்படுவது

என பல சம்பவங்கள் வரலாற்றில் ஆவணப்படுத்தப்பட்டுள்ளன.

ரன்னர்களின் வருகைதான் ஒரு காலத்தில் கிராமங்களில் இருப்பவர்களுக்கு நேரத்தை அறியும் ஓர் அடிப்படையாக இருந்திருக்கிறது, மதுரையில் தபால்காரர்களின் வருகையை வைத்து நேரத்தை கடிகாரத்தில் சரிபார்க்கும் அளவிற்கு துல்லியமான நேரத்தில் அவர்களின் வருகை அமைந்திருக்கும்.

1931-ல் மதுரை தலைமைத் தபால் அலுவலகம் கட்டப்பட்டது. அதே கட்டடத்தில் தபால்தலை சேகரிப்பு மையமும் நிறுவப்பட்டது. ஆனால், இதற்கு முன்புவரை அது நகரத்தில் எங்கு இயங்கியது என்பதற்கான சான்றுகள் ஏதும் கிடைக்கவில்லை. திருமலை நாயக்கர் மஹாலுக்கு முன்புறம் உள்ள தபால் அலுவகம் மிகவும் பழையது என்றாலும் அங்கு தான் இயங்கியதா என்பது தெரியவில்லை. 1931-ல் கட்டப்பட்ட இந்தக் கட்டடம் கட்டி முடிக்கப்பட்டபோது ஆங்கிலேயர்களின் கட்டடக் கலைக்கு ஒரு சான்றாக விளங்கியது, ஆகாயத்தில் இருந்து பார்த்தால் அது விமானத்தின் வடிவில் காட்சியளிப்பதுபோல் வடிவமைக்கப்பட்டது. இந்த கட்டடம் இந்திய அளவில் முக்கியத்துவம் வாய்ந்த கட்டடம், ஒரு தொல்லியல் சின்னமாக அறிவிக்கப்பட வேண்டிய இந்தப் பாரம்பர்யமிக்க கட்டடம் இன்று பொலிவிழந்து காணப்படுவது வேதனையளிக்கிறது.

மதுரைக்கு எத்திசைகளில் இருந்து நீங்கள் பயணித்து வந்தாலும் மதுரை நோக்கி வரும் மைல் கற்களில் உள்ள தொலைவு எண் குறைந்துகொண்டே வரும். அப்படி

வரும்போது மதுரையின் பூஜ்ஜியம் (zero mile) மைல் என்பது மதுரையின் தலைமைத் தபால் அலுவலகம்தான். ஒரு காலத்தில் மதுரை நோக்கி ஓடி வரும் ரன்னர்களின் கணக்கிற்காக இது அமைக்கப்பட்டதா அல்லது தபால் அலுவலகங்கள் வழியேதான் ஒரு நகரம் தன் அடுத்த கட்ட அசைவிற்கான ஆணைகளைப் பெற்றதா என்பதை இன்னும் யூகிக்க முடியவில்லை.

மதுரைத் தபால் அலுவலகத்திலும் குதிரை லாயங்கள் இருந்தன. குதிரை வண்டிகள் தபால் விநியோகத்திற்கு பயன்படுத்தப்பட்டன, பின்னாட்களில் குதிரைகளுக்குப் பதில் சைக்கிள்கள் வந்தன, குதிரை லாயங்கள் சைக்கிள் ஷெட்டுகளாக மாறின. 1924 முதல் மதுரையில் ரேடியோ வைத்திருப்பவர்கள்

அனைவரும் தலைமைத் தபால் அலுவலகங்களுக்குச் சென்று லைசன்ஸ் வாங்கும் நடைமுறை இருந்தது.

இன்றைய தலைமுறைக்குத் தபால் அலுவலகங்கள் ஒரு பொருட்டே இல்லாத அளவிற்கு தகவல் தொடர்பு புதிய பாய்ச்சலைப் பெற்றுவிட்டது. இருப்பினும் நான் ராமேஸ்வரம் செல்லும்போதெல்லாம் தனுஷ்கோடியில் சிதைந்து நிற்கும் தபால் கட்டடத்தைச் சுற்றிப் பார்க்காமல் வந்ததில்லை, 'BOAT MAIL EXPRESS' என்று இங்கிருந்து இலங்கைக்குச் செல்லும் தபால்களை ஏற்றிக்கொண்டு பெரும் படகுகள் கிளம்பும் காட்சிகள் என் நினைவில் வந்து செல்லும். மதுரையிலிருந்து சென்னைக்குப் புறப்படும் ரயிலில் ஒரு பெட்டி தபால் அலுவலகமாகவே இருக்கும். அதில் இரவு முழுக்க தபால்களை ஊழியர்கள் சார்ட்டிங் செய்துகொண்டிருப்பார்கள். ஒவ்வொரு ரயில் நிலையத்திலும் தபால்கள் இந்தப் பெட்டியில் ஏற்றப்படும். இன்று அப்படியான பெட்டிகள் ரயில்களில் இல்லை.

நான் கடித நண்பர்களின் (Pen Friends) காலத்தைச் சார்ந்தவன் என்பதால் என் பள்ளிப் பருவத்திலேயே கடித நண்பர்கள் எனக்கு இருந்தனர். ஸ்காட்லாந்தைச் சேர்ந்த ஒரு நண்பருடன் சில காலம் கடிதத் தொடர்பில் இருந்தேன். 1991-ல் கல்லூரி முடித்த பிறகு 10 ஆண்டுகளுக்கு மேல் எங்கள் வகுப்புத் தோழர்களுடன் கடிதப் போக்குவரத்தில்தான் இருந்தேன். தபால்காரருக்காக காத்திருப்பதன் தவிப்பை சுகத்தை நானும்

அனுபவித்திருக்கிறேன். நமக்கு தபால் இருக்கும்பட்சத்தில் தபால்காரர் நம்மை நோக்கி சிரித்த முகத்துடன் வரும்போதே ஒரு அன்பின் வருகையை நாம் உணரலாம்.

தாழம்பூவில் மாதவி எழுதிய கடிதம், காளிதாசரின் மேகங்கள் தூது எழுதி அனுப்பியது, லெவ் டால்ஸ்டாய் காந்திக்கு எழுதிய கடிதம், போரை நிறுத்தச் சொல்லி காந்தி ஹிட்லருக்கு எழுதிய கடிதங்கள், வான்கோ தியோவிற்கு எழுதிய கடிதங்கள், பர்மிங்ஹம் சிறையில் இருந்து மார்டின் லூதர் கிங் எழுதிய கடிதங்கள், ஜவஹர்லால் நேரு தன் மகள் இந்திராவுக்கு எழுதிய கடிதங்கள், எழுத்தாளர் கி.ரா இறந்ததும் நான் எடுத்து மீள்வாசிப்பு செய்த கு.அழகிரிசாமி கி.ரா.வுக்கு எழுதிய கடிதங்கள் எனப் புத்தக வடிவம் பெற்ற கடித இலக்கியத்தின் பல நூல்கள் என் நூலகத்தில் உள்ளன. என் காதலிகள் எனக்கு எழுதிய கடிதங்கள், என் நண்பர்கள் எனக்கு எழுதிய கடிதங்கள் என என் சேகரிப்பிலும் ஓராயிரம் கடிதங்கள் உள்ளன. இந்த ஒவ்வொரு கடிதத்தையும் ஒரு சிறகைபோல் நான் பாதுகாத்து வைத்திருக்கிறேன். இந்தக் கடிதங்களில் உள்ள ஒவ்வொரு சொல்லையும் வாசிக்க வாசிக்க எனக்கு சிறகுகள் முளைத்ததை நான் அந்தரங்கமாகவே உணர்ந்திருக்கிறேன். தபால்கள் இல்லா உலகம் சிறகு முளைக்காத உலகமாகவே இருந்திருக்க வேண்டும்.

21

மதுரைக் கல்விச்சாலைகளும் சமூக மாற்றமும்!

போர்த்துகீசிய நாட்டிலிருந்து 1592-ல் மதுரைக்கு பொர்னாண்டஸ் பாதிரியார் வருகை தந்தார். மன்னர் வீரப்ப நாயக்கரின் அனுமதியுடன் மதுரையின் முதல் மாதா கோயிலை அவர் நிறுவினார். 1606-ல் இத்தாலியின் தஸ்கினியிலிருந்து ராபர்ட்-டி-நோபிலி (*Roberto-de-Nobili*) இந்தியாவின் கோவாவிற்கு வந்தார். அங்கிருந்து கொச்சியில் சில காலம் இருந்துவிட்டு மதுரைக்கு வந்தார். சைவ உணவு, ஒரு நாளைக்கு ஒருவேளை உண்ணுவது, தன் உடலில் ஒரு பூணூலை மாட்டி அதில் ஒரு சிலுவையைத் தொங்கவிட்டு அவர் ஒரு துறவியின் கோலத்திற்கே தன்னை மாற்றிக்கொண்டார். அவர் தன்னை ரோமாபுரி பார்ப்பணர் என்று அழைத்துக்கொண்டார்.

தமிழ் மொழியைப் பயின்று தமிழ் போர்த்துக்கீசிய அகராதி உள்ளிட்ட இருபதுக்கும் மேற்பட்ட நூல்களை இயற்றினார். இவரைத் தொடர்ந்து போர்த்துகல் நாட்டின் லிஸ்பன் நகரில் இருந்து வந்த ஜான் டி பிரிட்டோ 1680-ல் மதுரை வந்து மறவர் நாட்டில் சமயப் பணியாற்றினார்.

இத்தாலி நாட்டிலிருந்து வந்த கான்ஸ்டண்டின் ஜோசப் பெஸ்கி மதுரைக்கு வந்து சமயப் பணியாற்றினர். தமிழ் பயின்று தன்னை வீரமாமுனிவர் என்ற பெயரில் மட்டும் அல்லாமல் தமிழ்ப்பணியில் தன்னை முழுமையாக ஈடுபடுத்திக் கொண்டார். திருக்குறளை லத்தீன் மொழிக்கு மொழியாக்கம் செய்தது உள்ளிட்ட 20க்கும் மேற்பட்ட தமிழின் முக்கிய நூல்களை இயற்றினார்.

கிழக்கிந்திய கம்பெனியின் சார்பாக வருவாய் அதிகாரியாக மதுரைக்கு வந்த எல்லிஸ் அவர்கள், தமிழ் மொழிக்குப் பெரும்

தொண்டாற்றினார். ஓலைச் சுவடிகளைத் தேடிக் கண்டுபிடித்து பதிப்பித்தார். திருக்குறளின் முதல் பதின்மூன்று அதிகாரங்களுக்கு ஆங்கிலத்தில் உரை எழுதி வெளியிட்டார். அவரது தமிழ்த் தொண்டின் நினைவுகூரலாகவே மதுரையின் ஒரு பகுதிக்கு இன்று எல்லிஸ் நகர் என்று பெயர்சூட்டப்பட்டுள்ளது.

இங்கிலாந்தில் புதிய இங்கிலாந்து சபைகள் நிறுவப்பட்டபோது சமயத்தை முன்வைத்து பெரும் கொந்தளிப்புகள் நிகழ்ந்தன. இங்கிருந்து ஒரு பிரிவினர் வெளியேறி அமெரிக்கா சென்றனர். அங்கு அவர்கள் செல்வாக்குப் பெற்று வளர்ந்த பின் கீழை நாடுகளிலும் இறைப்பணி செய்யும் விருப்பத்தோடு புறப்பட்டனர். 1816-ல் இலங்கை சென்று யாழ்ப்பாணத்தில் தங்களின் சபைகளை நிறுவினர். அங்கே இருந்த தமிழர்களிடம் பெரிய வரவேற்பு கிடைத்ததும், இந்தியா நோக்கிக் கிளம்பினார்கள். தமிழ்நாட்டிலும் மிஷனரியை உருவாக்கும் நோக்குடன் பாக் ஜலசந்தியைக் கடந்து ராமநாதபுரம் மாவட்டம் தேவிப்பட்டினத்தை வந்தடைந்தனர்.

லெவிஸ்பால்டிங் மற்றும் ஹொய்சிஸ்டன் ஆகியோர் 1834-ல் மதுரைக்கு வந்தனர். மதுரை மற்றும் சுற்றுவட்டாரங்களில் முதலில் உலா வந்தனர். மக்களைச் சந்தித்தனர், அவர்களை அறிந்து கொள்ள முற்பட்டனர். அதன் பின்னர் லெவிஸ்பால்டிங் தனது தலைமையகத்திற்குக் கடிதம் ஒன்றை அனுப்பினார்,

1906-ல் தொடங்கப்பட்ட பசுமலை டிரேடு ஸ்கூல்

அதில் "தெருக்கள் ஒழுங்கற்றும் குறுகியதாகவும் காணப்படுகின்றன. பெரும்பான்மையான மக்களுக்கு வேளாண்மைதான் முக்கியத் தொழில், கால்நடை வளர்ப்பில் பலர் ஈடுபடுவதைக் காண முடிகிறது. ஜாதிகளுக்கேற்றபடி தொழில் முறைகள் உள்ளன. போக்குவரத்து வசதிகள் மிகவும் குறைவு. வசதியானவர்கள் மனிதர்கள் சுமக்கும் பல்லக்குகளில் பயணம் செய்கின்றனர். மக்களிடையே பேய் ஆடுதல், அருள்வாக்கு போன்ற பழக்கங்கள் உள்ளன. கோடாங்கி என்கிற ஒருவரிடம் அனைவரும் குறி கேட்கிறார்கள். ஜாதிச் சண்டைகள், பிறர்மீது வழக்கு போடுதல், பகை, களவு, வழிப்பறி, சூதாட்டம் போன்றவை உள்ளன. கடுமையாக உழைக்கும் சாமானியர்கள் கல்வி அறிவு அற்றவர்களாக இருக்கிறார்கள். கோயில்களில் உள்ள பிராமணர்கள் எனப்படுகிறவர்கள்தான் முதல்நிலைச் சாதியினராக உள்ளனர். அவர்கள்தான்

ராபர்ட்-டி-நோபிலி

பசுமலையில் மின்சாரம் வந்த செய்தியைக் கேட்டு மக்கள் கால்நடையாகவும் மாட்டு வண்டிகளிலும் அலை அலையாய் வந்தனர்.

கல்வி கற்றவர்களாக இருக்கிறார்கள். இங்குள்ள மக்களிடையே 80 வகையான ஜாதிப் பிரிவுகள் உள்ளன" என்று மதுரையின் சமூகத்தை அவர் விவரித்தார்.

லெவிஸ்பால்டிங் அறிக்கையைப் பரிசீலித்த அமெரிக்கன் மிஷனரி, தமிழகத்தில் மிஷனரிகளைத் தொடங்க கவர்னர் ஜெனரலிடமும் சென்னை அரசிடமும் அனுமதி கேட்க 1835-களின் இறுதியில் விண்ணப்பித்தனர், சில காலத்தில் அனுமதியும் கிடைத்தது.

மதுரையில் மிஷனரி சார்பில் பள்ளிகள் ஏற்படக் காரணமானவர் டேனியல் பூர். 1835-ல் மறைத்தளப் பணியாக மதுரை வந்த அவர் இங்குள்ள கல்விச்சாலைகளின் நிலையைக் கண்டறிந்தார். அதன் பின்னர் தனது அறிக்கையை சமர்பித்தார். டேனியல் பூரின் அறிக்கையின்படி மதுரையில் 7 பள்ளிகள் தொடங்கப்பட்டன. ஒரு பள்ளியில் தமிழும் தெலுங்கும் பிராமணர்களால் கற்றுத் தரப்பட்டது. மீதமுள்ள 6 பள்ளிகளில் தமிழ், ஹிந்துஸ்தானி மொழிகள் இந்து மற்றும் இஸ்லாமிய ஆசிரியர்களாலும் கற்றுத் தரப்பட்டது. 1845-ல் பசுமலையில் பள்ளி தொடங்கப்பட்டது, மெல்ல மெல்ல சுற்றுவட்டாரக் கிராமங்களிலிருந்து பள்ளிக்கு குழந்தைகள் வரத்தொடங்கினார்கள்.

1836-ல் மதுரையில் பிராட்டஸ்டண்டு சபை தொடங்குவது என்று முடிவு செய்தனர், கொஞ்சம் ஊரை விட்டு வெளியே இருக்கலாம் என்ற முடிவுடன் அவர்கள் இடம் தேடினார்கள். இறுதியாக மதுரைக்குத் தெற்கே 6 கிலோ மீட்டர் தொலைவில், பசுமலை மலையடிவாரத்தில் உள்ள ஓர் இடத்தைத் தேர்வு செய்து அங்கே புதிய இங்கிலாந்து சபையை நிறுவினார்கள்.

1845-ல் மதுரை ரயில் நிலையம் அருகே யூனியன் கிறிஸ்டியன் பள்ளி தொடங்கப்பட்டது. இந்தப் பள்ளியின் விளையாட்டு மைதானத்திற்கு அரசரடியில் பெரிய இடம் ஒன்றை

மதுரை தமிழ்ச் சங்கம்

அமெரிக்கன் கல்லூரியில் ரவீந்திரநாத் தாகூர்

வாங்கினார்கள். அது மதுரை இறையியல் கல்லூரி வளாகத்தின் நுழைவாயிலில் உள்ளது. 1847-ல் பசுமலையில் தேவாலயமும் ஒரு மருத்துவமனையும் கட்டப்பட்டன. பின் அருகில் இன்னொரு சர்ச் கட்டி அதற்கு உவைற்றின் சர்ச் என்று பெயரிட்டனர்.

இத்தனை நடவடிக்கைகள் நடைபெற்றபோது ஆதரவு எவ்வளவு இருந்ததோ அதற்கு ஏற்றாற்போல் அவ்வப்போது சில எதிர்ப்புகளும் வந்துகொண்டுதானிருந்தன. இந்தச் சமூகத்தில் பல படிநிலைகளில் உள்ள ஜாதியைச் சேர்ந்த மாணவர்கள் ஒரே வகுப்பறையில் படிக்கும்போது மாணவர்களிடையே பிரச்னைகள் எழவே செய்தது. 1847-ல் மாணவர்களிடையே ஒற்றுமையை ஏற்படுத்தும் நோக்கில் பசுமலைப் பள்ளியில் சமபந்தி விருந்து நடத்த ஏற்பாடுகள் செய்தார்கள். உயர் ஜாதியினரும் வசதியானவர்களும் தங்கள் பிள்ளைகளை இந்த சமபந்தி போஜனத்தின் வாயிலாக பள்ளி நிர்வாகம் கேவலப்படுத்துவதாக பெரும் அமளியில் ஈடுபட்டனர். இந்தப் பிரச்னை பெரிதாகி அடிதடி, கைதுகள், வழக்குகள் என இந்த விசயம் நீதிமன்றம் வரை சென்றது. இந்த சமபந்திக்குப் பிறகு பசுமலைப் பள்ளியில் மாணவர்கள் எண்ணிக்கை கணிசமாகக் குறைந்தது.

1890களில் திருமங்கலத்தில் மதுரை சுதேசிக் கல்லூரி (*Madurai Native College*) தொடங்கப்பட்டு அங்கே சிறுவர்களுக்கான உறைவிடப் பள்ளி செயல்பட்டு வந்தது. திருமங்கலத்தில் பின்பு நிலவிய இடப்பற்றாக்குறை காரணமாகப் பசுமலை உவைற்றின் தேவாலயத்திற்கு மாற்றப்பட்டது. பசுமலைக்கு இந்தக் கல்லூரியை மாற்றினால் மதுரை மாணவர்கள் வர ஏதுவாக இருக்கும் என்று கருதினார்கள். ஆனால் மதுரையில் இருந்து மாணவர்கள் பசுமலை தொலைவாகவும் ஊருக்கு வெளியே இருப்பதாகவும் கருதினார்கள். அதனால் சுதேசிக் கல்லூரி மதுரையில் உள்ள ஐக்கிய கிறித்தவப் பள்ளி வளாகத்திற்கு மாற்றப்பட்டு அங்கு செயல்பட்டது.

சுதேசிக் கல்லூரியின் முதல்வர் வாஷ்பர்ன், மெல்ல கல்லூரிக்கு இடம்தேடி மதுரை நகரம் முழுவதும் வலம் வந்தார். அவரது கண்களில் வைகை ஆற்றின் வட கரையில் நீண்ட, குறுகியதான குளமும் அதன் இருபுறமும் பனை மரக்காடுகளும் வயல்களும் உள்ள

அமெரிக்க கல்லூரியின் பிரதான கட்டடத்தின் இன்றைய தோற்றம்

ஒரு பெரும் நிலப்பரப்பு கண்ணில் பட்டது. அந்த நிலத்தின் மேற்கே அழகர்கோயிலுக்குச் செல்லும் வண்டிப்பாதை இருந்தது. பனைமரக் காடான இந்தப் பகுதியில் மதுரை சுதேசிக் கல்லூரிக்குச் சொந்தமாகக் கட்டடத்தைக் கட்டும் முடிவு எடுக்கப்பட்டது. முதலில் சிறிய தற்காலிகக் கட்டடங்களுடன் இந்த இடத்திற்குக் கல்லூரி மாற்றப்பட்டது. வைகை ஆற்றில் அடிக்கடி வெள்ளப்பெருக்கு ஏற்பட்டது. ஒருமுறை கற்பாலத்தைக் கடக்கும் சில மாணவர்களை வெள்ள நீர் அடித்துச் சென்றுவிட்டது. இதனை அடுத்து 1889-ல் மதுரையில் வைகை ஆற்றுக்குக் குறுக்கே முதல் மேம்பாலம் கட்டப்பட்டது, இன்றளவும் மொத்த மதுரையின் போக்குவரத்தை கம்பீரமாக தன் முதுகில் கடத்தும் ஆல்பர்ட் விக்டர் மேம்பாலம் அதுவே.

வாஷ்ப்ரன் இந்த இடத்தில் விரிவான கட்டடங்களுக்கான திட்டத்தைத் தலைமையிடத்திற்குத் தெரிவித்தார். அனுமதி கிடைத்ததும் தன் வசம் இருந்த நன்கொடையை வைத்துக்கொண்டு கட்டடத்தை 1898-ல் கட்டத் தொடங்கினார். மைசூர் அரண்மனையைக் கட்டிய, சென்னை உயர் நீதிமன்றத்தைக் கட்டிய அதே பொறியாளர் ஹென்ரி இர்வின்தான் இந்தக் கல்லூரிக் கட்டடத்தையும் கட்டினார். 1904-ல் சுதேசிக் கல்லூரி புதிய கட்டடத்தில் செயல்படத் தொடங்கியபோது அது அமெரிக்கன் கல்லூரி எனப் பெயர் மாற்றப்பட்டது.

வாஷ்ப்ரனுடன் இணைந்து இந்தக் கல்லூரியின் இரண்டாவது முதல்வர் வில்லியம் மைக்கேல் ஜம்புரோ என்பவர், இன்று கல்லூரி இருக்கும் இடத்தில் வசித்த குடும்பங்கள் மற்றும் ஏனைய கிறித்தவக் குடும்பங்கள் குடியிருப்பதற்காகக் கோரிப்பாளையம் பகுதியில் பல ஏக்கர் நிலங்களை வாங்கி தனது சொந்தப் பொறுப்பில் மக்களுக்கு தானமாக வழங்கினார். இன்று வரை இந்தப்பகுதி ஜம்புரோபுரம் என்று அழைக்கப்படுகிறது.

1921-ல் மதுரை நிலத்தின் முதல் பெண் நவீனக் கல்விச்சாலையில் கல்வி கற்க அமெரிக்கன் கல்லூரியில் இணைகிறார். 1919-ல் அமெரிக்கன் கல்லூரியில்

ரபீந்திரநாத் தாகூர் ஒரு தொடர் சொற்பொழிவு நிகழ்த்தினார், இந்தச் சொற்பொழிவுகள் அனைத்திற்கும் நுழைவுக் கட்டணம் இருந்தது. இந்தச் சொற்பொழிவுகள் மூலம் ரூ.2365 திரட்டப்பட்டது. அதில் ரூ.365-ஐ அமெரிக்கன் கல்லூரிக்கு நன்கொடையாக அளித்துவிட்டு ரூ.2000த்தை மேற்கு வங்கத்தின் சாந்திநிகேதனில் அவர் கட்டி எழுப்பிய விஸ்வ பாரதி பல்கலைக் கழகத்திற்கான நிதியாகக் கொண்டு சென்றார்.

1906-ல் பசுமலை டிரேடு ஸ்கூல் என்றும் பசுமலை இண்டஸ்ட்ரியல் ஸ்கூல் என்றும் பெயரிட்ட தொழிற்கல்விப் பாடசாலை இன்றளவிலும் சுற்றிலும் உள்ள கிராமத்துப் பிள்ளைகளுக்குத் தொழிற்கல்வியைக் கற்றுத்தருகிறது. இந்தத் தொழிற்பாடசாலையில் தான் மதுரையின் முதல் வளாக வேலை (*Campus Interview*) வாய்ப்பும் ஏற்பாடு செய்து கொடுக்கப்பட்டது. பசுமலையில் இதே வளாகத்தில் லெனாக்ஸ் அச்சகம் தொழிற்பாடசாலைக்கான பாடங்களை அச்சடித்து வழங்கியது.

மதுரை நகரின் மேற்கே புட்டுத்தோப்பு அருகே அமைந்துள்ள கேப்ரன்ஹால் பெண்கள் கலாசாலை மிகவும் புகழ்பெற்றது. மறைத்தளப் பணியாக மதுரைக்கு வந்த கேப்ரன் அம்மையார் இங்கிருந்த பெண்கள் போர்டிங் பள்ளியைக் கட்டினார். என் அம்மா பொன்மலர் அவர்கள் கேப்ரன்ஹால் பள்ளியின் போர்டிங்கில் தங்கிப் பயின்ற மாணவி. மறைப்பணியாளர்களாக மதுரைக்கு வந்த பல வெளிநாட்டவர்கள் மருத்துவர்களாக இருந்தனர். மதுரையில் வருடம்தோறும் நிலவிய தொற்று நோய்களினால் மக்களின் அவல நிலை கண்டு மருத்துவமனைகள் ஏற்படுத்தினார்கள். டாக்டர் ஸ்டீல், டாக்டர் ஸ்கூடர், டாக்டர் ஷெல்டன் ஆகியோர் மதுரையின் பல பகுதிகளில் டிஸ்பென்சரிகள் தொடங்கினார்கள்.

1848-ல் மதுரைக் கீழவெளி வீதியில் மிஷன் சார்பாக மருத்துவமனை தொடக்கப்பட்டது. 1800 நோயாளிகள் எட்டு மாதங்கள் வந்து சிகிச்சை பெற்றதாக டாக்டர் ஷெல்டன் ஓர் அறிக்கையில் தெரிவிக்கிறார். இந்த மிஷனின் மருத்துவமனையை உடனடியாக விரிவாக்கம் செய்யும் பொருட்டு மதுரை கோட்டைச் சுவருக்குக் கிழக்குப்புறம் பெரிய நிலம் வாங்கப்பட்டு அதுவே இன்று கீழவாசலில் உள்ள மிஷன் ஆஸ்பத்திரியாகச் செயல்படுகிறது.

கான்ஸ்டண்டின் ஜோசப் பஸ்கி எனும் வீரமாமுனிவர்

1876-1878-களில் தாது வருடப் பஞ்சம் ஏற்பட்டபோது மதுரையில் வரலாறு காணாத அவல நிலை ஏற்பட்டது, அந்த நேரம் மிஷனரியின் பணிகள் மிகவும் தீவிரமாக இருந்தன. அந்த நேரத்தில்தான் மிஷன் ஆஸ்பத்திரியில் பெண்கள், சிறுவர்களுக்கு எனத் தனி மருத்துவப் பிரிவுகள் தொடங்கப்பட்டன.

இந்த வளாகத்தில்தான் பின்னர் சி.எஸ்.ஐ. பல்

புனித ஜார்ஜ் தேவாலயம்

மருத்துவக்கல்லூரி, நர்சிங் பயிற்சிப் பள்ளிகளும் தொடங்கப்பட்டன.

மதுரைக் கீழவாசலில் உள்ள புனித மேரி ஆலயம் 1862-ல் மதுரைக் கோட்டைக்கு வெளியே கட்டப்பட்டது. தெற்கு வாசலில் உள்ள தேவாலயம் 1885-ல் திருமதி. கேப்ரன் அவர்களால் கட்டப்பட்டது. மதுரையின் எல்லா தேவாலயங்களின் வாசல்களிலும் குதிரை லாயங்கள் இருந்தன.

மதுரை நகரின் மையத்தில் மேங்காட்டுப் பொட்டல் அருகே இயங்கிவரும் ஒய்.எம்.சி.ஏ.சி. கிறித்தவ இளைஞர் சங்கத்தை பசுமலை இளைஞர்கள் சிலர் கூடி, தொடங்கினார்கள். 1800களில் மதுரை ஒய்.எம்.சி.ஏ.சி. அருகே இருக்கும் இதே பொட்டலில் ராணுவ வீரர்களின் முகாம்களும் குடியிருப்புகளும் மிகுந்து மெயின் கார்டு ஸ்கொயர் *(MAIN GUARD SQUARE)* இருந்தது.

1874-ல் பசுமலையில் புதிய இங்கிலாந்து சபை கட்டி முடிக்கப்பட்டபோது பாஸ்டன் நகரிலிருந்து 336 ராத்தல் எடையுள்ள கோயில் மணி வரவழைக்கப்பட்டது. இந்த மணி வந்தபோது பசுமலை ஆலயத்தின் கட்டுமானப் பணிகள் முடிவுற்றிருந்ததால், இங்கு இதனைப் பொருத்த இயலவில்லை. உடன் இந்த மணி அருகில் இருந்த திருப்பரங்குன்றம் முருகன் கோவிலுக்கு வழங்கப்பட்டது என்பது வரலாறு.

மின்சாரம் இல்லாத நிலையில் பசுமலை கடும் சிரமங்களுக்கு ஆளானது. மெழுகுவத்திகள், சிமினி, அரிக்கேன், தீப்பந்தங்களின் பயன்பாட்டில்தான் மொத்த வளாகமும் இயங்கியது. மலைசூழ் பகுதி என்பதால் கடுமையான பூச்சிகள் பாம்புகள் நடமாட்டம் இருந்தது. பிராட்டஸ்டண்டு சபை அமெரிக்காவிலிருந்து சக்தி மிக்க ஜெனரேட்டரை வரவழைத்து மின்சாரம் தயாரித்து இந்த வளாகத்தை ஒளியூட்டியது. இந்தப் புதிய வெளிச்சத்தின் வருகை மக்களிடையே பெரும் வியப்பை ஏற்படுத்தியது.

பசுமலையில் மின்சாரம் வந்த செய்தியைக் கேட்டு மக்கள் கால்நடையாகவும் மாட்டு வண்டிகளிலும் அலை அலையாய் வந்தனர். “மலைக்கு மேல இருந்து கம்பி வழியாக சீமெண்ணையை ஊற்றி விடுறாங்க, அந்த சீமெண்ணையால நிக்காம விளக்கு எல்லாம் எரியுது” என்று தென் தமிழகமே பேசியது. பின்னர் இதேபோன்ற வசதியை மதுரை மீனாட்சியம்மன் கோயிலுக்கும் இதே சபை செய்து கொடுத்தது.

மதுரையில் தேவதாசி முறை, உடன்கட்டை ஏறுதல் ஆகிய பழக்கங்கள் நடைமுறையில் இருந்தன. தேவதாசி முறை இந்துக் கோயில்களில் தவிர்க்க முடியாத ஒன்றாக இருந்தது. கோவிலுக்குப் பெண்களை நேர்ந்து விடுவது நேர்த்திக்கடன்களில் ஒன்றாக இருந்தது. மதுரைக்கு வந்த மறைத்தளப் பணியாளர் ஏமி கார்மைக்கேல் இதை எதிர்த்துப் பிரசாரம் செய்தார். தேவதாசி முறைக்கு அர்ப்பணிக்கப்படும் சிறுமியரை மீட்டுத் தத்தெடுத்து வளர்த்தார். இதனால் சனாதன வாதிகள் இவரைப் பிள்ளை பிடிப்பவர் என்று கூறி அடித்து விரட்டினர், இவருக்கு எதிராக வழக்குகள் தொடுக்கப்பட்டன.

மதுரையில் ஈவா மேரி சுவிப்ட் என்ற மறைத்தளப் பணியாளரான பெண் பணியாளர், மதுரை புதூரில் உடன்கட்டை ஏறுதலுக்கு எதிராகப் போராடினார். இந்து மக்கள் இவருக்கு எதிராகப் போராட்டம் நடத்தினர். இவரைத் திட்டியும் எதிரில் நின்று முழக்கங்களும் எழுப்பினர். 'மிஷனரிகளே வெளியேறு, எங்க கடவுள்கள் கோபப்படுவார்' என்பது அன்று சனாதனவாதிகளின் முழக்கமாக இருந்தது.

கிறித்தவத்தின் வருகை மதுரைப் பகுதியில் கல்வியின் மடைகளைத் திறந்து அதை அனைவருக்குமானதாக மாற்றியது. கல்வியை வேலை வாய்ப்புடன் இணைத்து ஒரு நவீன திசை வழியை ஜாதியத்தின் இரும்புச் சங்கிலியில் பூட்டப்பட்ட மக்களுக்கு அறிமுகம் செய்தது. சுதந்திரத்திற்குப் பின்புகூட குலக்கல்வி முறை ஜாதியத் தொழிலைச் செய்தல் என்கிற கீழ்மைகள் பேசப்பட்ட சூழலில் அதற்கெல்லாம் ஒரு முன்னோடிச் செயலாக கல்வியை ஜனநாயகப்படுத்தியதில் கிறித்துவக் கல்வி நிறுவனங்களின் பங்கு முக்கியமானது.

அவ்வப்போது சிறு சிறு பூசல்கள் வந்தபோதும் மதுரை மூவாயிரம் ஆண்டுகளாக, வந்தோர் அனைவரையும் தன் இரு கரங்களால் அரவணைத்த ஊராகவே வரலாறு நெடுகிலும் கம்பீரமாக நிற்கிறது, வந்த அனைவரிடத்திலும் இருந்த சிறந்தவற்றைத் தன்வயப்படுத்தி, வந்தவர்களுக்குத் தமிழ் மொழியைப் பருகக் கொடுத்தது, அவர்களைத் தமிழன்னையின் பிள்ளைகளாக மாற்றியது. இதனால்தான் மதுரை பல்சமய உரையாடல்கள் நிகழ்ந்த உலகத்தின் மூதூராகத் திகழ்கிறது.

22

வெயிலைப் பருக வந்தவன்!

ஒளி ஒரு சிறிய துளை மூலம் ஓர் இருண்ட இடத்திற்குள் நுழைகிறது. துளையின் எதிர்ச்சுவரில் அல்லது திரையில் ஒரு தலைகீழ்ப் படம் உருவாகிறது. இதனை நாம் அனைவரும் நம் பள்ளியின் இயற்பியல் வகுப்பில் செய்திருப்போம். சீனப் பயணியும் தத்துவவாதியுமாக மோ சி (*Mo Zi*) 5-ம் நூற்றாண்டிலேயே உலகின் முதல் ஊசித்துளை (*Pinhole*) போன்ற ஒரு செயல்முறை பற்றித் துல்லியமாக விவரித்திருக்கிறார். இதன் அடிப்படையில் உருவான நுண்துளைக் கேமராவே இன்றைக்கு புகைப்படம் எடுக்கும் கேமராவாகப் பரிணாம வளர்ச்சி அடைந்தது. இந்தக் கேமராவைத்தான் இருள்படப் பெட்டி (*Camera Obscura*) என்று அழைக்கின்றோம்.

கி.மு. 3-ம் நூற்றாண்டில் வாழ்ந்த அரிஸ்டாட்டில் இந்த ஊசித்துளைக் கருவியைப் பற்றியும் அதன் பின் இயங்கும் அறிவியலையும் இன்னும் விரிவாக ஆய்வு செய்து எழுதினார். கி.மு.330-ம் ஆண்டில் நடந்த ஒரு சூரியக் கிரகணத்தின்போது ஒரு மரத்தின் இலையின் இடையே உள்ள துவாரத்தின் வழியாக தரையில் விழுந்த நிழல் அவரை ஈர்த்தது. இதன் வழியே அவர் தலைகீழ்க் கோட்பாட்டை இன்னும் நெருக்கமாக அறிந்தார். அரிஸ்டாட்டிலைத் தொடர்ந்து 10-ம் நூற்றாண்டில் வாழ்ந்த இபின் அல் ஹேதம் (*Ibn al Haytham*) ஓர் ஊசித் துளை மூலமாக சூரிய கிரகணத்தைக் கண்டார். அவர் குண்டூசித் துளையிட்ட ஒரு பெட்டியின் வழியாக சூரிய கிரகணத்தைக் கண்டு இன்னும் நுட்பமான கருவியை வழங்கினார்.

துணி வியாபாரிகள்

ரோஜர் பேகன் (Rogen Bacon), ஜோஹன்னஸ் கெப்ளர் (Johannes Kepler) எனப் பலரும் இந்தக் கருவியை இன்னும் செழுமைப்படுத்தினர். ஒரு அறை அளவுக்குப் பெரிதாக இருந்த கருவியை ஒரு சதுரப்பெட்டிக்குள் சுருக்கினார் கெப்ளர். இந்தக் கருவிகளின் வருகை ஓவியர்களை அச்சுறுத்தியது. ஓவியர்களில் ஒரு சாரார் மன்னர்களையும், வசதி படைத்த சீமான்கள் - சீமாட்டிகளையும் ஓவியங்களாக வரைந்துவந்தனர். ஓவியர்கள் சொல்வதைக் கேட்டு அவர்கள் அசையாமல் சில நாள்கள் வரை ஒரே இடத்தில் உட்கார்ந்திருந்தனர். அந்தக் காலத்தில் தத்ரூபமாக ஓவியம் தீட்டும் ஓவியர்களுக்கு அதிக கிராக்கியும் இருந்தது. ஆனால் ஒரே நொடி உட்கார்ந்தால் போதும், இன்னும் தத்ரூபமான ஒரு படத்தின் வருகை தங்களின் வாழ்க்கையை வாழ்வாதாரத்தைச் சிதைத்துவிடும் என்று அவர்கள் அஞ்சினார்கள்.

லியோனார்டோ டாவின்சி முதலில் கடும் எதிர் மனநிலையில்தான் இருந்தார். ஆனால் மெல்ல அவர், இந்தக் கருவியால்தான் கற்பனை செய்து வரையும் ஓவியத்தை ஒருபோதும் உருவாக்க முடியாது என்பதை உணர்ந்தார். இந்தக் கருவி நமக்குப் போட்டியானது அல்ல என்பதை அவர் உரக்க அறிவித்தார்.

ஓவியர்கள் மெல்ல கேமராவுடன் நட்பாகத் தொடங்கினார்கள். இந்தக் கருவியின் பயனை உணர்ந்தார்கள். படம் வரைதல் மற்றும் வண்ணம் தீட்டி ஓவியங்கள் வரைவதற்கு இந்த கேமரா 1600-ம் ஆண்டு முதல் 1800-ம் ஆண்டு வரை பயன்படுத்தப்பட்டது. 17-ம் நூற்றாண்டில் பயணத்தில் எடுத்துச் செல்லக்கூடிய அப்ஸ்குரா கேமராக்கள் புழக்கத்திற்கு வந்ததும் இந்தப் பெட்டி ஊர் சுற்றக் கிளம்பியது.

1780-களில் மதுரையில் வசித்து வந்த ஆதம் பிளாக்காதர் (Adam Blackader) பிரிட்டனைச் சேர்ந்த ஓர் அறுவை சிகிச்சை நிபுணர். அவர் புதுமண்டபத்தால் வசீகரிக்கப்பட்டு அந்த மண்டபத்தின் தூண்களைக் கோட்டோவியங்களாக வரைகிறார். ஒவ்வொரு தூணின் நான்கு முகங்களையும் அதில் உள்ள சிற்பங்களையும் தீட்டுகிறார். மூன்று ஆண்டுகள் செலவிட்டு அங்குள்ள

அப்ஸ்குரா கேமரா கருவி

உலகின் முதல் அப்ஸ்குரா கேமரா கருவி

143 தூண்களையும் வரைந்த அனுபவத்தைத் தன் நண்பர் ஜோசப் பேங்க்ஸ்க்கு (Joseph Banks) அவர் கடிதமாக எழுதியது இன்றைக்கும் ஒரு முக்கிய ஆவணமாகத் திகழ்கிறது. ஆதம் பிளாக்காதரின் ஒவ்வொரு படமும் ஒரு தாளில் வரையப்பட்டிருக்கும், அதில் தூணின் நான்கு முகங்களும் திசைகளும் குறிக்கப்பட்டிருக்கும், இன்னும் சில குறிப்புகள் ஆங்கிலத்திலும் தமிழிலும் ஒவ்வொரு படத்திலும் இடம்பெற்றிருக்கும். ஆதம் பிளாக்காதருக்குப் பிறகு இதுவரை இவரைப்போல் புதுமண்டபத்தை இத்தனை துல்லியமான விவரிப்புகள் விவரங்களுடன் யாரும் ஆவணப்படுத்தியதில்லை.

1792-ல் மதுரைக்கு வில்லியம் டானியல் - தாமஸ் டேனியல் வந்தபோது அவர்களின் கையில் கையடக்க அப்ஸ்குரா கேமரா கருவியும் ஒரு தொலைநோக்கியும் இருந்தன. அதனைக் கொண்டுதான் அவர்கள் இந்தியாவில் 200க்கும் மேற்பட்ட காட்சிகளைப் பதிவு செய்து தங்களுடன் எடுத்துச் சென்றார்கள். அந்தக் கருவி அன்றைய நாளில் அவர்கள் கண்ணில் பார்க்கும் ஒரு காட்சியை அதே விகிதப்பொருத்தத்துடன் பிரதிபலித்தது, அந்த பிம்பத்தை அவர்கள் அப்படியே நகலெடுத்தார்கள்.

அந்தக் காட்சிக்கான வண்ணங்களை அவர்கள் சில நேரம் இங்கேயே தீட்டினார்கள். ஆனால் பல நேரங்களில் அதனை விரிவாக தங்களின் மனக்கண்ணில் பதிவு செய்தும், அதனை நுட்பமான குறிப்புகளாகவும் எழுதினார்கள்.

கேப்டன் லினேஸ் த்ரீப் (Capt. Linnaeus Tripe) 1858-ல் மதுரைக்கு வந்து ராணி மங்கம்மாளின் கோடை அரண்மனையான இன்றைய காந்தி மியூசியத்தைப் படம் பிடித்தார். அவர் எடுத்ததுதான் அந்தக் கட்டடத்தின் ஆகப்பழைய புகைப்படம். மதுரை எங்கும் அவர் சுற்றித்திரிந்து அதனை அவரது நாட்குறிப்பில் பதிவு செய்திருக்கிறார்.

1868-ல் எட்மண்ட் டேவி லயன் (Edmund David Lyon) மதுரைக்கு வருகிறார். அவர் மதுரையில் 40 புகைப்படங்களை எடுக்கிறார். திருப்பரங்குன்றம் மலை, திருப்பரங்குன்றம் தெப்பக்குளம்,

திருப்பரங்குன்றம் தெப்பம்

மீனாட்சி அம்மன் கோயில்

மீனாட்சி அம்மன் கோயில் தெற்குக் கோபுரம், மாரியம்மன் தெப்பக்குளம் என அவருடைய படங்கள் அனைத்தும் Ancient Architecture of Southern India' (Marion & Co., London, 1870) எனும் நூலாகத் தொகுக்கப்பட்டன. இந்த 40 படங்களுமே இன்றளவும் மதுரையின் முக்கிய ஆவணங்களாகத் திகழ்கின்றன.

முதன்முதலாக கேமராவில் பயன்படுத்தும் பிலிம் சுருளை ஜார்ஜ் ஈஸ்டமென் என்பவர் கண்டுபிடித்தார். இவர் 1871-ம் ஆண்டில் செல்லுலாய்டு பிலிமைத் தயாரித்தார். 1888-ம் ஆண்டில் ஜார்ஜ் ஈஸ்டமென் கோடாக் கேமராவைத் தயாரித்தார். இந்தக் கேமராவில்தான் பிலிம் சுருள்களை முதன்முதலில் பயன்படுத்தினார். இவர் தயாரித்த கேமராவில் 100 படங்களை எடுக்கக்கூடிய படச்சுருளை அடைத்து விற்பனை செய்தார். அதன் பிறகே கேமிராவைப் பலர் விலைக்கு வாங்கி உலகெங்கிலும் பயணப்பட்டனர். ஜார்ஜ் ஈஸ்டமெனின் இந்தக் கண்டுபிடிப்பு ஒட்டுமொத்த உலகையே ஆவணப்படுத்தும் பணியில் பெரும் பாய்ச்சலை ஏற்படுத்தியது.

ஜெர்மனைச் சேர்ந்த ஜான் க்ளீச் (John Gleich 1879- 1927) 1909-10 வருடங்கள் இந்தியா, இலங்கைப் பகுதிகளில் பயணம் மேற்கொண்டார். மதுரையின் தெருக்கள் சிலவற்றை அவர் மிகத்துல்லியமாகப் பலவண்ண ஓவியங்களாகத் தீட்டியிருக்கிறார்.

சார்லஸ் பார்ட்லெட் (Charles Bartlett 1860-1940) பிரிட்டனில் இருந்து பயணப்பட்டு 1913-ல் ஆசிய நாடுகளுக்கு வருகிறார். பாகிஸ்தான், இலங்கை, இந்தோனேஷியா, சீனா, ஜப்பான் செல்கிறார். ஜப்பானில் அவர் சொசாபூரு வந்தனபாவை சந்திக்கிறார். அங்கு உருவாகிவரும் ஹேண்ட் பிளாக் பிரிண்ட் (HAND BLOCK PRINTING) எனும் துணியில் அச்சிடும் வழிமுறையைப் பார்த்து அதனை ஜப்பானில் இருந்து ஐரோப்பாவிற்கு ஒரு கலாசாரப் பரிமாற்றமாக எடுத்துச் செல்கிறார். இந்தியாவிற்கு வந்த அவர் மதுரைக்கு வருகிறார். மதுரையில் ஏராளமான புகைப்படங்களை எடுக்கிறார். மீனாட்சி அம்மன் கோயில், புதுமண்டபம் எனப் பல முக்கியப் படங்களை எடுக்கிறார். அவர் முக்கியமாகக் கருதும் கட்டடங்களை, கோயில்களை,

> **உலகம் முழுவதும் இருந்து மதுரைக்கு வந்தவர்கள் நம் நிலத்தை ஆவணப்படுத்தினார்கள். ஒரு நிலவு குளத்தில் பிரதிபலிப்பதைப் போலவே இவர்களின் புகைப்படங்களில், ஓவியங்களில் மதுரை மிளிர்ந்து மிதக்கிறது.**

சிற்பங்களை ஓவியங்களாகத் தீட்டினார், படம் பிடித்தார். அதனைச் சுற்றிய மனிதர்களையும் இணைத்து ஆவணப்படுத்தினார். புதுமண்டபத்தில் விதவிதமான துணிகளை வியாபாரிகள் வாடிக்கையாளர்களுக்குக் காண்பிப்பது அவர் கண்களை வசீகரிக்கிறது.

1924-ல் வில்லியம் ஸ்பென்சர் பக்தாடோபோலூஸ் (William Spencer Bagdatopoulos 1888-1965) மதுரைக்கு வந்து சில காலம் தங்கியிருந்தார். அவர் மதுரை மீனாட்சியம்மன் கோயில், திருப்பரங்குன்றம் கோயில் உள்ளிட்ட மதுரையின் முக்கியச் சின்னங்கள் அனைத்தையும் புகைப்படமாகப் பதிவு செய்தார்.

ஜப்பானைச் சேர்ந்த யோசிதா ஹிரோஷி (Yashida Hiroshi) 1931-ல் மதுரைக்கு வருகிறார். அவரைப் புதுமண்டபத்தின் யாளிகள் பெரிதும் ஈர்க்கின்றன. பகல் பொழுதில் புதுமண்டபத்தில் நிகழும் ஒளியின் விளையாட்டு அவரை பிரமிப்பூட்டுகிறது.

1828-ல் இத்தாலியின் ப்ளாரன்ஸைச் சேர்ந்த கியுலியோ ஃபெராரியோ (Giulio Ferrario Florence) மதுரைக்கு வந்து பல ஓவியங்களை ரசித்து வரைந்திருக்கிறார். 1840களில் W.G.P. Jenkins, William W. Whelpdale and Ravanat Naik ஆகிய மூவரும் மதுரை திருமலை நாயக்கர் அரண்மனையை மிகத் துல்லியமாகப் பலவண்ணத்தில் வரைந்திருக்கிறார்கள். மதுரையைச் சார்ந்து நம் கைவசம் இருக்கும் ஏராளமான ஓவியங்களை யார் வரைந்தார்கள், யார் இந்தப் புகைப்படங்களை எடுத்தார்கள் என்கிற குறிப்புகள் இல்லை. இன்னும் விரிவாக இந்தியாவிற்கு வந்தவர்களின் நாட்குறிப்புகளை ஆய்வு செய்தால் இந்தத் தொடர்புகள் கிடைக்கக் கூடும்.

பிரான்சில் பிறந்த ஜார்ஜ் கஸ்த் (Georges Gast 1869-1910) பாரிசில் இருந்து கிளம்பி அல்ஜீரியா, எகிப்து எனப் பயணப்பட்டார். ஜார்ஜ் கஸ்த் நிலக்காட்சிகளை ஓவியங்களாகத்

புது மண்டபம்

தீட்டினார். அவரை மனித முகங்கள் பெரிதும் ஈர்த்தன. வெவ்வேறு நிலத்தின் மனித முகங்களை அவர் வரைந்தபடி இருந்தார். பிரான்சில் 1906-ம் ஆண்டு அவரது மறுமலர்ச்சி ஓவியங்கள் இடம்பெற்ற ஒரு பெரும் கண்காட்சி நடைபெற்றது, அவரின் ஓவியங்கள் மேற்குலகை ஈர்த்தன. இந்த ஓவியங்களில் இருந்த புதிர்த்தன்மை மற்றும் அழகியல் மேற்குலகிற்கு நவீனத்தின் திசைவழியைக் காட்டின. பொதுவாகவே கிழக்கு என்பது மேற்குலகிற்கு ஒரு புதிராகவே இருந்தது. கிழக்கின் மீதான ஈர்ப்பு இன்றுவரை அடங்கவில்லை, கிழக்கை நோக்கிச் செல்வது என்பது ஒரு சாகசத்தில் ஈடுபடுவதாகவே இன்றுவரை கருதப்படுகிறது.

1908-ல் இந்தியாவிற்கு வந்த ஜார்ஜ் கஸ்த் அப்படியான ஒரு சாகச மன நிலையில்தான் வந்தார். ஆக்ரா, பெனாரஸ், மதுரா, உதய்பூர், காஷ்மீர், அம்ரிதசரஸ் என ஒரு சுற்றிச் சுற்றி அலைந்தார். நிறைய ஓவியங்களை வரைந்தார், புகைப்படங்களை எடுத்தார். ஆக்ராவில் அவர் யமுனை ஆற்றின் கரையில் இருந்து தாஜ்மகாலை எடுத்த படம் உலகப்புகழ்பெற்றது. அதனை அவர் சீதாவின் அரங்கம் என்று பெயரிட்டார். அதில் ஒரு கிராமத்துச் சிறுமி மேலாடையின்றி நின்றிருப்பாள். இப்படி ஏராளமான படங்களை அவர் இந்தியாவெங்கும் எடுத்தார், இந்த எல்லாப் படங்களிலும் சாமானியர்கள்தான் படத்தின் நாயகர்களாக அதனை அலங்கரித்தனர்.

தனது வட இந்தியப் பயணத்தை முடித்துவிட்டு அவர்

தெப்பக்குளத்தின் கலைஞர்கள்

மதுரைக்கு வந்தார். மதுரையின் மக்கள், மதுரையின் ஜனசந்தடி மிகுந்த தெருக்கள், மதுரையின் திருவிழாக்கள் என மதுரையைச் சுற்றிச் சுற்றி ஒரு மதுரைக்காரராகவே அவர் மாறுகிறார். மதுரை நகரமும் மக்களும் அவரை அப்படியே நீ எங்கள் வீட்டுப் பிள்ளைடா என்று வசீகரித்துக்கொண்டனர்.

மதுரையில் தனக்கான ஒரு ஸ்டூடியோவைத் திறக்கிறார் ஜார்ஜ் கஸ்த். அவர் தன் வசம் உள்ள கேமராவில் மதுரையை ஏராளமான புகைப்படங்கள் எடுக்கிறார். வண்டியூர் மாரியம்மன் தெப்பத்திருவிழாவிற்குச் சென்று ஏராளமான புகைப்படங்களை எடுக்கிறார். தெப்பத்தைச் சுற்றி வரும் யானை, கூட்டமாகக் குழுமியிருக்கும் மக்கள், மண்டகப்படிகளில் தங்கியிருக்கும் கிராம மக்கள், நடனமாடும் பெண் என அவரது ஒவ்வொரு படமும் விளிம்புநிலை மக்களின் ஆவணமாகத் திகழ்கிறது.

ஒரு மாலைப்பொழுதில் மதுரை மீனாட்சியம்மன் கோயிலில் உள்ள பொற்றாமரைக் குளத்தில் ஏராளமான பெண்கள் குளித்துக் கொண்டிருக்கிறார்கள், சிறுமிகள் ஊஞ்சல் மண்டபத்திற்குக் கீழ் உள்ள தூண்களில் மறைந்து நிற்கிறார்கள். மரகத நிறத்து நீரில் அல்லி, தாமரை, மரிக்கொழுந்து எனப் பல வண்ணங்களில் பூக்கள் மிதக்கின்றன. அஸ்தமனத்தின் வெளிச்சத்தில் தெற்குக் கோபுரத்தின் சிலைகள் பொன் நிறத்தில் மிளிர்கின்றன. ஒரு பெரும் அலங்கரிக்கப்பட்ட சட்டகமாக இந்த ஓவியம் திகழ்கிறது. இந்த ஓவியத்தை அவர் பிராமணர்களின் குளியல் (LE BAIN DES BRAHMINES) என்று பெயரிட்டார்.

பொதுவாகவே கஸ்தின் ஒவ்வொரு படைப்பிலும் வாழ்க்கை (life) ஒரு பிரவாகமாகப் பொங்கி வழியும், புதிர்த்தன்மையும் அழகியலும் நவீனமும் ஒன்றை ஒன்று திமிரி நிற்கும். கூர்ந்து நோக்கும் கண்களுக்கு மட்டுமே இந்த வாழ்வின் ததும்பல் புலப்படும்.

மதுரையில் ஏராளமான நண்பர்கள் அவருக்கு உருவாகிறார்கள், அவருக்கு உதவி செய்ய ஒரு இளம் பட்டாளம் அவரைச் சூழ்கிறது. கஸ்த் மதுரைத் தெப்பக்குளத்தை ஓர் அற்புதமான ஓவியமாக வரைகிறார். அந்த நேரம் அதற்கு உதவிய ஓர் இளைஞரை அந்த சட்டகத்திற்கு அருகில் நின்று அதைப் பார்த்துக்கொண்டிருப்பதுபோல் ஒரு புகைப்படம் எடுத்திருக்கிறார். தெப்பக்குளத்தின் அந்த ஓவியம் நீண்ட நாள் மதுரை காந்தி அருங்காட்சியகத்தில் இருந்துள்ளது என்று அறிந்தேன். ஓர் ஓவியத்தில் குளக்கரையில் ஐயனார் கோயிலும் அந்த இடம் மக்கள் சூழ உள்ளதையும் உயிரோட்டமாக வரைந்திருப்பார். ஒரு கோயிலில் சிற்பங்களின் ஊடே சிற்பமாகவே நிற்கும் தாசியின் ஓவியம் காவியத்தன்மையுடன்

இருக்கும். அந்த தாசியின் கையில் இருக்கும் ஒரு விசிறியும் அவள் தலையில் இருக்கும் பூக்களும் என்னைப் பெரிதும் துன்புறுத்தின. அந்த ஓவியத்தில் அவர் பாவித்த வண்ணங்களின் கலவை அபாரமாக இருக்கும். வெளிச்சத்துடன் பெரும் விளையாட்டை அவர் அதில் நிகழ்த்தியிருப்பார்.

ஜார்ஜ் கஸ்த்தின் ஸ்டூடியோ எங்கிருந்தது என்பது இன்னும் ஒரு புதிராகவே உள்ளத. ஒரு மாடியில் இருக்கும் அவரது ஸ்டூடியோவில் இருந்து அவர் வெளியே நின்று பார்க்கும் ஒரு காட்சி புகைப்படமாக இருக்கிறது. முறுக்கு மீசையுடன் எனக்கு அவரது முகம் எப்பொழுதும் டாலியை நினைவூட்டும். ஆனால் இவரது மீசை கூடுதல் மதுரைத்தனத்துடன் தெனாவட்டுடன் இருக்கும்.

மதுரையில் சில மாணவர்களை கஸ்த் ஓவியத்திலும் காமிரா கையாளுதலிலும் பயிற்றுவிக்கிறார். 1910-ம் ஆண்டு செப்டம்பர் 12-ம் தேதி கஸ்த் தனிமையில் தனது ஸ்டூடியோவில் இறந்து கிடந்தபோது அவரது முற்றுப்பெறாத ஓவியம் ஒன்று அருகில் இருந்தது. அவரது அறை எங்கும் நூற்றுக்கணக்கான கடிதங்கள் மங்கிப்போன மையுடன் காட்சியளித்தன, அவரைப் பாராட்டி நாளிதழ்களில் வெளிவந்த பல கட்டுரைகள் இருந்தன. புகைப்பட நெகட்டிவ்கள் நிறைய சிதறிக்கிடந்தன, நான்கு மூலைகளிலும் வெட்டப்பட்ட நிறைய புகைப்படங்கள் இருந்தன. கஸ்த் இறக்கும்போது அவருக்கு 41 வயது.

ராணி மங்கம்மாளின் கோடை அரண்மனை

இப்படி அலை அலையாய் உலகம் முழுவதும் இருந்து மதுரைக்கு வந்தவர்கள் நம் நிலத்தை ஆவணப்படுத்தினார்கள். ஒரு நிலவு குளத்தில் பிரதிபலிப்பதைப் போலவே இவர்களின் புகைப்படங்களில், ஓவியங்களில் மதுரை மிளிர்ந்து மிதக்கிறது.

மேற்கத்திய ஓவியர்கள் புகைப்படக் கலைஞர்கள் பலர் ஏன் இந்தியா நோக்கி ஈர்க்கப்பட்டார்கள் என்கிற ஒரு கேள்வி தொடர்ந்து மனதில் எழுந்தவண்ணம் இருந்தது. பொதுவாக பனியும், குறைந்த வெயிலும் வெளிச்சமும் உள்ள நாடுகளில் வாழ்ந்தவர்கள் முதல் முறையாக கடக ரேகையை ஒட்டிய நாடுகளுக்கு வருகிறார்கள். இவ்வளவு வெளிச்சத்தை வெயிலை அவர்கள் இதுகாறும் பார்த்ததில்லை. கஸ்த் இந்த வெயிலைப் பற்றி விரிவாகப் பேசியிருக்கிறார். கஸ்தை ஒரு வெளிச்சம் மதுரை நோக்கி அழைத்து வந்தது. அவர் மதுரைக்கு வெயிலைப் பருகவே வந்தார். இவர்கள் அனைவருமே வெயிலைப் பருக வந்தவர்களே.

23

காலம்தோறும் மதங்கள்!

முதன்முதலில் கடம்பவனக் காட்டில் சுயம்பு லிங்கத்தைக் கண்டறிந்து, முதலில் இந்தக் கோவிலையும், பின் மதுரை நகரத்தையும், குலசேகரப் பாண்டிய மன்னன் நிர்மாணித்தார். கடம்ப வனமாக இருந்த காட்டை அழித்து, அழகிய நகரமாக்கும்படி, பாண்டிய நாட்டை ஆட்சிபுரிந்து வந்த குலசேகரப் பாண்டியனின் கனவில், சிவபெருமான் தோன்றிக் கூறியதால், அம்மன்னன் கடம்பவனக் காட்டை அழித்து மதுரை எனும் அழகிய நகரத்தை உருவாக்கினான் என்பது மதுரையில் புழங்கும் நம்பிக்கை. 2500 ஆண்டுகள் பழைமையான நகரம் என்பதால் வரலாற்றுச் சான்றுகள் மதுரை எங்கும் வியாபித்துக் கிடக்கின்றன.

மதுரை கோயில் மாநகரம் என்று இன்றும் அழைக்கப்படுகிறது. எங்கு திரும்பினாலும் இன்று கோயில்களை நீங்கள் காணலாம். மதுரை மீனாட்சியம்மன் கோயில், கூடல் அழகர் பெருமாள் கோயில், அழகர் கோயில், திருப்பரங்குன்றம் முருகன் கோயில், முக்தீஸ்வரர் கோயில், வண்டியூர் மாரியம்மன் கோயில், வண்டியூர் மாரியம்மன் தெப்பக்குளம் என திராவிடக் கட்டடக் கலையின் நுட்பத்திற்குச் சான்றாக அழகிய கோயில்களை நீங்கள் காணலாம்.

இலக்கியச் சான்றுகளின் வழியே பார்க்கும் போது சங்க இலக்கியங்களில் மதுரை நகரத்தைப் பற்றி கூடல் என்றும் நான்மாடக்கூடல் என்றும் மதுரை என்றும் குறிப்புகள் இருக்கின்றன. ஆனால் சங்க இலக்கியங்கள் முழுமையிலும் இங்கு ஒரு சிவன் கோயில் இருப்பதாகக் குறிப்புகள்

கீழக்குயில்குடி பேச்சிப்பள்ளம்

திருவாதவூர் ஓவாமலை

எதுவுமில்லை. சிலப்பதிகாரம் மதுரை நகரத்தையும் அதன் நடவடிக்கைகளையும் விரிவாக விவரிக்கிறது. ஆனால் அதிலும் கோயில்கள் பற்றிய குறிப்புகள் இல்லை.

மதுரைக்காஞ்சியின் 752 அடிகளிலும் மாங்குடி மருதனார் மதுரையின் வாழ்வை முழுவதுமாகப் பாடுகிறார், மதுரையின் வாழ்வியலை, அன்றாடங்களை அங்குலம் அங்குலமாக விவரிக்கிறார். மதுரையில் சமண, பௌத்த கோயில்கள் பற்றிப் பேசுகிறார். பிராமணர்கள் ஒரு வேத பாடசாலையை நடத்தினர், அங்கே வேதங்கள் ஓதப்பட்டன என்று விவரிப்புகள் வருகின்றன. மாலையில் சாமி ஊர்வலமாகச் செல்லும் விவரிப்புகள் வந்தபோதும் அதிலும் நகரத்தின் மையத்தில் பெரிய கோயில் பற்றிய விவரங்கள் எங்குமில்லை.

நெடுநல்வாடையில் நக்கீரர், பாண்டிய நெடுஞ்செழியனின் போர்கள் பற்றியும், அவரைப் பிரிந்து வாடும் அரசி பற்றிய குறிப்புகளும் வைத்துள்ளார். ஆனால் அதிலும் மதுரையில் கோயில் இருந்ததற்கான சான்றுகள் இல்லை. பரிபாடல் வைகை நதியை, மதுரை நகரை, திருப்பரங்குன்றத்தில் இருந்த ஒரு கோயிலை விவரிக்கிறது. ஆனால் அதிலும் மதுரை நகரத்தில் கோயில் இருந்ததற்கான சான்றுகள் இல்லை. பிற்காலத்தைச் சேர்ந்த பரிபாடல் திரட்டு, மதுரையில் ஒரு கோயிலையும் அதைச் சுற்றியுள்ள வீதிகளையும் குறிக்கிறது.

சமணம், சாவகம், பௌத்தம், ஆசீவகம், சைவம், வைணவம் என இந்த மண்ணில் பல மதங்கள் தோன்றி, தங்கள் அளவில் மக்களால் ஏற்கப்பட்டு, மன்னர்கள் உள்ளிட்டவர்கள் இந்த மதங்களைப் பின்பற்றி அவை கால மாற்றத்தில் உருமாறின. சமணம் அதிக மக்களைக் கவர்ந்ததற்கு காரணம் அது அனைத்து மனிதர்களும் சமம் என்றது. சமணத்தில் ஏற்றத்தாழ்வுகளைக் கற்பிக்கும் சாதிகள் கிடையாது. இந்தக் கருத்துகள் சமூகத்தில் ஒடுக்கப்பட்ட மக்களுக்கும், பின்பற்றுவதற்கும் எளிமையாக இருந்தது. சமண மதம் சங்கங்கள் எனும் அவைகள் மூலம்

> "மதுரையில் பெருவாரியான சமணர்கள் பயத்தால் சைவர்களாக மாறினார்கள், மற்றவர்கள் வந்தவாசி, விழுப்புரம் பகுதிகளுக்கு இடம்பெயர்ந்து சென்றார்கள்."

வளர்க்கப்பட்டு, பரப்பப்பட்டது. மதுரை மண்ணின் வரலாற்றோடு சமண சமயத்தின் வரலாறும் பின்னிப் பிணைந்துள்ளது. தமிழகத்தில் சங்க காலம் தொடங்கி கி.பி.12-ம் நூற்றாண்டு வரை சுமார் 1500 ஆண்டுக்கால வரலாறு சமண சமயத்திற்கு உண்டு. சமண சமயத்தின் செல்வாக்கு தமிழர் வாழ்வில் இரண்டறக் கலந்துவிட்டது. நோன்பு, விரதம், வடக்கிருத்தல், தீபாவளி, சரஸ்வதி பூஜை போன்ற பல பண்பாட்டுக் கூறுகள் சமண வைதீகச் சமயங்களுக்கும் பொதுவாகிவிட்டன. அம்மணம் (நிர்வாணம்) சம்மணன்கால் போட்டு அமர்தல் போன்ற செயல்கள் சமணத்தின் ஆழ்ந்த செல்வாக்கால் ஏற்பட்டவையே.

மதுரை சமண நிலமாகத் திகழ்ந்ததற்கான ஏராளமான இலக்கிய, கல்வெட்டு மற்றும் படுகைகள்/குகைகள் வடிவில் சான்றுகள் உள்ளன. மதுரையைச் சுற்றிய மலைகளில் சமணப் பள்ளிகள் இருந்ததற்கான சான்றுகள் இன்றளவும் காணக்கிடைக்கின்றன. திருப்பரங்குன்றம், அரிட்டாப்பட்டி, யானைமலை, கீழக்குயில்குடி, மேலக்குயில்குடி, முத்துப்பட்டி, கொங்கர் புளியங்குளம், கீழவளவு, வரிச்சூர், கருங்காலக்குடி என மதுரையின் எண்திசைகளிலும் காலத்தால் பிந்தைய சான்றுகள் வரலாற்றுச் சாட்சியாக இருக்கின்றன. தீர்த்தங்கரர்களின் காவல் தெய்வங்களாக யட்சன், யட்சி எனப்படும் இயக்கன், இயக்கி இருந்துள்ளார்கள். சுவாலா மாலினி, பத்மாவதி அம்மன், சக்ரேஸ்வரி, கூஷ்மாண்டி, வராகி, ஜினவாணி என்ற காவல் தெய்வங்கள் இருந்துள்ளனர்.

நின்றசீர்நெடுமாறன் பாண்டிய நாட்டினை ஆட்சி செய்த பொழுது சமண மதத்தைத் தழுவினார். பாண்டிய அரசி மங்கையற்கரசியாரின் அழைப்பினை ஏற்று திருஞான சம்பந்தர் பாண்டிய நாட்டிற்கு வருகை தந்தார்.

திருஞான சம்பந்தருடன் அவரது நண்பர் சேரமான் பெருமாளும் வந்தார். அவர்களின் பாடல்களிலும் மதுரையில் பெரிய கோயில் இருந்ததற்கான குறிப்புகள் இல்லை, மாறாக அவர்கள் பாடல்களில் திருப்பரங்குன்றம் பாடப்படுகிறது. திருவாசகத்திலும் மதுரையில் பெரிய கோயில் இருந்ததற்கான குறிப்புகள் இல்லை.

7-ம் நூற்றாண்டில் சமணர்கள் கழுவேற்றம் நிகழ்த்தப்பட்டது. திருஞான சம்பந்தரிடம் வாதத்தில் தோற்றதால் கழுவேற்றினார்கள் என்று பெரியபுராணத்தின் குறிப்புகள் மூலமாக அறிய முடிகிறது. இதே நிகழ்வை பிற்காலப் புலவரான ஒட்டக்கூத்தர் தனது தக்கயாகப்பரணி எனும் நூலில் குறிப்பிடுகிறார். திருவிளையாடல் புராணமும் இதனைக் குறிப்பிடுகிறது. மதுரையில் ஆண்டுதோறும் நடைபெறும் சித்திரைத் திருவிழா நிகழ்வுகளில் இக்கழுவேற்றம் நடத்திக் காட்டப்படுகிறது. கழுகுமலைக் கோயில் சுவரோவியங்களிலும், மதுரை மீனாட்சியம்மன் கோயில் சுவரோவியங்களிலும் சமணர் கழுவேற்றம் சித்திரிக்கப்பட்டுள்ளதை இன்றும் நீங்கள் காணலாம். இருப்பினும் 8-9-ம் நூற்றாண்டில் அச்சநந்தி, அரசி பூ சுந்தரி ஆகியோரின் முயற்சிகளால் மீண்டும் சமணம் தழைத்தோங்குகியது என்பதையும் கல்வெட்டு, வரலாற்றுச் சான்றுகள் நமக்கு உணர்த்துகின்றன.

தென்பரங்குன்றம் பிரசன்னத் தேவர் வேண்டுகோளுக்கிணங்க முதல் மாறவர்ம சுந்தரபாண்டியன் சில தானங்களை வழங்கியமைக்கான சான்றுகள் உள்ளன. அங்கிருந்த தீர்த்தங்கரர் சிற்பங்கள்

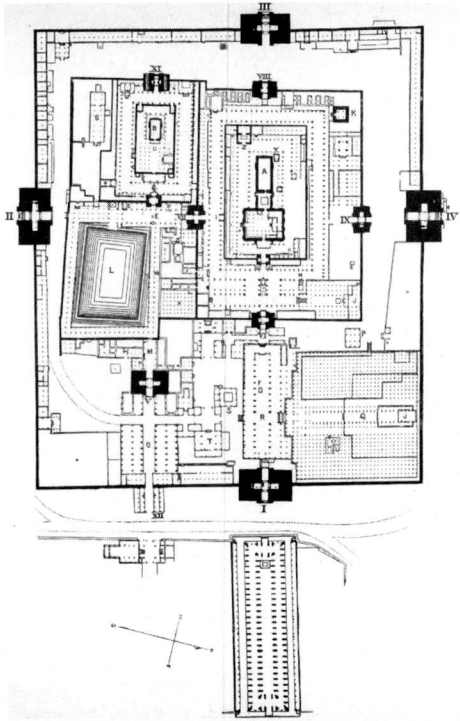

மீனாட்சி அம்மன் கோயிலின் வரைபடம்

அழிக்கப்பட்டு அர்த்தநாரி உருவம் வெட்டப்பட்டுள்ளது. அங்கிருக்கும் கல்ப மரம் சமணத்தின் சின்னம். அதனை வைதீகக் கோயில்களில் எங்கும் காண முடியாது. மூவர், மாணிக்க வாசகர், பைரவர், சிவ துறவியின் சிலை, விநாயகர் என சைவத்தை வளர்த்தவர்களின் சிலைகள் இடம்பெற்றன. இவை எல்லாம் 13-ம் நூற்றாண்டைச் சேர்ந்தவை என்று தொல்லியல் அறிஞர்கள் கருதுகிறார்கள். இருப்பினும் வாடிப்பட்டிக்கு அருகில் 13-ம் நூற்றாண்டில் சமண அறப்பள்ளி இருந்ததற்கான, அங்கே ஒரு சமண ஆச்சார்யா இருந்ததற்கான குறிப்புகள் அங்கு கிடைத்த தீர்த்தங்கரர் சிலையில் உள்ளன. மதுரையில் பெருவாரியான சமணர்கள் பயத்தால் சைவர்களாக

டேனியல் வரைந்த மதுரை கோபுரம்

மாறினார்கள், மற்றவர்கள் வந்தவாசி, விழுப்புரம் பகுதிகளுக்கு இடம் பெயர்ந்து சென்றார்கள்.

மக்கள் கடம்ப மரங்களை வழிபட்டிருக்கிறார்கள், இந்த நிலம் கடம்பக் காடுகளாக இருந்துள்ளது. முதலில் ஒரு மரம்தான் தல விருட்சமாக இருந்துள்ளது, அதனையே வணங்கியிருக்கிறார்கள். ஒரு குளத்தின் அருகில் இந்தத் தலவிருட்சம் இருந்துள்ளது. குளக்கரையில் ஒரு கோயில் கட்டி வழிபட்டிருக்கிறார்கள். மெல்ல மெல்லத்தான் இந்தக் கோயில் பெரிய கோயிலாக மாற்றம் பெறுகிறது. 8-ம் நூற்றாண்டுக்குப் பின்தான் இந்தக் கோயிலும் அதன் வழிபாடும் தொடங்குகிறது. பாண்டியர் காலத்தில் நந்தி, சப்தகன்னிகள் உருவங்கள் கோயிலை வந்தடைகின்றன. ஒவ்வொரு மன்னரும் தன் பங்கிற்கு இந்தக் கோயிலுக்குச் சிறப்பான நிதி அளிக்கிறார்கள். நாயக்கர்கள் காலத்தில்தான் இந்தக் கோயில் (Temple), கோயில் வளாகமாகவும் (Temple Complex) பின்னர் கோயில் நகரமாகவும் (Temple City) மாறுகிறது.

13-ம் நூற்றாண்டில் சடயவர்ம சுந்தர பாண்டியன் கிழக்குக் கோபுரத்தை கட்டுகிறார். 14-ம் நூற்றாண்டின் மையத்தில் மேற்குக் கோபுரத்தை பராக்கிரம பாண்டியன் கட்டுகிறார். தெற்குக் கோபுரமும் ஏராளமான பிராகாரங்களும் புதுமண்டபமும் நாயக்கர்கள் காலத்தில் கட்டப்படுகின்றன. அஷ்டசக்தி மண்டபம், மீனாட்சி நாயக்கர் மண்டபம், முதலி

மண்டபம், ஊஞ்சல் மண்டபம், கம்பத்தடி மண்டபம், கிளிக்கூட்டு மண்டபம், மங்கையர்க்கரசி மண்டபம், சேர்வைக்காரர் மண்டபம், திருக்கல்யாண மண்டபம், ஆயிரங்கால் மண்டபம், புதுமண்டபம், இசைத் தூண்கள் எனக் காலம்தோறும் இந்தக் கோயில் விரிவாக்கம் செய்யப்பட்டது. வடக்குக் கோபுரத்திற்கான அடித்தளம் நாயக்கர் காலத்தில் எழுப்பப்படுகிறது.

ஆனால், அவர்களால் ஆட்சி மாற்றம் மற்றும் வீழ்ச்சியின் காரணமாக இந்த வேலைகளை முடிக்க முடியவில்லை. அமராவதி புதுரைச் சேர்ந்த வயிநாகரம் குடும்பத்தைச் சார்ந்த வெங்கடாசலம் செட்டியார், நாகப்ப செட்டியார் ஆகிய பருத்தி வணிகம் செய்த குடும்பத்தார் 19-ம் நூற்றாண்டில் வடக்குக் கோபுரத்தைக் கட்டி முடித்தார்கள்.

பக்தி இயக்கக் காலத்திற்குப் பின்புதான் சைவ- வைணவ மதங்கள் வலுப்பெற்று மீண்டும் தன்னை நிலைநிறுத்திக்கொள்கின்றன. அந்த நேரம் அவர்களின் மேலாதிக்கத்தை நிலைநிறுத்த அவர்களுக்கு பிரமாண்டங்கள் தேவைப்படுகின்றன. இந்தத் தேவையின் பொருட்டுதான் மன்னர்களின் ஆசியுடன் பெரும் செல்வங்களை அரசுக் கருவூலத்திலிருந்து குவித்து திருப்பணிகள் விடாது நடைபெறுகின்றன. மதுரை மீனாட்சியம்மன் கோயில் பற்றிய விவரங்கள் திருவிளையாடல் கோயில் திருப்பணிமாலை, ஸ்தல வரலாறு மற்றும் ஸ்தானிக வரலாறு ஆகியவை முதல் பனுவல்களாகக் கிடைக்கின்றன.

பத்மாவதி

சக்ரேஸ்வரி

சுவாலா மாலினி

கூஷ்மாண்டி

வராகி

ஜின்வாணி

மதுரையின் பெரும் அடையாளமாக மீனாட்சி அம்மன் கோயில் திகழ்ந்த போதும் இந்தக் கோவிலுக்குள் இந்த நிலத்தின் ஒடுக்கப்பட்ட சாதிகளைச் சேர்ந்த எவரும் நுழைய அனுமதியில்லாமல்தான் இருந்தது. இவ்வளவு பெரும் கோயில்களைக் கட்டிய கைகள் எட்ட நின்றே வேடிக்கை பார்த்துள்ளன. நூற்றாண்டுகளாக ஒடுக்கப்பட்டவர்களுக்கு விதிக்கப்பட்ட தடை முடிவுக்கு வந்ததும்கூட மதுரையின் வரலாற்றில் மிக முக்கிய தருணமே.

1937-ல் மதுரைக் கோயிலின் நிர்வாக அதிகாரியான ஆர்.எஸ்.நாயுடு மற்றும் காங்கிரஸ் வழக்கறிஞரான வைத்தியநாத அய்யரும் மதுரை மீனாட்சியம்மன் கோயிலில் அரிசன ஆலயப் பிரவேசம் நடத்தத் தீர்மானித்தனர். 1939-ல் வைத்தியநாத அய்யர் இதுகுறித்து வெளிப்படையாக பொதுக்கூட்டங்களில் பேசத் தொடங்கினார். அவரது மேலப்பெருமாள் மேஸ்திரி வீட்டில் வைத்து 50 பேருக்கு சத்தியாகிரகப்

மதுரை கிழக்கு கோபுரம் – அம்மன் சன்னதி

பயிற்சிகளையும் வழங்கினார். இந்த நடவடிக்கைகளைக் கண்டு ஆலயத்தின் பிராமணப் பணியாளர்கள் மற்றும் சனாதனிகள் கொந்தளிப்பு அடைந்தனர். இந்தச் சூழலில் 1939 ஜூலை 8-ம் தேதி வைத்தியநாத அய்யர் 6 பேருடன் கோவிலுக்குள் நுழைந்தார்.

கோயில் தீட்டுப்பட்டுவிட்டது என உடன் கோவிலின் கதவுகளை சனாதனிகள் பூட்டிவிட்டனர். நிர்வாக அதிகாரி ஆர்.எஸ்.நாயுடு உடன் ஒரு மாஜிஸ்திரேட்டை அழைத்து வந்து கோயிலின் கதவுகளைத் திறந்தார். வர்ணாசிரம ஸ்வராஜ்ய சங்கத் தலைவர் ஆறுபதி நடேச அய்யர் கோயில் நிர்வாகத்தை எதிர்த்துப் பல வழக்குகளைத் தொடுத்தார். சனாதனிகள் தானப்ப முதலி தெருவில் உள்ள ‘மங்கள நிவாசம்’ பங்களாவில் தினசரி கூடி பூசைகள் செய்தனர். இன்றைய செந்தமிழ்க் கல்லூரி அருகில் உள்ள இடத்தில் புதிய மீனாட்சியம்மன் கோயில் கட்டி அங்கே வழிபாடுகள் நடத்தினார்கள்.

ஆலய நுழைவைக் கண்டித்து ‘மதுரை பேச்சியம்மன் கோயில் ரஸ்தா லேட் பத்மனாபய்யர்கள் பாரி பாகீரதி அம்மாள்’ என்பவர் ஆலய எதிர்ப்பு கும்மிப் பாட்டு என்கிற பெயரில் இரண்டணா விலையில் 16 பக்க பாட்டுப் புத்தகம் வெளியிட்டார். 1940-ல் மதுரை கமலத் தோப்புத் தெரு எஸ்.தர்மாம்பாள் என்பவர் ஆலயப் பிரவேசக் கண்டனப் பாட்டு புஸ்தகம் என்கிற பெயரில் 28 பக்கத்தில் பாட்டுப் புத்தகம் வெளியிட்டார். இதில் அரிசனங்கள் நுழைந்தவுடன் மீனாட்சியம்மன் அங்கிருந்து வெளியேறிவிட்டாள், அவளைத் தேடுவோம் வாருங்கள் என்றார்கள். வைத்தியநாத அய்யர் கைதாகாமல் இருக்க அவசரச் சட்டத்தை இயற்றி அவரைக் காப்பாற்றிய ராஜாஜியைக் கண்டிக்கிறது இந்தப் பாட்டுப் புத்தகம். சனாதனிகளின் இந்த நடவடிக்கைக்கு வடநாட்டில் இருக்கும் சாமியார்களின் ஆசி இருக்கிறது என்று தெளிவுபடக் கூறுகிறது இந்தப் பாட்டுப் புத்தகம். இந்தப் புத்தகத்தில் உள்ள கடுமையான சொற்களும் வசவுகளும் எந்த அளவிற்கு சனாதனிகள் ஆதிக்கம் செலுத்துவதில் தீவிரமாக இருந்தார்கள் என்பதை நமக்கு உணர்த்துகிறது.

1945 வரை போராடிப் பார்த்தார்கள். முடியவில்லை என்றவுடன் அனைவரும் மீனாட்சியம்மன் கோயிலுக்கே திரும்பினார்கள்.

மீண்டும் கோயில் பணிகளில் ஈடுபட்டார்கள். அவர்கள் கட்டிய புதிய மீனாட்சியம்மன் கோயிலில் பூஜைகளை நிறுத்தினார்கள், அந்தக் கோயிலை மூடினார்கள், அடுத்து சுவடு தெரியாமல் இடித்தும் தள்ளினார்கள் என்பது வரலாறு.

ஒரு தேசமே சுதந்திர வேள்வியில் பற்றி எரியும் நேரத்தில்கூட, மதுரையில் நம் முன்னோர்கள் எதற்கு எதிராக எல்லாம் போராட வேண்டியிருந்தது என்பதை நினைக்கும்போது பெரும் வருத்தம் மனதை ஆட்கொள்கிறது. சுதந்திர வேள்வித் தீ துளியும் தங்களைத் தீண்டாது தங்களின் சனாதன நலன் என்கிற ஒற்றை நிலைப்பாட்டில் எப்படி இந்தச் சமூகத்தின் ஒரு பிரிவினர் இருந்தார்கள் என்பதை வரலாறு நமக்கு எடுத்துக்காட்டுகிறது.

மதுரை நகரின் வரலாறு இன்றும் முற்றுப்பெறவில்லை. கீழடி ஒரு புதிய தொடக்கம் எனில் இன்றும் மதுரை மீனாட்சி அம்மன் கோயிலில் இருந்த இதுவரை படிக்கப்படாத 400க்கும் மேற்பட்ட கல்வெட்டுகளை தற்போது ஆய்வாளர்கள் படியெடுத்து, படித்து வருகிறார்கள். இதன் முடிவுகள் நமக்கு வரலாற்றைக் குறித்த இன்னும் புதிய வெளிச்சங்களைப் பாய்ச்சும். மதுரையின் வெளி வீதிகளுக்கு உட்பட்ட நகரத்தின் பெரும் அகழ்வாய்வுகள் நடத்துவதற்கான வாய்ப்புகள் இதுவரை நமக்கு கிடைக்கவில்லை. அப்படி ஒரு வாய்ப்பு கிடைத்தால் இன்னும் துல்லியமான பல சான்றுகள் நமக்குக் கிடைக்கும் என்பதில் ஐயமில்லை.

இங்கே கடவுள்கள், சடங்குகள், திருவிழாக்கள் என எல்லாமே மதம் விட்டு மதம் கலாசாரப் பரிமாற்றமாக ஒன்றோடு ஒன்று கொடுத்து வாங்கியுமே வரலாறு நெடுகிலும் பயணித்து வந்துள்ளன. வழிபாட்டுத் தலங்கள் உருமாற்றம் பெற்றுள்ளன. ஒரு மதத்தின் நம்பிக்கைகள்கூட அப்படியே மற்ற மதங்கள் பின்பற்றியுள்ளன, மனித குல வரலாறு இந்தப் பரிமாற்றங்களின் மூலம் மனித சமூகங்கள் செழித்ததாகவே நமக்குப் பாடம் கற்பிக்கிறது.

மதுரை என்பது சமணம், சாவகம், பௌத்தம், ஆசீவகம், சைவம், வைணவம், இஸ்லாம், கிறித்துவம் என வரலாறு நெடுகிலும் பல மதங்களின் அரவணைப்பில் இருந்துள்ளது. பல மதங்களை அரவணைத்தும் உள்ளது. மதுரை அனைத்தையும் ஏற்கும் மாற்றத்தின் நிலம், நவீனத்தின் நிலம். மதுரை என்றாலே மாற்றம்தான், காலம்தோறும் இந்த மாற்றம்தான் மதுரையின் வரலாறு.

24

எல்லா நாளும் கொண்டாட்டம்!

பரிணாம வளர்ச்சியில் மனித சமூகங்கள் குகைகளில் வசித்த போதே நெருப்பு மூட்டி அதனைச் சுற்றி நடனமாடியிருக்கிறார்கள். ஒன்று கூடுதல், ஒரு வேட்டையைக் கூடிப் பகிர்தல், கூடி உண்ணுதல் என இந்தச் சமூகம் ஒரு கூட்டு வாழ்க்கையையே வாழ்ந்திருக்கிறது என்பதை மானிடவியல் ஆய்வுகள் நமக்கு உணர்த்துகின்றன. எந்தவொரு மகிழ்ச்சியும் ஒரு சமூகத்தின் மகிழ்ச்சியாகவே இருந்துள்ளது, ஒவ்வொரு கணமும் பகிர்தலின் கணங்களாகவே இருந்துள்ளது.

நம் சமூகம் மெல்ல மெல்ல சமதளங்களுக்கு வந்து வேளாண்மையை மையப்படுத்திய உற்பத்தி முறையைத் தனதாக்கிக்கொண்ட பிறகு, தனிச்சொத்து என்கிற புதிய உபரி உருவாகிறது. இந்த உபரி வந்த பிறகு நம் கூட்டு வாழ்க்கை ஒரு முடிவுக்கு வருகிறது. சொத்தும் உபரியும் பலவிதமான ஏற்றத்தாழ்வுகளை நம் மத்தியில் கற்பிக்கின்றன. இந்த ஏற்றத்தாழ்வுகளை மதங்கள் இன்னும் துல்லியமாக வரையறுக்கின்றன. இருப்பினும் இந்தச் சமூகம் முன்னகர அது மீண்டும் மீண்டும் ஒன்றுகூடுவது அவசியம் என்பதைப் பல படிப்பினைகள் மூலம் அறிந்து கொள்கிறது.

ஒவ்வொரு நிலத்திலும் உள்ள இனங்கள் தங்களின் உற்பத்தி முறைகளில் இருந்தே கூடுகைகளை உருவாக்கினார்கள். இயற்கை அவர்களுக்கு ஒரு புரியாத புதிராகவே இருந்தது. ஆனால் அதே இயற்கைதான் அவர்களுக்கு உணவு கொடுத்தது, வாழ்வு கொடுத்தது. உலகம் முழுவதிலும் உள்ள ஆதிச் சமூகங்கள் இயற்கையை வணங்கினார்கள். மெல்ல மெல்ல

கோரிப்பாளையம் சந்தனக்கூட்டின் இசை

அழகர் கோயிலை நோக்கி...

ஒவ்வொரு நிலத்திலும் மதங்கள் உருவாயின. மதங்கள் புதிய புதிய சடங்குகளையும் விழாக்களையும் உருவாக்கின. மதங்கள் தங்களை பலப்படுத்திக்கொள்ளவே திருவிழாக்களை வடிவமைத்தன, நிகழ்த்தின. நாகரிகம், கலாசாரம், பாரம்பர்யம் என மனித சமூகம் தன் சேகரத்தில் இருந்து புதிய மதிப்பீடுகளை, புதிய எல்லைகளை அடைந்தது.

ஒரு சமூகம் எவ்வளவு முற்பட்டதோ அத்தனை திருவிழாக்களை அது தன்னகத்தே கொண்டிருக்கும், ஓர் ஊரும் நகரமும் எவ்வளவு தொன்மையானதோ அங்கே அத்தனை திருவிழாக்கள் இருக்கும்தானே.

மதுரை என்றாலே அனைவர் மனங்களிலும் முதல் பிம்பமாய் எழுவது ஒரு கொண்டாட்ட மன நிலைதான். மதுரை என்றாலே கொண்டாட்டம்தானே. மதுரையில் எங்கு திரும்பினாலும் ஏதோவொரு இடத்தில் ஒரு கொட்டுச் சத்தம், காற்றில் அலைவுறும் தென்னங்கீற்று, ஓர் ஒலி பெருக்கியில் இருந்து எழும் இசையும் நாதமும் காற்றில் கலந்தேயிருக்கும்.

"திருவிழாக்கள் என்பது சமூக அசைவுகளில் ஒன்றாகும். திருவிழாக்கள் இல்லாமல் ஒரு சமூகம் இயங்க இயலாது. சுடு வெயிலில் நடப்பவன் மரத்து நிழலில் தங்கி, அடுத்து நடப்பதற்கான உடல், மன வலிமையினைச் சேர்த்துக் கொள்வதுபோல திருவிழா என்பது ஒரு 'சமூக இளைப்பாறுதல்' நிகழ்வு ஆகும். ஆடுதல், பாடுதல், கூடிக் களித்தல், கூடி உண்ணுதல் ஆகிய அசைவுகளும் தொடர்ந்து வரும் அவற்றின் நினைவுகளும் ஒரு சமூகத்தைச் சோர்வின்றி இயங்கச் செய்கின்றன. இதுவே திருவிழாவின் பொருள் என்று சொல்லலாம். திருவிழாக்கள் என்பவை ஒரு சமூகம் இளைப்பாறிக்கொள்ளும் நிகழ்வுகளாகும். இதன் பின்னர் புதிய வேகத்துடன் சமூகம் தன் பயணத்தைத் தொடரும். எனவேதான் திருவிழாக்கள் வரவேற்புக்குரியவனவாக இருக்கின்றன" என்கிறார் தமிழறிஞர் தொ.பரமசிவன்.

தை பிறந்தால் வழி பிறக்கும் என்பதற்கிணங்க தைப்

கோரிப்பாளையத்தில் திருவிழாக்கோலம்

பொங்கலும், ஜல்லிக்கட்டும் மதுரையின் மறுக்க முடியாத அடையாளங்கள். இயற்கைக்கு நன்றி செலுத்தும் இந்தப் பொங்கல் விழா உலகின் ஆதி விழாக்களில் ஒன்றாகும். மதுரை என்கிற தொல் நகரத்தில் பொங்கல் ஒரு பெரும் கொண்டாட்டம். தை இரண்டாம் வாரத்தில் வண்டியூர் மாரியம்மன் தெப்பத்திருவிழாவில் மக்களை நீங்கள் உற்சாகத்துடன் காணலாம். மதுரை மீனாட்சியம்மன் கோயிலில் தெப்பத்திருவிழா ஆண்டுதோறும் தை மாதம் கொண்டாடப்படுகிறது. தெப்பத்திருவிழாவின் தீர்த்தவாரிக்கு மறுநாள் சிந்தாமணியில் கதிரறுப்புத் திருவிழாவும், திருமலைநாயக்கர் பிறந்த தினத்தன்று தெப்பத்திருவிழாவும் நடைபெறுகிறது. இவ்விரு விழாக்களையும் 'இராஜ உற்சவம்' எனக் கோயில் தலவரலாறு குறிப்பிடுகிறது. தெப்பத்திருவிழா அன்று மீனாட்சி சுந்தரேஸ்வரருடன் அலங்கரிக்கப்பட்ட தெப்பத்தேர் தெப்பக்குளத்தில் காலையும் மாலையும் சுற்றி வரும்.

பிப்ரவரி - மார்ச் மாதங்களில் புதூர் லூர்து அன்னை தேவாலயத் தேர்ப்பவனி புதூர் பகுதியையே ஒளி வெள்ளத்தில் ஆழ்த்தும். பிரான்ஸ் நாட்டிலுள்ள லூர்து நகரில் 1858

சித்திரைத் திருவிழாவில் அழகர்

பிப்ரவரி 11 முதல் ஜூலை 16 வரை புனித பெர்னதெத் சூபிரூஸ் என்ற பெண்ணுக்கு அன்னை மரியாள் காட்சி அளித்ததனால் ஆண்டுதோறும் பிப்ரவரி 11 அன்று லூர்து அன்னை தினமாகக் கொண்டாடப்படுகிறது. புனித லூர்து அன்னை தேவாலயத்தில் பிப்ரவரி 11-ம் தேதிக்கு அடுத்துவரும் சனிக்கிழமை சப்பர பவனியும், மறுநாள் ஞாயிற்றுக்கிழமை காலை பொங்கல் விழாவும் நடைபெறுகிறது. பொங்கல் தமிழர் பண்டிகை மட்டுமல்ல, மதங்கடந்த பண்டிகை என்பதற்கு லூர்து அன்னை தேவாலயப் பொங்கல் விழாவை சான்றாகச் சொல்லலாம்.

வலையங்குளம் நாடக விழா மாசி மாதம் வரும் சிவராத்திரியன்று வலையங்குளம் கிராமத்தில் நாடகத் திருவிழா ஆரம்பம் ஆகிறது. இங்குள்ள பெருமாள் கோயிலுக்கு நேர்த்திக்கடனாகப் போடப்படும் இந்த நாடகங்கள் 50-லிருந்து 80நாள்கள் வரை நடக்கும். சிவராத்திரியன்று ஊரிலிருந்து அபிமன்யு சுந்தரி நாடகம் நடத்தப்படுகிறது. அதேபோல இறுதி நாளன்று நடக்கும் நாடகத்தோடு ஊரிலுள்ளவர்களும் சேர்ந்து பட்டாபிஷேகம் நடத்துகிறார்கள். இறுதி நாளன்று நாடகம் முடிந்ததும் அன்னதானம் நடக்கிறது. தமிழகம் முழுவதும் இருந்து நாடக நடிகர்கள், ஆய்வாளர்கள் இந்த விழாவிற்கு வருகை தருவார்கள். இந்தத் தெப்பத்தில் நீர் நிரம்பிப் பல வருடங்கள் ஆகிவிட்டதால் நடுவிலுள்ள மைய மண்டபத்தையே பெருமாள் சுற்றிவருகிறார்.

மாசிமகத்தன்று கஜேந்திர மோட்சம் திருவிழாவில் திருமோகூர் காளமேகப்பெருமாள் யானை மலை அடிவாரத்திலுள்ள

> "அழகர்கோயில் தேர்த்திருவிழா மற்ற கோயில் தேர்த்திருவிழாக்களிலிருந்து சற்று வேறுபட்டது. இவ்விழாவிற்கு சுற்றியுள்ள மாவட்டங்களிலிருந்து மக்கள் வருகின்றனர்."

தாமரைக்குளத்திற்கு கள்ளர் வேடத்தில் பவனி வருகிறார். இது குறித்து பண்பாட்டு ஆய்வாளர் தொ.பரமசிவன் பின்வரும் காரணத்தைக் கூறுகிறார். கி.பி.1700-களில் திருமோகூர் கோயிலில் உள்ள சிலைகளை ஆற்காடு நவாப் படைகளும், ஆங்கிலேயப் படைகளும் சேர்ந்து கொள்ளையடித்துச் செல்ல, கள்ளர்கள் அந்தச் சிலைகளை மீட்டுக் கொண்டுவந்து கொடுத்ததால், திருமோகூர் கோயிலில் தேரிழுக்கும் உரிமையும், கஜேந்திர மோட்சத்திற்கு பெருமாள் கள்ளர் வேடமிட்டு வரும் உரிமையும் வழங்கப்பட்டது.

பங்குனி மாதத்தில் தாய் தெய்வங்களுக்கான திருவிழா நடக்கிறது. மதுரை தெப்பக்குளம் மாரியம்மன் கோவிலில் பங்குனி மாதத்தில் பத்துநாள் இந்த விழா நடக்கிறது. தெப்பக்குளம் மாரியம்மன் இவ்விழாவின்போது மீனாட்சியம்மன் கோவிலுக்கு ஒருநாள் மட்டும் வருகை தருகிறார்.

பங்குனி மாதம் திருப்பரங்குன்றம் முருகன் கோவிலில் திருக்கல்யாணம் நடைபெறுகிறது. இதில் மீனாட்சியம்மன் கோவிலிலிருந்து சுந்தரேஸ்வரரும், மீனாட்சியும் இக்கல்யாணத்திற்கு வருகை தரும் படலமும், தேரோட்டமும் நடைபெறும். திருவிழாவின் உச்சமான இத்தேரோட்டத்தில் கலந்துகொள்ள சுற்றியுள்ள கிராமங்களிலிருந்து லட்சக்கணக்கான மக்கள் வருகின்றனர்.

அறுவடைக்குப் பிறகு கிராமங்களில் புரவியெடுப்புத் திருவிழாக்களை நடத்துகின்றனர். அதனால் தை, பங்குனி, வைகாசி மாதங்களில் கிராமங்களில் உள்ள அய்யனார் கோயில்களில் புரவியெடுப்புத் திருவிழா நடைபெறும். இவ்விழாக்களின் போது அய்யனாருக்கு மட்டுமன்றி துணைதெய்வங்களுக்கும் சேர்த்தே விழா எடுப்பர். மதுரையில் ஆரப்பாளையம், கோரிப்பாளையம், விராட்டிப்பத்து போன்ற பகுதிகளில்

புரவி, சாமி சிலை செய்யக்கூடிய வேளாளர்கள் வசிக்கின்றனர்.

பங்குனி மாதத்தில் கிராமத்திலுள்ள கண்மாய்களில் நீர்வற்றிவிடும்போது மீன்பிடித்திருவிழா நடத்துகின்றனர். மீன்பிடித்திருவிழா கொண்டாடும் ஊர்களில் மற்ற நாட்களில் மீன்பிடிக்காமல் திருவிழாவன்று ஊர் மொத்தமாகச் சேர்ந்து மீன் பிடித்து மகிழ்கின்றனர். மதுரையருகே கள்ளந்திரி, மேலூர் சருகுவலையப்பட்டி, நடுமுதலைக்குளம் போன்ற கிராமங்களில் இத்திருவிழா இன்றும் தொடர்ந்து நடைபெறுகிறது.

சித்திரை மாதத்தில் மதுரையில் சித்திரைத் திருவிழா கொண்டாடப்படுகிறது. இவ்விழாவில் மீனாட்சி சுந்தரேசுவரர் திருக்கல்யாணமும், மறுநாள் தேரோட்டமும் நடைபெறுகிறது. இந்த விழாவின் மிக முக்கிய அம்சம் அழகர் எதிர்சேவை. அதாவது இத்திருமணத்திற்கு அழகர் கோயிலிலிருந்து அழகர் மதுரைக்கு வரும்போது மதுரையை சுற்றிலும் உள்ள கிராம மக்கள் அழகருக்கு எதிர்சேவை செய்து அழைத்து வருவதும், பின்னர் அவர் வைகையாற்றில் இறங்குவதும் பெருவிழாவாகக் கொண்டாடப்படுகிறது.

அழகர் ஆண்டாள் சூடிய மாலையை சூடவும், மண்டூகமாக மாறிய முனிவருக்கு மோட்சம் கொடுக்கவும் வருவதாக கோயில் அழைப்பிதழில் குறிப்பிட்டாலும், மக்கள் தமிழ்ப்பண்பாட்டின் வேராக உள்ள அண்ணன் - தங்கை உறவையே இவ்விழாவிற்கான கதையாக சொல்லிவருகின்றனர். அழகர் ஆற்றில் இறங்குவதற்கு முதல் நாள் இரவு முழுவதும் வைகை ஆற்றில் இருந்து புதூர் வரை பத்து லட்சம் மக்கள் கூடுவதால் அன்று மதுரையே பெரும் விழாக்கோலம் பூண்டிருக்கும்.

மே மாதத்தில் ஜெர்மேனம்மாள் என்ற புனிதருக்கு விழா எடுக்கின்றனர். மதுரை சோழவந்தான் அருகேயுள்ள ராயபுரம் கிராமத்தில் இந்த விழா நடக்கிறது. கிறிஸ்தவ தேவாலயத் திருவிழா கிராமத் திருவிழாபோல நடப்பதைக் காண நாம் மதுரை ராயபுரத்திற்குத்தான் செல்ல வேண்டும்.

மதுரை சித்திரைத் திருவிழாவைப் போல அழகர்கோயிலில் ஆடித்திருவிழா மிகச்சிறப்பாகக் கொண்டாடப்படுகிறது. பத்து நாள் நடக்கும் இப்பெருவிழாவில் ஆடிப்பௌர்ணமி அன்று நடக்கும் தேரோட்டம்மிகவும்சிறப்பு வாய்ந்தது. அழகர்கோயில் தேர்த்திருவிழா மற்ற கோயில் தேர்த்திருவிழாக்களிலிருந்து சற்று வேறுபட்டது. கோயிலின் இரு திசைகளில் மலை உள்ளதால் தேர் இரணியன்கோட்டைக்கு வெளியேயுள்ள அழகாபுரிக் கோட்டையைச் சுற்றி வருகிறது. இவ்விழாவிற்கு சுற்றியுள்ள மாவட்டங்களிலிருந்து மக்கள் வருகின்றனர். பதினெட்டாம் படிக்கருப்பு உறைந்திருக்கும் கதவுக்கு சந்தனம் சாத்தும் நிகழ்வும் ஆடிப்பௌர்ணமி மற்றும் ஆடி அமாவாசை நாள்களில் நடக்கிறது.

திருமலைநாயக்கர் காலத்தில் சிறு தேவாலயமாக இருந்த தூய மரியன்னை தேவாலயம் கி.பி.1842-ல் தந்தை கார்னியரால் ப்ரெஞ்சு மற்றும் கோதிக் கட்டடக்கலையில் கட்டப்பட்டது. வானிலிருந்து பார்க்கும்போது இது

சிலுவை வடிவில் தெரியும்படி அமைக்கப்பட்டிருக்கிறது. இத்தேவாலயத்தில் வியாகுல அன்னையின் பிறந்தநாளான செப்டம்பர் 8-க்குப் பிறகு வரும் சனிக்கிழமை சப்பரப் பவனி வெகுசிறப்பாகக் கொண்டாடப் படுகிறது.

புரட்டாசி மாதத்தில் மீனாட்சி யம்மன் கோயிலில் நவராத்திரி மிகச்சிறப்பாகக் கொண்டாடப் படுகிறது. இச்சமயத்தில் எல்லாக் கோயில்களிலும் கொலு வைத்திருப்பர்.

ஐப்பசி மாதத்தில் தீபாவளி பண்டிகையை சமண சமயத்தவர் மகாவீரர் வீடுபேறு அடைந்த நாளாகக் கொண்டாடிவருகின்றனர். சமண மலையிலுள்ள மகாவீரர் சிலையை வழிபட வட மாவட்டங்களில் வசிக்கும் சமணர்கள் மதுரைக்கு வருகின்றனர். அப்போது விளக்கேற்றி அரிசி, பழங்கள் போன்றவற்றைப் படையலிடுகின்றனர்.

திருக்கார்த்திகை அன்று மதுரையின் பல கோயில்களில் சொக்கப்பனை கொளுத்தும் விழா நடைபெறுகிறது. பயிர்த்தொழில் நடக்கும் ஆடி முதல் தை மாதம் வரை பெரும்பாலான கிராமங்களில் விழாக்கள் கொண்டாடப்படுவதில்லை.

பள்ளிவாசல் தொழுகை செய்யும் தலம். தர்கா என்பது இறை நேசர்கள் அடக்கமான தலம். அதனால், தர்காக்களுக்கு எல்லாச் சமயத்தைச் சேர்ந்தவர்களும் வருகிறார்கள். மதுரை கோரிப்பாளையம் தர்காவில் அங்குள்ள இறைநேசர்களின் நினைவாக ரபியூல் அவ்வல் மாதத்தில் 16-ம் நாள் சந்தனக்கூடு விழா நடைபெறுகிறது. கவ்வாலி எனும் இஸ்லாமிய கலை நிகழ்ச்சிகள் இவ்விழாவின்போது நடைபெறும்.

மதுரை சின்னக்கடைத் தெரு முகைதீன் ஆண்டவர் தர்காவில் சந்தனக்கூடு ஊர்வலத்தோடு, பெரிய அலங்கரிக்கப்பட்ட மரக்கப்பலும் சுற்றி வருவது சிறப்பு. ரபியூல் ஆகிர் மாதத்தில் 10-ம் நாள் அன்று சந்தனக்கூடு ஊர்வலமும், ரபியூல் ஆகிர் 11-ம் பிறை நாளன்று காலை ஷரிபில் சந்தனம் பூசும் நிகழ்வும் நடக்கிறது. மதுரை மேலக்கால், திருப்பரங்குன்றம் சுல்தான் தர்காவிலும் சந்தனக்கூடு விழா அங்குள்ள இறை நேசர்கள் நினைவாக நடத்தப்படுகிறது.

முழுநிலவு நிறைந்திருக்கும் பௌர்ணமி நாள்களே பெருந் திருவிழாக்களுக்கான நாள்களாக இருக்கின்றன. சித்ரா பௌர்ணமி, வைகாசி விசாகம், ஆடிப்பௌர்ணமி, ஆவணி அவிட்டம், புரட்டாசிப் பௌர்ணமி, திருக்கார்த்திகை, தைப்பூசம், மாசிமகம், பங்குனி உத்திரம் போன்ற நாள்கள் எல்லாமே திருநாள்கள்தான். இதில் தை முதல் ஆடி வரை பெருவிழாக்கள் கொண்டாடப்படுகின்றன. அதன் பிறகான காலங்கள் விவசாயப் பணிகள் நடைபெறும் காலமாகி விடுவதால் மக்கள் தங்களின் உழைப்பில் முழுமையான கவனம் செலுத்தச் சென்றுவிடுகிறார்கள்.

ஒரு நகரத்தில் இத்தனை திருவிழாக்கள் நடைபெறுவது நமக்கு இந்த நகரத்தின் இணங்கு தன்மையை உணர்த்துகிறது. இந்த நகரத்திற்கு அலை அலையாய் வந்த மன்னர்கள், அலை அலையாய் வந்த மதங்கள், அலை அலையாய் வந்த மக்கள் தங்களுடன் எடுத்து வந்த பிடி மண்ணுடன் ஒட்டி வந்த சடங்குகள் மற்றும் பண்பாடுகளே

இந்த திருவிழாக்களின் அடித்தளம். இந்த ஒவ்வொரு திருவிழாவிலும் மக்கள் கூடுவார்கள், ஒரு கிராமத்தின் திருவிழாவிற்கு அவர்களின் உறவினர்கள், நண்பர்கள் எனப் பத்துக் கிராம மக்கள் கூடுவார்கள். ஒரு மதத்தின் திருவிழாவிற்கு வரும் கூட்டத்தினருக்கு வேற்று மதத்தவர்கள் இனிப்பும் நீராகாரமும் கொடுத்து மகிழ்வார்கள்.

இந்த மகிழ்ச்சிகளின் ஊடே இந்த நிலத்தின் தீண்டாமையும் குறிப்பிட்ட சாதிகள்/சமூகங்களை ஒதுக்கும் தன்மைகளும் இல்லாமலில்லை. 1939-ல் மீனாட்சி அம்மன் கோயிலின் கதவுகள் வழுக்கட்டாயமாக ஜனநாயகத்தின் திறவுகோல் கொண்டு திறக்கப்பட்டதுபோல் அனைவரும் சமம் என்கிற நிலையை ஒவ்வொரு திருவிழாவிலும் கொண்டு வருவதற்கும் அனைவருக்கும் தேர்வடம் பிடிக்கும் உரிமை உண்டு என்கிற நிலைமையை உருவாக்கவும் நாம் தொடர்ந்து பேசுவதும் விவாதிப்பதும் போராடுவதும் அவசியமாகிறது. பல நேரங்களில் வருடத்தின் ஒரு நாள் பெருவிழா அன்று 'எல்லாம் சரியாகத்தான் இருக்கிறது' (*ALL IS WELL*) என்கிற ரீதியில் ஒருபோலச் செய்தலாகவே (*Mimicking*) இருக்கிறது. நாம் அனைவரையும் மனிதர்களாக சமமானவர்களாக மதிக்கிற நாளில்தான் உண்மையான திருவிழா மலரும். திருவிழாக்கள் மகிழ்ச்சியைப் பகிர்ந்தளிக்கும் ஒரு கருவி என்றால், மகிழ்ச்சியை ஜனநாயகப்படுத்துவது நம் கடமை.

25

மதுரை வண்ணங்களின் கலவை!

சங்க இலக்கிய காலத்திலிருந்தே மதுரை ஒரு வர்த்தக கேந்திரமாகத் திகழ்ந்து வந்தது. ரோமாபுரி, எகிப்து, அரேபிய, சீனப் பயணிகள் - வியாபாரிகள் மதுரைக்கு வந்த வண்ணம் இருந்தனர். உலகப் பயணிகளின் குறிப்புகளின் வழியே மதுரை பற்றிய செய்திகள் உலகெங்கும் உள்ள மக்களிடையே சென்றது. மதுரை என்கிற வரலாற்று நகரம் உலகம் முழுவதும் இருந்தவர்களை ஈர்த்தது.

இப்பொழுதும் மதுரை என்கிற இந்த நகரத்தை நான் ஒரு கறி தோசையாகக் கற்பனை செய்கிறேன். வரலாறு நெடுகிலும் இந்தக் கறி தோசை எப்படி உருவாகிறது, அதன் செய்முறை என்ன, அதில் என்னென்ன பொருள்கள் அடங்கியிருக்கின்றன என்பதைப் பார்ப்போம்.

ஹார்வர்டு பல்கலைக்கழகத்தைச் சேர்ந்த மரபணுவியலாளர் டேவிட் ரெய்ச்சின் ஆய்வு முடிவுகள் 2018 மார்ச்சில் வெளியானது. டேவிட் ரெய்ச்சுடன் இந்த ஆய்வில் உலகத்தின் பல்வேறு பகுதிகளைச் சேர்ந்த தொல்லியல், மானுடவியல், மரபணுவியல், வரலாறு எனப் பல்வேறு துறைகளைச் சேர்ந்த 92 அறிஞர்கள் பணியாற்றினார்கள். அந்த ஆய்வுகளின் முடிவுகள் கடந்த 10,000 ஆண்டுகளில் இரண்டு மிகப்பெரிய குடிப்பெயர்வுகள் நடந்துள்ளன என்பதை நிறுவுகிறது.

65,000 ஆண்டுகளுக்கு முன்பு ஆப்பிரிக்காவை விட்டு வெளியேறிய தற்கால மனிதர்களின் ஒரு கூட்டம் உலகம் முழுவதும் சென்றது. அவர்களில் ஒரு பகுதி நம் நிலப்பகுதிக்கும் வந்தார்கள். இதன்பிறகு இரண்டாவது

கறி தோசை

குடிப்பெயர்வு தென்மேற்கு ஈரான் பகுதியில் உள்ள ஜக்ரோஸிலிருந்து நடந்திருக்கிறது. அதாவது, ஜக்ரோஸிலிருந்து இந்தியாவுக்கு விவசாயிகளாகவும் ஆடு மேய்ப்பவர்களாகவும் ஒரு பெரும் மக்கள் கூட்டம் வந்திருக்கிறது. இந்தக் குடிப்பெயர்வானது இன்றிலிருந்து சுமார் 7000 - 3000 ஆண்டுகளுக்கு இடையேயான காலகட்டத்தில் நிகழ்ந்துள்ளது. ஆப்பிரிக்காவை விட்டு வெளியேறி வந்த மக்களுடன் இவர்கள் கலக்கிறார்கள். இந்த இருவரும் இணைந்துதான் சிந்துவெளி நாகரிகத்தை உருவாக்கினார்கள்.

மூன்றாவது குடிப்பெயர்வில், நான்காயிரம் ஆண்டுகளுக்கு முன்பு இன்றைய கஜகஸ்தான் பகுதியிலிருந்து ஆரியர்கள் வந்திருக்கிறார்கள். குதிரை செலுத்துவதில் வல்லுநர்களான அவர்கள் சம்ஸ்கிருதத்தின் முந்தைய மொழி வடிவத்தைக் கொண்டுவந்திருக்கிறார்கள். பலியிடும் பழக்கத்தையும், வேத பண்பாட்டையும் இங்கே இவர்கள்தான் உருவாக்கினார்கள் என்று தனது ஆதி இந்தியர்கள் எனும் நூலில் மிக விரிவாக ஆய்வு செய்திருக்கிறார் டோனி ஜோசப்.

இந்திய மக்களை நீங்கள் கறி தோசையாகக் கருதினால், முதலில் தோசைக்கல்லில் ஊற்றப்பட்டு ஏற்படுத்தப்பட்ட அடிபாகம்தான் முதல் அலையாக 65,000 ஆண்டுகளுக்கு முன்பு ஆப்பிரிக்காவிலிருந்து (*Out of Africa*) இடம்பெயர்ந்து வந்த மக்கள். இந்தக் கறிதோசையின் மீது அடுத்து போடப்பட்ட கறியாகவே சிந்து சமவெளி மக்களின் வருகை அமைகிறது. இதற்கு அடுத்து வந்த ஆரியர்களின் வருகை தொடங்கி இந்த நிலத்தில் தொடர்ந்து நிகழ்ந்த இடப்பெயர்வுகள் கறிதோசையில் உள்ள வெங்காயம், இஞ்சி, பூண்டு, தக்காளி, மல்லித்தூள், மிளகாய்த் தூள், பட்டை, சோம்பு, கிராம்பு, கறி மசால் பொடி, கொத்தமல்லி, கறிவேப்பிலையாகவும் உள்ளன.

பழந்தமிழகத்தில் வாழ்ந்த நாகர்களுடன் 3500 ஆண்டுகளுக்கு முன்பு வந்த ஆரியர்கள் இணைகிறார்கள். அவர்களின் வருகைக்குப் பின்தான் இந்த நிலப்பகுதியின் மக்கள் வர்ணங்களாகப் பிரிக்கப் படுகிறார்கள்.

விஜயநகரப் பேரரசின் குமார கம்பனன் காலத்தில் தொடங்கி

மதுரையில் ஆங்கில மொழி, மேற்கத்திய இசை மற்றும் நடனம் கற்றுத்தருவதில் ஆங்கிலோ இந்தியர்கள் செல்வாக்குடன் இருந்தார்கள்.

நாயக்கர் ஆட்சிக்காலம் வரை தொடர்ச்சியாகத் தெலுங்கு பேசும் பல்வேறு பிரிவினர் இந்த நிலத்தில் குடியேறுகிறார்கள். இவர்கள் இடையர்களாகவும் போர் வீரர்களாகவும் பல்வேறு தொழில்புரிகிறவர்களாகவும் உள்ளனர். மதுரையில் கணிசமான ஜனத்தொகையில் இவர்கள் வாழ்கிறார்கள்.

பெனுகொண்டா கோட்டைப் பகுதியிலிருந்து கன்னடம் பேசும் மக்கள் போர்க்காலத்தில் இந்த நிலப்பகுதிகளுக்கு இடம் பெயர்கிறார்கள். ராஷ்டிரகூட அரசர்கள் மற்றும் நுளம்ப பல்லவ வேந்தர்கள் காலத்திலும் கன்னடம் பேசும் மக்கள் இந்த நிலப்பகுதிக்கு இடம்பெயர்கிறார்கள். உழவு, நெசவு உள்ளிட்ட பல தொழில்களில் இவர்கள் ஈடுபடுகிறார்கள். தெலுங்கு, கன்னடம் பேசும் மக்கள் இங்கே வந்து நெடுங்காலம் ஆகிவிட்டதால் அவர்கள் இங்கே எல்லாத் தொழில்களிலும் கலந்துவிட்டனர். தமிழர்களாகவே உருமாற்றம் பெற்றுவிட்டனர்.

சங்க காலம் தொட்டே அரேபிய வர்த்தகர்கள் தொண்டி மற்றும் முசிரிஸ் வழியாக மதுரைக்கு வந்தார்கள், அவர்கள் இந்த நிலத்திற்குத் தங்களின் நாவாய்களில் குதிரைகளை, வாசனைத் திரவியங்களை, கண்ணாடி சீசாக்களைக் கொண்டுவந்தார்கள், வர்த்தகம் செய்து வந்த அவர்களில் பலர் இங்கேயே தங்கிவிட்டனர். வர்த்தகத்திற்கு வந்த ரோம நாட்டைச் சேர்ந்தவர்கள் இங்கே தங்கியிருந்த ரோமச்சேரி இருந்ததாக வரலாற்றுக் குறிப்புகள் தெரிவிக்கின்றன.

அதன்பின்னர் இஸ்லாமிய சுல்தான்களின் ஆட்சிக்காலத்தில் ஏராளமான இஸ்லாமியர்கள் மதுரைக்கு இடம்பெயர்ந்தார்கள். இன்றும் கிளாஸ்காரத் தெரு, காஜிம்மார் தெரு, மகபூப்பாளையம், கோரிப்பாளையம், இஸ்மாயில்புரம் பகுதிகளில் மிகுதியாக வசிக்கிறார்கள், நகரத்தின் பிற பகுதிகளிலும்

வசிக்கிறார்கள். அவர்கள் தமிழ் வாழ்வியலின் அங்கமாகவே திகழ்கிறார்கள்.

மராத்திய மன்னர்கள் மதுரை மற்றும் தஞ்சையை ஆண்ட காலத்தில் மராத்தியர்கள் பெரும் எண்ணிக்கையில் இந்தப் பகுதிக்கு இடம்பெயர்ந்தார்கள். நகை செய்யும் தச்சர்களாகவும் போர் வீரர்களாகவும் வந்த இவர்கள் இன்று பல்வேறு துறைகள் நோக்கிச் சென்றுவிட்டனர்.

கிழக்கிந்திய கம்பெனியின் காலத்தில் ஆங்கிலோ இந்தியர்கள் (Anglo-Indians) என்கிற ஒரு புதிய சமூகம் இங்கே உருவாகிறது. இந்தியத் துணைக் கண்டத்தில் வாழ்ந்த ஐரோப்பிய ஆண்களுக்கும், இந்தியத் துணைக் கண்டத்துப் பெண்களுக்கும் திருமண உறவினால் பிறந்த கலப்பின மக்களாக இவர்கள் திகழ்கிறார்கள். பிரிட்டிஷ் இந்தியாவில் அனைத்துத் துறைகளிலும் வேலைகளில் ஈடுபட ஐரோப்பியவர்கள் படை படையாக வந்திறங்கினர். ஒரு காலத்தில் ஒட்டுமொத்த ரயில்வே துறையும் ஐரோப்பியர்களால் நடத்தப்பட்டது.

கல்வி நிலையங்கள், இந்திய ரயில்வே துறை, அஞ்சல் துறை, சுங்கம் மற்றும் கலால் துறை, வனத்துறை போன்றவற்றில் பெரும்பாலும் பணிபுரிகிறார்கள். மதுரையில் ஆங்கில மொழி, மேற்கத்திய இசை மற்றும் நடனம் கற்றுத்தருவதில் ஆங்கிலோ இந்தியர்கள் செல்வாக்குடன் இருந்தார்கள். அதேபோல் மதுரை முழுவதும் விளையாட்டுப் பயிற்சியையும் ஆங்கிலோ இந்தியர்கள்தான் அளித்தார்கள். மதுரை ஆங்கிலோ இந்தியர்கள் நான்கு பேர் (*Adolphus Clade, SmithKalvin D Cruz, Ashely Cleur, Neville Rozario*) இந்திய ஹாக்கி அணியில் சர்வதேச அளவில் விளையாடியிருக்கிறார்கள்.

ஹலாய் மேமோன் சமூகம் மதுரை முழுவதும் உள்ள பெரிய ஜவுளித் தொழில்களில் ஈடுபட்டுள்ள சமூகம். பாகிஸ்தானின் சிந்து பகுதியிலிருந்து குஜராத்தின் கத்திவார்ப் பகுதிக்கு இடம்பெயர்ந்தார்கள். குஜராத்தில் கத்திவார்ப் பகுதியிலிருந்து இவர்கள் மதுரைக்கு இடம்பெயர்ந்தார்கள், இவர்கள் உறவினர்கள் தமிழகத்தின் பல ஊர்களில் வசித்து வருகின்றனர். இவர்கள் பேசும் வட்டார மொழி வழக்கில் சிந்தி, கட்சி, உருது, அரபி, குஜராத்தி என அனைத்து மொழி வார்த்தைகள் உள்ளன.

பாலாஸ்ரீ டெய்லர்
BALASRI TAILOR
47

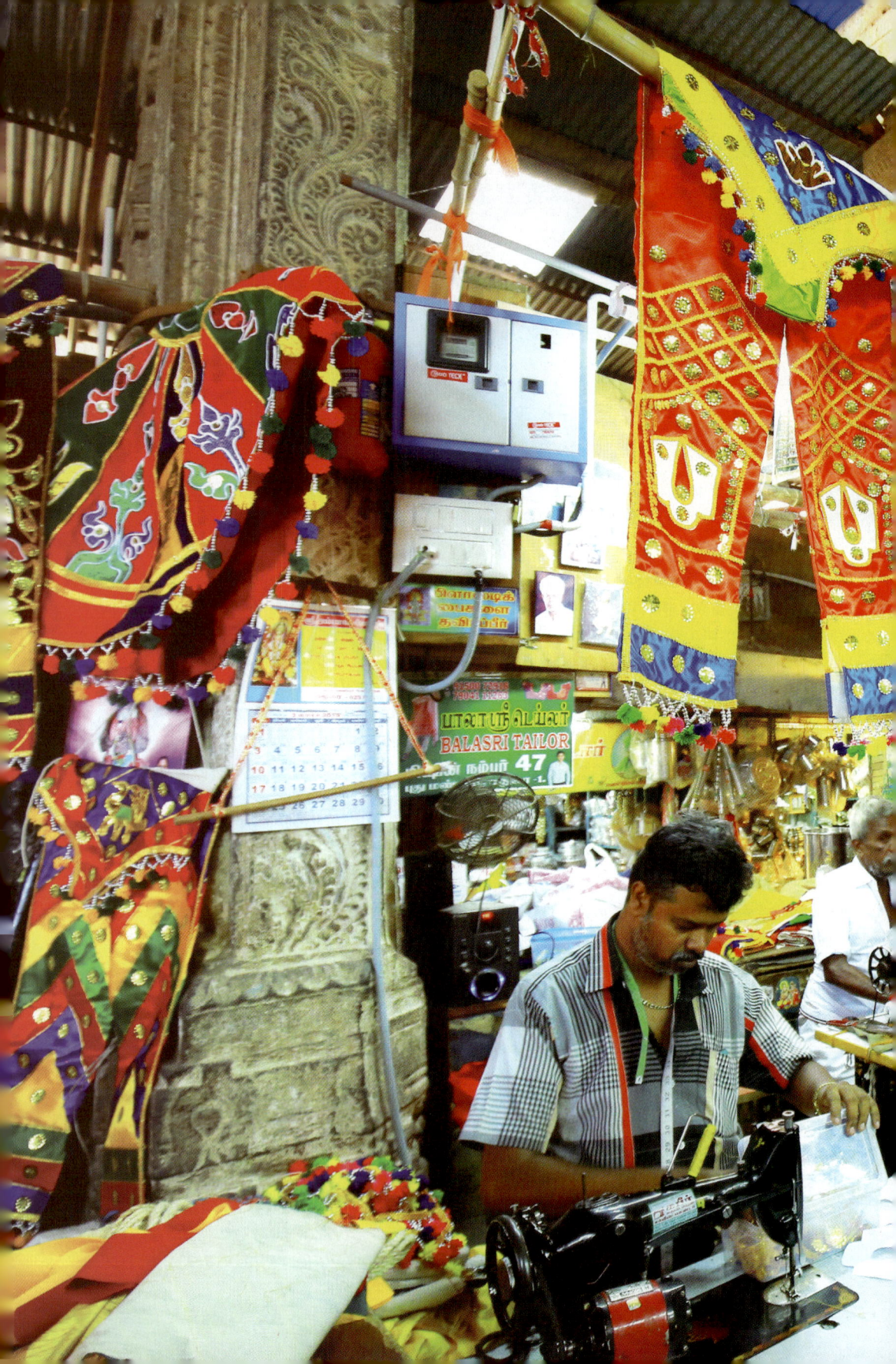

RAMA

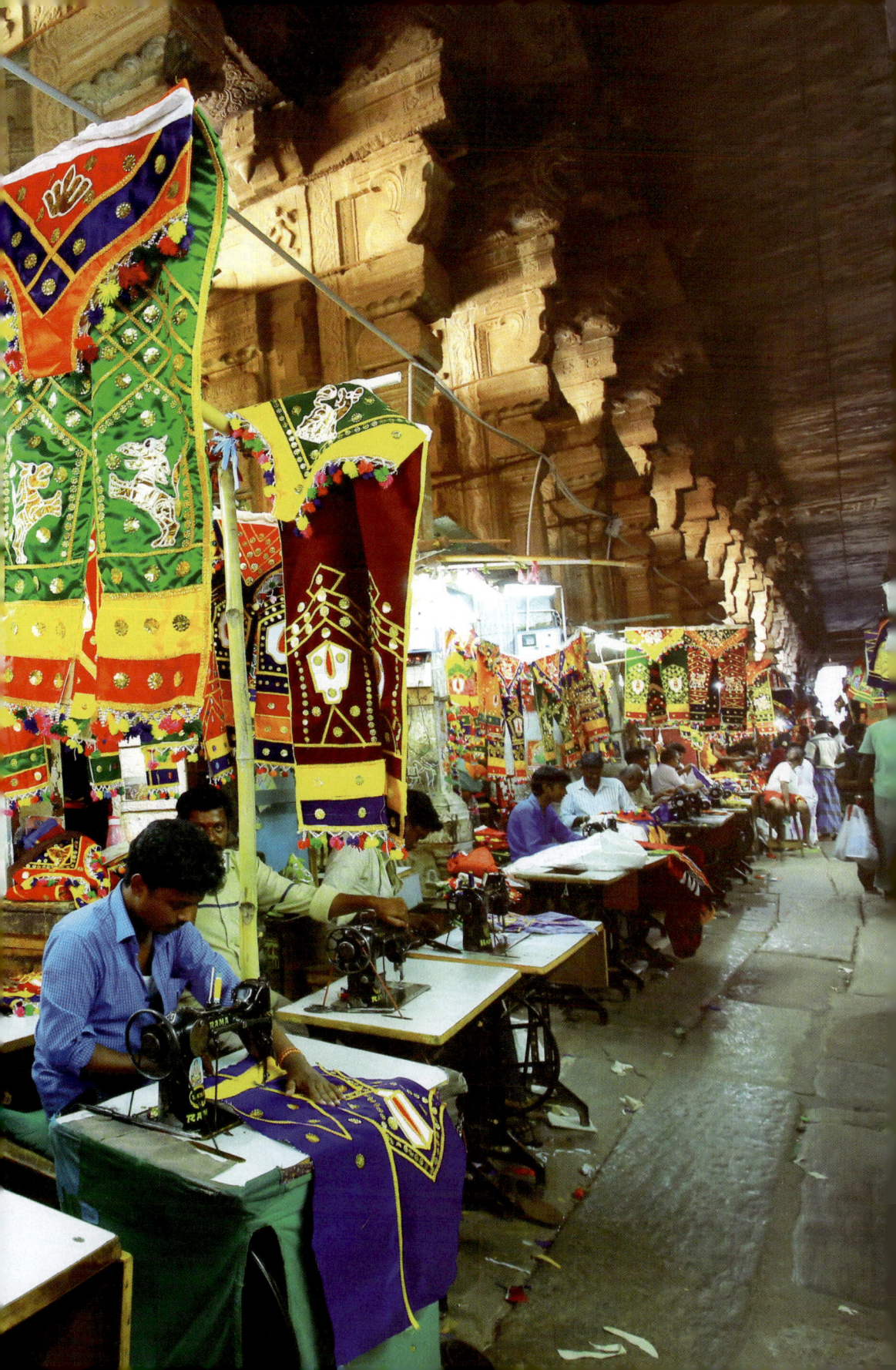

ஹாஜிமூசா ஜவுளிக் கடை

1878-ல் இவர்கள் மதுரைக் கீழச்சித்திரை வீதியில் ஹாஜீமுசா என்கிற ஜவுளிக் கடையைத் தொடங்கினார்கள். மதுரை உள்ளிட்ட பல நகரங்களில் உள்ள கூட்டுறவுக் கடைகள் மற்றும் தென்னிந்திய ரயில்வேயின் மொத்த ஜவுளித்தேவைகளையும் இவர்களே பூர்த்திசெய்தார்கள்.

இரண்டாம் உலகப்போர் காலத்தில் உலகம் முழுவதுமே ஜவுளிகளுக்குப் பெருந்தட்டுப்பாடு ஏற்பட்டது. அந்தக் காலகட்டத்தை ‘control period’ என்றே அழைப்பார்கள். வெளிநாட்டிலிருந்து வரும் துணிகள் முதலில் ராணுவத்திற்குத்தான் வழங்கப்படும். துணி வாங்க இந்தியா முழுவதும் மக்கள் வரிசை கட்டி நின்றார்கள், ஒவ்வொருவருக்கும் அளவாகவே துணிகள் வழங்கப்பட்ட காலம் அது. மதுரையிலும் துணிக்குக் கடுந்தட்டுப்பாடு நிலவிவந்தது. இந்தி, குஜராத்தி, உருது மொழிகள் அறிந்த மேமோன் சமூகத்தவர்கள் ஜவுளிகளின் மெக்காவாகக் கருதப்பட்ட மும்பையில் தங்களின் செல்வாக்கான தொடர்புகளை வைத்து ஜவுளிகளை மதுரைக்கு வாங்கி வந்து அப்படியான தட்டுப்பாட்டுக் காலங்களிலும் கிடைக்கச் செய்தார்கள். மதுரை மக்கள் இவர்கள் கடைகளில் முன்பு நீண்ட வரிசைகளில் நின்று துணிகளை வாங்கியிருக்கிறார்கள். அந்தக் காலகட்டத்தில் இவர்கள் கடைகளில் மட்டுமே துணி கிடைத்துள்ளது.

க்ளாக்ஸ்கோ மல்லு, மேட்டூர் மில் காடா, கோயில்பட்டி லாங் கிளாத் எனப் பல துணி வகைகளின் மொத்தக் கொள்முதல் இவர்கள் வசம் இருந்தது. மதுரைத் தெற்குமாசி வீதி, விளக்குத் தூண், மஹால் வடம்போக்கித் தெரு, டவுன் ஹால் ரோடு, கீழச் சித்திரை வீதி எனப் பல பகுதிகளில் ஜவுளி நிறுவனங்கள் நடத்தி வருகிறார்கள். இன்றும் மதுரையில் இருக்கும் பள்ளிகள் முதல் தொழிற்சாலைகள் வரை அனைத்திற்குமான சீருடைகளின் துணிகளும் அதைத் தைத்துக் கொடுக்கும் தொழிலையும் செய்து வருகிறார்கள்.

அபினிப் போர்கள் மற்றும் இரண்டாம் உலகப்போர் காலகட்டத்தில் சீனக் குடும்பங்கள் பல பர்மா வழியாக இடம் பெயர்ந்து சென்னை வந்தடைகிறார்கள். தமிழகத்தில் பல ஊர்களில் சென்று சீனர்கள்தான் முதல் முதலாகப் பல் மருத்துவத்தைத் தொடங்கினார்கள். மதுரையில் மருத்துவர் ஹூ சின் பா-வை அறியாதவர்கள் இருக்க முடியாது, டவுன் ஹால் ரோட்டின் அடையாளங்களில் ஒன்றாக அவர் திகழ்ந்தார். ஹூ சைனீஸ் டெண்டல் கேர் என்று அவரின் பேரன்கள் இன்றும் மதுரை அரசரடியில் பல்

மருத்துவமனை நடத்தி வருகிறார்கள். இந்தச் சீனர்கள் முற்றாகத் தமிழர்களாகவே உருமாற்றம் அடைந்துவிட்டனர்.

கிழக்கு ராஜஸ்தான் பகுதியைச் சேர்ந்த மார்வாடி மக்கள் மார்வாரி மொழி பேசுகிறார்கள். மார்வாரி மொழி ராஜஸ்தானி மொழியோடு நெருங்கிய தொடர்புடையது. வணிகத்தில் அதீத ஈடுபாடு கொண்ட மார்வாடிகள் 19-ம் நூற்றாண்டில் மெல்ல மெல்ல தெற்கு நோக்கி வந்தனர். ராஜஸ்தான் பகுதிகளில் தொடர்ந்து படையெடுப்புகள் நிகழ்ந்ததால் மெல்ல மெல்ல அவர்கள் இந்தியா முழுவதுமே இடம்பெயர்ந்தார்கள். வறண்ட பாலைவனப் பகுதியைச் சேர்ந்த மார்வாடிகள் செழிப்பைத் தேடியே மதுரைக்கு இடம்பெயர்கிறார்கள்.

குஜராத்திகளும் மெல்ல மெல்ல மதுரைக்கு அலை அலையாய் இடம்பெயர்ந்தார்கள். மார்வாடிகள் மற்றும் குஜராத்திகள் வட்டிக்கு விடுதல், நகை அடகு பிடித்தல் (PAWN BROKING) என்று தொடங்கி இன்று அவர்கள் ஈடுபடாத வர்த்தகம் இல்லை என்கிற அளவிற்கு நகைக் கடைகள் முதல் பிளம்பிங், எலக்ட்ரிக்கல்வரை இவர்கள் இல்லாத தொழில்களே இல்லை எனச் சொல்லலாம்.

சௌராஷ்டிரர்கள் இந்தியாவின் குஜராத் மாநிலத்தின் சௌராஷ்டிர தீபகற்பப் பகுதியைப் பூர்வீகமாகக் கொண்டவர்கள். கி.பி 1025 முதல் சௌராஷ்டிர தீபகற்பப் பகுதியை விட்டு வெளியேறி, தற்கால மகாராஷ்டிரா மற்றும் கர்நாடகா எனப் பல மாநிலங்களில் தங்கிப் புலம்பெயர்ந்து, இறுதியாக மதுரை வந்தடைந்து இங்கே வாழ்ந்து வருகின்றனர். விஜயநகரப் பேரரசில் 1312-ல் குடியேறிய இவர்கள் அங்கிருந்து 1575-க்குப் பின்னர் நாயக்கர் ஆட்சிக்காலத்தில் மதுரைக்கு அழைத்துவரப்படுகிறார்கள். பிராகிருதம் மொழியை அடிப்படையாகக்கொண்ட சௌராஷ்டிரா என்கிற மொழியை அவர்கள் பேசினாலும் அந்த மொழியில் அவர்கள் இடம்பெயர்ந்த நிலங்களின் வார்த்தைகள் கொட்டிக் கிடக்கும். இவர்களது மொழியில் குஜராத்தி, மராத்தி, கன்னடம், தெலுங்கு மொழிகளுடன் இன்று தமிழ் மொழியும் மிகுதியாகக் காணப்படுகிறது.

சௌராஷ்டிர மக்கள் பட்டுச் சேலை, பட்டு வேட்டி, சரிகை வேட்டி, சுங்குடி சேலை நெய்பவர்களாக இருக்கிறார்கள், மதுரையில் அவர்களைப் பட்டு நூல்காரர்கள் அல்லது சவ்வு என்றே மக்கள் அழைப்பார்கள்.

பருத்தி நூல், சாயப் பவுடர் விற்பனையாளர்களாகவும், சாயப்பட்டறைகளையும் சௌராஷ்டிரா மக்கள் நடத்தி வந்தனர். இப்பொழுது பல தொழில்களுக்கு மாறிவிட்டனர். ராயல் டாக்கீஸ் தயாரித்த 'சிந்தாமணி' திரைப்படம் உள்ளிட்ட மதுரை சௌராஸ்டிரா மக்கள் சினிமா எடுப்பதில் சில காலம் இருந்தனர், மதுரையில் பல சினிமா தியேட்டர்கள் அவர்களுக்குச் சொந்தமானவை. இன்றைக்கு மின்னணுவியல் பொருள்கள் விற்பனை முதல் புத்தகக் கடைகள் வரை இவர்கள் இல்லாத துறையே இல்லை.

நடிகை எம்.என்.ராஜம், எழுத்தாளர் எம்.வி.வெங்கட்ராம், எழுத்தாளர் கோபிகிருஷ்ணன், நடிகை வெண்ணிற ஆடை நிர்மலா ஆகியோர்

பிரித்தானிய அபினிப் போர்கள்

சௌராஷ்டிரா சமூகத்தைச் சார்ந்தவர்கள். மதுரையைச் சேர்ந்த சௌராஷ்டிராக்களில் உலகப் பிரபலம் பாடகர் டி.எம்.சௌந்தரராஜன் அவர்கள். மதுரையில் பந்தடி, அனுப்பானடி, மீனாட்சி நகர், கிருஷ்ணாபுரம் காலனி, நிலையூர், மகாலட்சுமி காலனி, ஸ்ரீனிவாசா காலனி என நகரத்தின் பல பகுதிகளில் அவர்கள் வசிக்கிறார்கள்.

பஞ்சாபிகள் மதுரையில் நூற்றாண்டுப் பழைமையான உறவுகளுடன் வாழ்கிறார்கள். சென்ட்ரல் சினிமா அருகில் இருக்கும் பாப்ளி பிரதர்ஸ் முதல், அற்புதமான உணவுகளான ஆலு பராத்தா முதல் தந்தூரி வரை வழங்கும் பஞ்சாபி தாபா எனப் பல தொழில்களில் ஈடுபட்டிருக்கிறார்கள். 1947-ல் இந்தியா பாகிஸ்தான் எல்லையில் பதற்றம் உருவான பிறகு பஞ்சாபிகள் இன்னும் பெரிய எண்ணிக்கையில் இடம்பெயர்ந்து வந்தார்கள்.

சமீபத்தில் மறைந்த எழுத்தாளர் கி.ராஜநாராயணன், தமிழர் வாழ்வியலை வாழ்நாள் எல்லாம் ஆவணப்படுத்தினார். புதுமண்டபத்தின் இஸ்லாமிய தையல் கலைஞர்கள் காலம் காலமாக இந்து கடவுள்களுக்கு உடை தைக்கிறார்கள், புட்டு தோப்புத் திருவிழாவின் சடங்குகளை ஒரு இஸ்லாமியக் குடும்பத்தினர்தான் செய்கிறார்கள். செயின்ட் மேரிஸ் தேவாலயத்திற்கு நூற்றுக்கணக்கான இந்துக்கள் செல்கிறார்கள். ஒட்டு மொத்த மதுரைக்காரர்களுக்கும்

ஒரு காலத்தில் ஆங்கிலத்தை சரளமாகப் பேச ஆங்கிலோ இந்தியர் ஆசிரியர்களே கற்றுக்கொடுத்தார்கள். மதுரை நகரத்தில் குழந்தைகளுக்கு சுகமில்லை என்றாலும், நோய் வந்து குணமடைந்த குழந்தைகளையும் கூட மந்திரிக்க பள்ளி வாசல்களுக்கு அழைத்துச் செல்கிறார்கள் என மதுரையின் பன்மைத்துவ வாழ்வு இந்த உலகத்திற்கு ஒரு முன்னுதாரனமா வரலாறு நெடுகிலும் திகழ்கிறது.

இந்திய மண்ணின் மரபியல் அடிப்படையாக ‘வேற்றுமையில் ஒற்றுமையே’ வரலாறு நெடுகிலும் இருந்துள்ளது என்கிற உண்மையைத்தான் நமக்குக் கறி தோசையின் சுவை உணர்த்துகிறது. இந்திய மக்களின் மரபணுவை சோதனை செய்தால், அது 50 முதல் 65 சதவிகிதம் முதல் முதலாக இந்தியாவிற்குள் குடிபுகுந்த மரபணுவை ஒத்து இருக்கிறது. இங்கே சாதி, மதம், மொழி எனப் பல அடைமொழிகளுடன் மக்கள் பிரிக்கப்படலாம். ஆனால் எல்லோருமே ஒரு கலப்பின் உருவாக்கம்தான் என்பதை மரபியல் ஆய்வுகள் நமக்குச் சொல்லிய வண்ணம் உள்ளது.

மதுரையின் ஆகப்பெரிய பலமே இங்கே அலை அலையாய் வந்த மக்கள் தான். மக்கள் தங்களுடன் கொண்டு வந்த உணவு, தானியங்கள், கருவிகள், குதிரைகள், மாடுகள், தொழில்நுட்பங்கள், கட்டடக்கலை, திருவிழாக்கள் மற்றும் அவர்களின் அனுபவ அறிவு இந்த நிலத்தை மேலும் மேலும் மெருகேற்றவே

உதவியிருக்கிறது. உலகத்தின் பெரு நகரங்களில் உள்ள பரந்து விரிந்த *cosmopolitian* தன்மையை நீங்கள் குறைவில்லாமல் மதுரையில் உணரலாம். இங்கே 2,500 ஆண்டுகளுக்கு முன்பு ரோமாபுரி குடியிருப்பு இருந்தது என்பது இந்த நிலத்தின் சிறப்புதானே. மதுரையை நோக்கி வரலாறு நெடுகிலும் உலகத்தவர்கள் ஈர்க்கப்பட்டார்கள். வருங்காலத்திலும் ஈர்க்கப்படுவார்கள், இந்த நகரம் இந்தப் பூமியில் மனிதர்கள் வாழும் வரை மக்களை ஈர்த்துக் கொண்டேயிருக்கும்.

உங்கள் முன்னால் தட்டில் ஒரு கறிதோசை வைத்துள்ளேன். அதை நீங்கள் சுவைக்கத் தொடங்குங்கள். அதில் உள்ள தோசை மாவு, கறி, வெங்காயம், இஞ்சி, பூண்டு, தக்காளி, மல்லித்தூள், மிளகாய்த் தூள், பட்டை, சோம்பு, கிராம்பு, கறிமசால் பொடி, கொத்தமல்லி, கறிவேப்பிலையில் எது முதன்மையானது, எது இந்தக் கறிதோசையின் சுவைக்குக் காரணம் என்பதுவே கேள்வி!

26

கால மாற்றத்தில் கலைகள், கலைஞர்கள்!

மதுரையின் இரவு நேர வாழ்க்கை இரண்டாயிரம் ஆண்டுகள் முன்பே பாடல்பெற்றது. மதுரையின் அல்லங்காடிகள்தான் இன்று உலகம் முழுவதும் இருக்கும் இரவு நேர வாழ்க்கைக்கு முன்னோடி என்றால் மிகையில்லை. மதுரையில் இரவு நேர வாழ்க்கை என்பதைவிட மாலை நேரத்திலேயே வாழ்க்கையில் ஒரு குதூகலம் தொற்றிக்கொள்ளும். வேனல் காலம் முழுவதுமே இரவின் வெக்கையைப் போக்க ஏதேனும் வேடிக்கைகள் அவசியம்தானே?

பகலெல்லாம் உழைத்துக் களைத்து வருபவர்களுக்கு மாலையில் ஏதேனும் ஒரு கொண்டாட்டம், திருவிழா, கூத்து, நாடகம், பொதுக் கூட்டம் காத்திருக்கும். மதுரையில் குறுக்கு நெடுக்காக நீங்கள் ஒரு நடை நடந்தால் அங்கே குழாய் ஸ்பீக்கரில் ஓர் அறிவிப்போ, பாடலோ ஒலித்துக்கொண்டிருக்கும். நெருங்கினால் அங்கே உங்களின் அன்றைய மாலைப்பொழுதை ஒப்புக் கொடுப்பதற்கான ஒரு கூடுகை நிகழ்வு காத்திருக்கும்.

மதுரைக்கு சுற்றுவட்டாரங் களிலிருந்து குடிபெயர்ந்து வந்த மக்கள் அனைவருமே தங்களின் தட்டுமுட்டு சாமான்களுடன் தங்களின் தெய்வங்களையும் சுமந்து வந்தார்கள். மதுரையின் திசை யெங்கிலும் கிராம தெய்வங்கள் இருப்பதைப் பார்க்கலாம். இந்த ஒவ்வொரு தெய்வத்திற்கும் வருடம் ஒரு முறை கோயில் கொடை எடுப்பார்கள். அவர்களின் உறவினர்கள் அனைவரையும் அழைத்து மகிழ்வார்கள். பொங்கல் வைத்தல், ஆடு-கோழி பலியிடுதல் என அவர்களின் வாழ்வில் பெரும் கோலாகலமான நாளாக இது

சங்கரதாஸ் சுவாமிகள்

விஸ்வநாத தாஸ்

மதுரகவி பாஸ்கரதாஸ்

இருக்கும். ஒவ்வொரு திருவிழாவிலும் நிச்சயமாக அந்தத் திருவிழாவின் வரவு செலவைப் பொறுத்து அங்கே அன்று ஒரு கேளிக்கை நடைபெறும்.

ஒயிலாட்டம், கரகாட்டம், கும்மி, வில்லுப்பாட்டு, மயிலாட்டம், பொய்க்கால் குதிரை, பறையாட்டம் என அவர்களின் விருப்பம் போல் நிகழ்த்துகலைகள் இடம்பெறும். இந்த ஒரு நாளுக்குப் பின் மக்களும் உழைக்கச் சென்றுவிடுவார்கள், அவர்களின் தெய்வமும் மதுரை வெயிலைப் பருகத்தொடங்கும். மனிதனும் தெய்வமும் ஒரே வாழ்வியலைக் கொண்டிருக்கும் நிலமிது.

அன்றைய திருவிழாக்களில் மேடை போட்டு நாடகங்கள் நடத்தப்பட்டன. திருப்பரங்குன்றம், வண்டியூர், பாண்டிகோவிலில் நாடகங்கள் வழமையாக நடைபெறும். மக்கள் பெரிய எண்ணிக்கையில் மாட்டு வண்டி கட்டிக்கொண்டும், ஜட்கா வண்டிகளில் சென்றும் நாடகங்கள் பார்த்திருக்கிறார்கள். ஶ்ரீவள்ளி நாடகம், விகட வைத்தியன், லலிதாங்கி, நந்தனார் நாடகம், மீராபாய், கிருஷ்ண லீலா, பவளக்கொடி, ஞானசௌந்தரி, மனோகரா, குலேபகாவலி, இரணியன், பாமா விஜயம், கதரின் வெற்றி, தசாவதாரம், சகுந்தலா சரிதம், நல்லதங்காள், வீரபாண்டிய கட்டபொம்மன், லவகுசா, மதுரை வீரன், அரிச்சந்திர மயான காண்டம், சத்தியவான் சாவித்திரி, கோவலன் சரித்திரம், நளதமயந்தி, இராம இராவண யுத்தம், சித்திராங்கி விலாசம், சிவலீலா நாடகம், சந்திராவளி, பட்டினத்தார், சிவாஜி, பக்த நந்தனார், கோவலன், மந்திரிகுமாரி என ஏராளமான நாடகங்களை மதுரை மக்கள் கண்டு களித்திருக்கிறார்கள்.

மதுரையில் தத்துவ மீனலோசனி நாடக சபையைத் தொடங்கி அதன் ஆசிரியராக சங்கரதாஸ் சுவாமிகள் இருந்தார். மதுரையில் நடிகர்களுக்கு உடுப்பு பற்றிய ஞானம், நடுங்காத தேகம், ஞாபக சக்தி, குரல் வலிமை ஆகிய நடிப்பு சார்ந்த துறைகளில் மதுரகவி பாஸ்கரதாஸ் பயிற்சியளித்திருக்கிறார். எஸ்.எஸ். விஸ்வநாத தாஸ், கே.பி.ஜானகி (எ) ஜானகியம்மாள் ஆகியோர் மதுரையில் நாடகங்களை மக்களிடம் கொண்டு சென்றதில்

CENTRAL

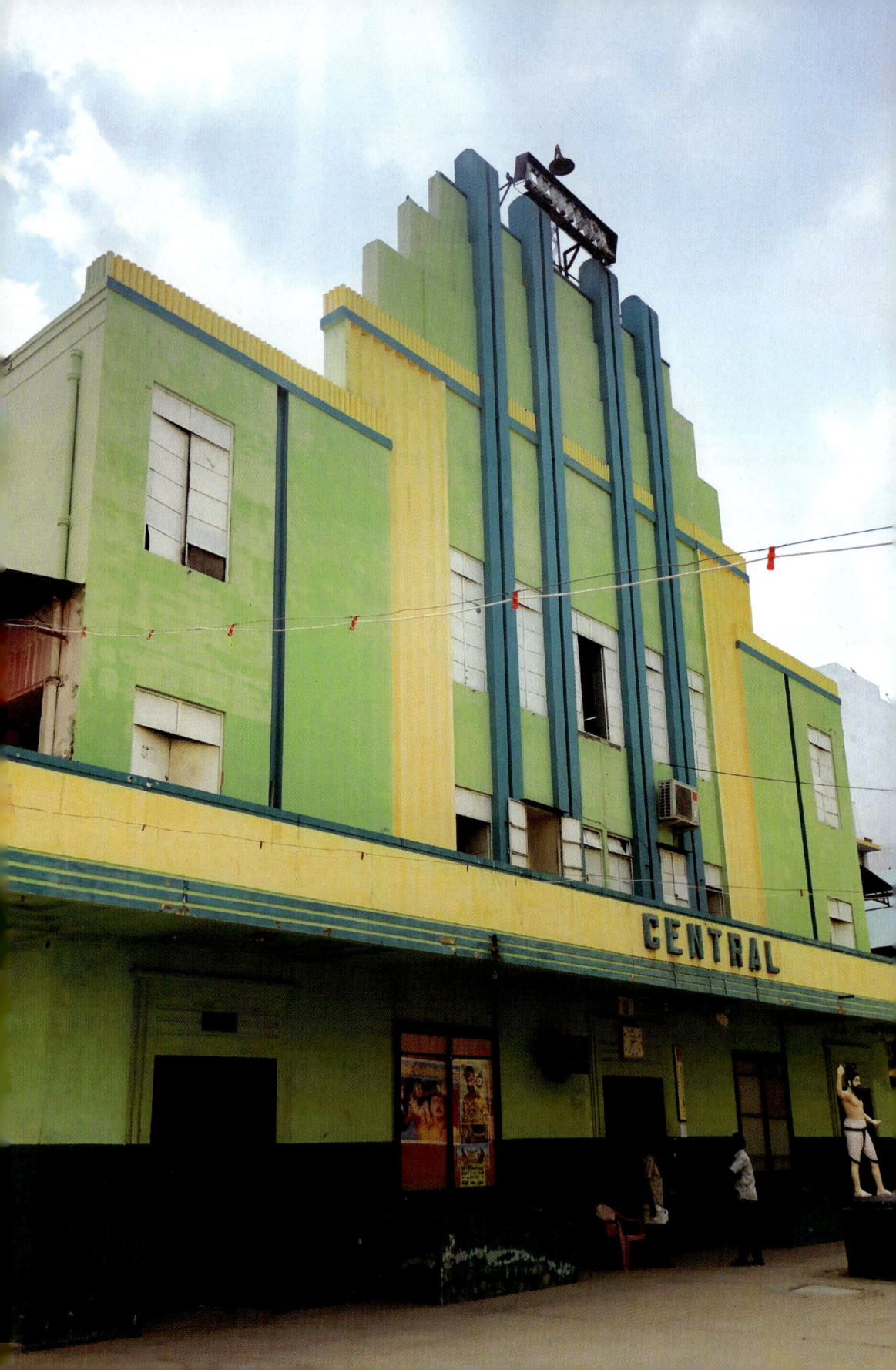

Our Grand Opening
20-1-1939.
Central Cinema
West Tower Street,
MADURA.
எமது மகத்தான
ஆரம்ப விழா வைபவம்
20-1-1939
சென்ட்ரல் சினிமா
(மேலக் கோபுரத் தெரு)
மதுரை.

GOLDEN JUBILEE
CENTRAL CINEMA
1939 · 89

சினிமா புரஜெக்டர்

மதுரையில் வரலாற்று நாடகங்கள்

முக்கியப் பங்காற்றியிருக்கிறார்கள். அமெரிக்கன் கல்லூரி, சௌராஸ்டிரா ஹைஸ்கூல், மதுரைக் கல்லூரி உள்ளிட்ட பல இடங்களில் மாணவர்களின் நாடகங்களும் பொது மக்களால் கண்டுகளிக்கப்பட்டன.

நடிகர்களுக்குப் பலவகையான ஜடை அலங்காரங்கள் அன்றைய காலகட்டத்தில் தேவைப்பட்டன. பிரிமனைக் கொண்டை, புஷ்ப வலைக்கொண்டை, இரட்டை புஷ்ப பிச்சோடாக் கொண்டை, சுருள்பின்னல் கொண்டை, கோடாலிப் புஷ்பக்கொண்டை, இரட்டை சாதாபிச்சோடாக் கொண்டை, சுருள் தாழம்பூக் கொண்டை என நாடகத்தில் அலங்காரங்கள் முக்கியப் பங்கு வகித்தன. நாடகங்களுக்கான அமைப்புகள், மேடையலங்காரங்களைச் செய்வதில் கிளாஸ்காரத்தெரு டோப்பா ராமசாமி புகழ்பெற்றுத் திகழ்ந்திருக்கிறார்.

நாட்டுப்புற இசை, திருமுறை இசை, கர்நாடக இசை, இந்துஸ்தானி இசை, காவடிச்சிந்து, மேற்கத்திய இசை எனப் பல வகைமைகள் நாடகங்களுக்கு ஏற்ப இயற்றப்பட்டன. நாடகங்களுக்கான இசைக்கருவிகளான ஊது கொம்புகள், தபேலா, தாகிரா, ஹார்மோனியப்பெட்டி எனக் கருவிகள் சிம்மக்கல் பகுதியில் விற்பனை செய்யப்பட்டன. இன்றும் நீங்கள் சிம்மக்கலில் உள்ள மதுரை மாவட்ட மைய நூலகத்தின் அருகிலுள்ள சந்துகளில் இசைக் கருவிகளை பலர் சரி செய்து கொண்டிருப்பதைக் காணலாம்.

ராஜலஷ்மி, கமலவேணி, பைரவ சுந்தரம், டி.ஆர்.செல்லையா, தேவுடு ஐயர், ஏ.கார்மேகாச்சாரியார், கல்லிடைக்குறிச்சி முகைதீன் பாட்சா, கே.ஆர்.சாரதா, டி.ஆர். முத்துலஷ்மி, வேலம்மாள், லோகநாயகி, தாமோதரன், சண்முகம், டி.பி. தனலஷ்மி, எம்.கே. கமலம், டி.எஸ். கமலம், நவாப்ராஜ மாணிக்கம், டி.கே.சண்முகம் சகோதரர்கள் ஆகியோர் மதுரையின் பிரபல நாடக நடிகர்கள். இவர்கள் மதுரையில் பெரும் நாயகர்களாக வலம்

விக்டோரியா எட்வர்டு ஹால்

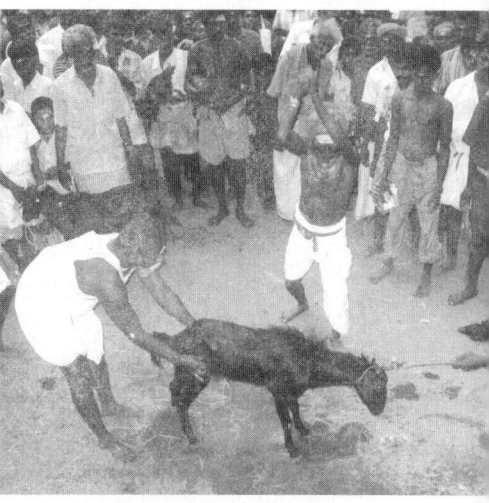
கிடா வெட்டு

வந்திருக்கிறார்கள். மதுரை அருகே இருக்கும் வளையங்குளம் கிராமத்தில் இப்பொழுதும் திருவிழாவில் 100 நாள்களுக்கு 100 நாடகங்கள் நிகழ்த்தப்பட்டு வருகின்றன.

கலைக்கு ஒரு அழுத்தமான நோக்கம் இருந்தது. அன்றைய பல நாடகங்கள், பாடல்கள் பிரிட்டிஷ் அரசால் தடை செய்யப்பட்டன. இதிகாசம், வரலாறு என நாடகங்கள் எந்தத் தலைப்பில் இருந்தாலும் அதன் ஊடே பிரிட்டிஷ் அரசுக்கு எதிராகவும், சுதந்திர வேட்கையை உருவாக்கும் வசனங்கள், பாடல்கள் இடம்பெறும். மதுரையில் நிகழ்த்தப்பட்ட பல நாடக அரங்குகளுக்கு வெளியே காவல்துறை முகாமிட்டிருக்கும். நடிகர்கள் நாடகம் முடிந்த பின்னும், சில நேரம் நாடகம் நிகழ்த்தும் போதும்கூட கைது செய்யப்பட்ட வரலாறுகளும் அதற்கு எதிராக நாடகம் பார்த்துக்கொண்டிருந்த மக்கள் போராடியதும் நம் வரலாற்றின் ஒரு பகுதியே.

மதுரையில் திரையரங்குகளின் வருகை நாடகங்களுக்கும் பெரும் வசதியான அரங்குகளாக மாறி வாய்ப்பளித்தன. மேலமாசி வீதியில் இருந்த ஒரு கொட்டகையிலும் ஏராளமான நாடகங்கள் நிகழ்த்தப்பட்டுள்ளன.

டி.என்.ராஜரத்தினம் பிள்ளையின் நாதஸ்வரக் கச்சேரி, மதுரை சோமு, காருக்குறிச்சி அருணாசலம், மாயவரம் கோவிந்தராஜ் பிள்ளை, மதுரை மணி ஐயர், வி.வி.சடகோபன், ஜி.என்.பி, ஃப்ளூட் மகாலிங்கம், எம்.கே.தியாகராஜ பாகவதர், எம்.எஸ்.சுப்புலட்சுமி எனப் பலரது இசைக் கச்சேரிகள் மதுரையில் நிகழ்த்தப்பட்டுள்ளன. இசைக் கச்சேரிகள் நிகழும் இடமாக சேதுபதி பள்ளி திகழ்ந்துள்ளது. இசை வித்துவான்கள் பலரது விருப்பமான தங்கும் இடமாக மங்கம்மா சத்திரம் இருந்துள்ளது.

1890-ல் மதுரைக்கு மின்சாரம் அறிமுகமாகும் முன்பே, ஜெனரேட்டர் மூலம் சோத்துக்கடைத் தெருவில் இருந்த இம்பீரியல் தியேட்டரில் மௌனப்படங்கள் ஓடின. இம்பீரியல் தியேட்டரில்

படம் பார்க்க ஆங்கிலேயர்கள், ஆங்கிலோ இந்தியர்கள் மற்றும் மதுரையின் வசதி படைத்த சீமான் சீமாட்டிகளுக்கு மட்டுமே அனுமதி வழங்கப்பட்டது.

1902-ல் மதுரை ரயில் நிலையத்திற்கு வெளியே மேலவெளி வீதியில் விக்டோரியா எட்வர்டு ஹால் கட்டப்பட்டது. கோதிக், போர்த்துகீசிய, விக்டோரிய கட்டடக்கலைகளின் சங்கமமாக இந்தக் கட்டடம் திகழ்ந்தது. பிரித்தானியர்கள் மாலை நேரத்தில் சந்திக்கும் இடமாக இது விளங்கியது. மாலையில் ஆங்கிலப் படங்கள் இங்கே திரையிடப்பட்டன. நாடகங்கள் மற்றும் அரசு விழாக்கள் நடக்கும் பெருமதிப்பு உடைய விழா அரங்காக அது திகழ்ந்தது. விரைவில் மதுரையில் ஆகமுக்கியக் கூடுகையின் இடமாக மாறியது. அங்கு 30,000 அரிய நூல்களுடனான நூலகம் அமைக்கப்பட்டது. மதுரையில் முக்கியஸ்தர்கள், அரசியல்வாதிகள், எழுத்தாளர்கள் எனப் பலரும் சந்தித்து விவாதிக்கும் இடமாக அது மாறியது.

மதுரைத் தெற்குமாசி வீதியில் 1921-ல் கல் கட்டடமாக சிட்டி சினிமா திறக்கப்பட்டது. இங்கும் ஊமைப்படங்களே முதலில் ஓடின. 1939-ல் சென்ட்ரல் மற்றும் சிந்தாமணி தியேட்டர்கள் கட்டப்பட்டது, 1952-ல் தங்கம் திரையரங்கம் என மதுரையில் நவீனத்தின் பெரும் வீச்சாக மதுரையெங்கும் சினிமா தியேட்டர்கள் முளைத்தன. கொஞ்ச காலத்திலேயே சிடி சினிமா, நியூ சினிமா, கோபால கிருஷ்ணா தியேட்டர், சந்திரா டாக்கீஸ், தேவி டாக்கீஸ், கல்பனா தியேட்டர், பரமேஸ்வரி தியேட்டர் எனப் பல திரையரங்குகளில் தமிழ், ஆங்கில மொழிப் படங்கள் திரையிடப்பட்டன. 1944-ல் இ.மா. கோபால கிருஷ்ணா திரையரங்கைத் திறக்க என்.எஸ்.கிருஷ்ணன் மதுரைக்கு வருகை தந்தார். இதில் பல திரையரங்குகள் டூரிங் டாக்கீஸாகத் தொடங்கி பின்னர் வளர்ச்சி பெற்றுத் திரையரங்குகளாக மாறின.

மதுரையில் பல பழைய திரையரங்குகளுக்கான கட்டுமானப் பொருள்களான பெரும் இரும்பு கர்டர்கள் இங்கிலாந்திலிருந்து வந்தன. புரொஜெக்டர்கள் அமெரிக்காவிலிருந்து வந்தன. ஒலியமைப்புக் கருவிகள் ஜெர்மனி என இந்தக் கட்டுமானங்கள் பெரும் பரபரப்புடன் எழும்பின. தேவி தியேட்டர் கட்டியபோது மேற்கூரைத் தகரத்தில் பொருத்தும் வாஷர்கள் கிடைக்காமல், அன்று புழக்கத்தில் இருந்த ஓட்டைக் காலணாக் காசுகளை வாஷர்களாகப் பயன்படுத்தினர். இதை அறிந்த ஆங்கிலேய அதிகாரிகள் தியேட்டருக்கு அபராதம் விதித்து, காலணாக்களைப் பறிமுதல் செய்தார்கள்.

மதுரையின் பார்வையாளர்கள் போல் உணர்ச்சிவசப்பட்டிருக் கிறவர்களை நீங்கள் பார்க்க இயலாது, திரையில் அழுதால் அழுவார்கள், சிரித்தால் சிரிப்பார்கள், சினிமா என்கிற வடிவத்தின் ஆகப்பெரிய வீச்சை நான் மதுரையில் பார்த்திருக்கிறேன். மதுரையில் ஒரு படம் வெற்றி என்றால் அது தமிழகம் முழுவதும் வெற்றிபெறும் என்கிற மதிப்பீடு தமிழ்நாட்டில் நிலவிவந்தது, இன்றும் நிலவிவருகிறது.

அரங்கம் நிறைந்த காட்சி என்றால் தங்கம் தியேட்டரில் படம்

சிந்தாமணி திரையரங்கம்

முடிந்ததும் 2,563 பேர் வெளியே வருவார்கள். சென்ட்ரல் தியேட்டரில் 1762 பேர் படம் பார்த்துவிட்டு வெளியே வந்தால் ஒரு திருவிழா போல் அருகிலுள்ள தெருக்கள் காட்சியளிக்கும். படம் முடிந்து ஒரு மணி நேரம், இரண்டு மணி நேரம் வரை அருகில் இருக்கும் ஒவ்வொரு டீக்கடையிலும் படம் பற்றிக் குழு குழுவாக நண்பர்கள் நின்று விவாதித்துக்கொண்டிருப்பார்கள்.

மதுரைக்கான தனித்த படம் பார்க்கும் கலாசாரம் ஒன்று இருந்தது. பிறந்த நாள், பரீட்சையின் இறுதி நாள் என்றால் எல்லாத் திரையரங்குகளுமே ஹவுஸ்ஃபுல்தான். திருமண முகூர்த்தங்கள் உள்ள மாதங்களில் புதுமணத் தம்பதிகளை ஒவ்வொரு திரையரங்கிலும் காணலாம். சௌராஸ்டிராக்களிடம் ஒவ்வொரு சனிக்கிழமையும் எண்ணெய் தேய்த்துக் குளிக்கும் வழக்கம் இருந்தது. அவர்கள் எண்ணெய்க்குளியல் முடித்த நாளில் மதியம் உறங்குவதில்லை என்கிற பழக்கத்தைக் கறாராக வைத்திருந்தார்கள். அதனால் சனிக்கிழமைகளில் அவர்கள் முனிச்சாலை, காமராஜர் சாலையில் உள்ள எல்லாத் திரையரங்குகளையும் ஹவுஸ்ஃபுல் செய்துவிடுவார்கள். நல்லெண்ணை மணக்க மணக்க அந்தக் காட்சிகள் நடைபெறும். டிக்கெட் தீர்ந்தால், அதே கவுன்டரில் காத்திருந்து அடுத்த காட்சிக்கு டிக்கெட் வாங்கிச் சென்று படம் பார்த்து மகிழ்ந்த மதுரை மாந்தர்கள் இருந்தனர். உழைக்கும் மக்கள் அனைவருக்கும் இந்தத் திரையரங்குகள்தான் ஒரே கேளிக்கையின் வடிகாலாகவும் இருந்தது.

> **கதைச்சுருக்கத்தை வாசித்துவிட்டு ஆங்கிலப் படங்களைப் பார்த்த மதுரை மக்கள் மார்லன் பிராண்டோ, யூல்பிரின்னர், மர்லின் மன்றோ, எலிசபெத் டெய்லர் என ஆங்கில நடிகர்களுக்கே மன்றம் வைத்திருந்தனர்.**

களியக்காவிளையிலிருந்து திருச்சி வரையிலும், மேற்கே மூணாறு முதல் கிழக்கே ராமேஸ்வரம் வரையிலும் பழைய - புதிய படங்களின் பிலிம் சுருள் பெட்டிகள் மதுரையிலிருந்துதான் சென்றன. ஐட்கா வண்டிகள் ரீல் பெட்டிகளைச் சுமந்துகொண்டு பஸ் ஸ்டாண்டு ரயில் நிலையங்களிலிருந்து தானப்பமுதலி தெருவுக்கு வரவும் போகவுமாக இருக்கும். சினிமா போஸ்டர்கள் ஒட்டுபவர்கள் பசை வாளியுடன் கிளம்பி நள்ளிரவுகளில் எங்கு நின்றாலும் அவர்களிடம் நலம் விசாரித்து என்ன படம் என்பதை அறிந்துகொள்ள ஒரு கூட்டம் காத்திருக்கும்.

கதைச்சுருக்கத்தை வாசித்துவிட்டு ஆங்கிலப் படங்களைப் பார்த்த மதுரை மக்கள் மார்லன் பிராண்டோ, யூல்பிரின்னர், மர்லின் மன்றோ, எலிசபெத் டெய்லர் என ஆங்கில நடிகர்களுக்கே மன்றம் வைத்திருந்தனர். இதை எழுதும்போது ஆங்கில நடிகர்களின் படங்களை ஒட்டிய சைக்கிள் ரிக்ஷா ஒன்று என் நினைவில் வந்து செல்கிறது.

மதுரைத் திருநகரில்தான் தமிழ் சினிமாவின் முக்கிய ஸ்டூடியோக்களில் ஒன்றான சித்ரகலா ஸ்டூடியோ இயங்கியுள்ளது. திருநகரில் இருந்த இந்த ஸ்டூடியோவில்தான் தாய்நாடு, பரமகுரு, அல்லி அர்ச்சுனா போன்ற தமிழ்ப் படங்கள் தயாரிக்கப்பட்டன. தமிழ் சினிமாவில் பிரபலமான நடிகர்கள் நடிகைகள் இந்தப் பகுதியில் முகாமிட்டிருப்பார்கள்.

சங்க காலம் தொட்டு இலக்கியத்தை வளர்த்த ஊர் என்பதால் எழுத்தாளர்களுக்கும், இலக்கியக் கூட்டங்களுக்கும் என்றும் பஞ்சம் இருந்ததில்லை. பாரதியார், ஜி.நாகராஜன், பா.சிங்காரம் தொடங்கி தமிழ் இலக்கியத்தில் கொண்டாடப்பட்ட ஆளுமைகள் புழங்கிய கல்சந்துகள் மதுரை நகரில் திசையெங்கும் இருக்கின்றன.

டவுன் ஹால் ரோட்டில் இருக்கும் பேனா ரிப்பேர்காரர்களிடம் தங்களின் பேனாக்களுடன் எழுத்தாளர்கள் வருவார்கள்,

பேனா ரிப்பேர் செய்துவிட்டு மையூட்டியில் மை நிரப்பிக்கொண்டு மேலமாசி வீதி காபி கிளப்பில் காபி அருந்தவோ அல்லது மது விடுதிகளுக்கோ செல்வார்கள். 1942-ல் முத்தமிழ் மாநாடு மதுரைப் புதுமண்டபத்தில் நடைபெற்றுள்ளது. மதுரை எழுத்தாளர் மன்ற ஆண்டு விழாக்களும் கூட்டங்களும் சந்திரா டாக்கீஸில் வைத்தே நடந்துள்ளன.

இலக்கியக் கூட்டங்கள், சொற்பொழிவுகள் என மதுரையில் தினசரி எங்காவது ஒரு நிகழ்வு இருப்பதை ஒரு வால் போஸ்டர் அறிவித்தபடி இருக்கும். அன்றைய தினங்களில் எல்லா திசைகளிலும் செல்லும் அரசுப் பேருந்துகளில் வால் போஸ்டர் ஒட்டி அனுப்புவார்கள், அதுவே அன்றைய துரித ஊடகமாகத் திகழ்ந்தது. இதைப் பார்த்து மதுரையில் எல்லா திசைகளிலுமிருந்து கலா ரசிகர்கள் மதுரை நகரம் நோக்கி வந்து குவிவார்கள். சுதந்திரப் போராட்டக் காலம்தொட்டே தேசியத் தலைவர்கள் பலர் மதுரைக்கு வந்தவண்ணம் இருப்பார்கள். இவர்களின் உரைகளைக் கேட்க பெரும் திரளாய் மக்கள் கூடுவார்கள்.

எத்தனை எத்தனை மாற்றங்கள், எத்தனை எத்தனை புதுமைகள் என இந்த உலகத்தின் அனைத்தையும் மதுரை மக்கள் வரலாறு நெடுகிலும் பார்த்து வந்திருக்கிறார்கள். இந்த உலகத்தின் எல்லா நவீனத்தையும் தன்வயப்படுத்தும் நகரமாக மதுரை இருந்துள்ளது, அதனால்தான் 3000 ஆண்டுகளாக தொடர்ச்சியாக மக்கள் வசிக்கும் தொல்நகரமாகவும் மிளிர்கிறது.

27

விடுதலை வேள்வியில் மதுரை!

விடுதலை வேள்வி இந்தியா வெங்கும் பெரும் அலையாக வீசியது. மதுரையிலும் அந்த அலை தீவிரமாக மையம்கொண்டிருந்தது. தொடர்ந்து பல ஆட்சி மாற்றங்களை வரலாறு நெடுகிலும் பார்த்து வந்த மதுரை மக்கள் பிரித்தானிய ஆட்சியின் நுணுக்கங்களை உற்றுப் பார்த்துக்கொண்டுதான் இருந்தனர். மருது பாண்டியர்கள், கட்டபொம்மன், வேலு நாச்சியார், குயிலி என்று தொடர்ச்சியான எதிர்ப்பின் குரல்கள், போராட்டங்கள், எழுச்சிகள் இந்த நிலத்தில் நிலைபெற்றிருந்தன.

மதுரையில் கைத்தறி நெசவாளர்கள் பெரும் எண்ணிக்கையில் இருந்தனர், இவர்களுடன் மதுரா கோட்ஸ் உள்ளிட்ட பஞ்சாலைகளின் வருகை தொழிலாளர்கள் எனும் ஒரு புதிய வர்க்கம் உருவாகக் காரணமாக அமைந்தது.

1919-ல் ரௌலட் சட்டத்திற்கு எதிராக மக்களைத் திரட்ட மதுரைக்கு காந்தி வருகை தந்தார். மதுரை வடகரையில் ஆழ்வார்புரத்தில் இருந்த பாரிஸ்டர் ஜார்ஜ் ஜோசப்பின் வீட்டில் அவர் தங்கினார். இந்த வருகையின் போது காந்தி மீனாட்சி அம்மன் கோவிலுக்குச் செல்வதாக இருந்தது. ஆனால் தலித்துகளுக்கு இந்தக் கோயிலுக்குள் அனுமதியில்லை என்கிற தகவல் அவர் காதிற்கு எட்டவே, உடனடியாகத் தன் பயணத்திட்டத்தில் மாற்றம் செய்தார். நான் இந்தக் கோயிலுக்குச் செல்ல மாட்டேன் என்பதை அவர் கறாராக அறிவித்தார்.

மார்ச் 29, 1919 அன்று மதுரையில் நடைபெற்ற பொதுக்கூட்டத்தில் 20,000 பேர் கலந்துகொண்டார்கள். இந்தப் பொதுக்கூட்டத்தில் பெரும் பகுதியானவர்கள் பஞ்சாலைத்

மதுரை மேலமாசி வீதியில் காந்தி கதர் உடைக்கு மாறிய வீடு

தொழிலாளர்களாக இருந்தனர். ஜார்ஜ் ஜோசப் அவர்களின் தொடர் முயற்சியில் ஏப்ரல் 5, 1919 அன்று மிகப்பெரும் பேரணியும் அதனைத் தொடர்ந்து அடுத்த நாள் முழு நாள் ஹர்தாலும் (முழு அடைப்பு) நடைபெற்றன. மதுரையின் பஞ்சாலைகளில் தொழிலாளர் இயக்கம் வலுவாகக் கட்டப்பட்டது, மில் தொழிலாளர்கள் மற்றும் கைத்தறி நெசவாளர்கள் மத்தியில் சுதந்திர வேள்வி ஒரு பொறியாகப் பற்றியிருந்தது.

இரண்டாவது முறையாக மதுரைக்கு 1921-ல் வருகை தந்த காந்தி, மேலமாசி வீதியில் தன் நண்பரும் காங்கிரஸ் பிரமுகருமான ராம்ஜி கல்யாணி வீட்டில் (175-A, மேல மாசி வீதி) தங்கினார். இந்த வீட்டில் தங்கியிருந்தபோதுதான் அவருக்கு சராசரி இந்தியர்கள் நிலை என்ன என்கிற பாடத்தை மதுரை நகரம் புகட்டியது.

காந்தி தனது மேல் சட்டையைக் கழற்றினார். தொப்பி, அங்கவஸ்திரம் அனைத்தையும் துறந்தார். பத்து முழ வேஷ்டியை நான்கு முழமாகக் கிழித்து இடுப்பில் கட்டிக்கொண்டு அன்றைய பொதுக்கூட்டத்திற்குக் கிளம்பினார். இந்தப் பொதுக்கூட்டம் நடைபெற்ற இடம் மதுரையில் இன்றுவரை காந்தி பொட்டல் என்றே அழைக்கப்படுகிறது.

காந்தியின் உடை மாற்றம் நடைபெற்ற வீடு இன்றளவும் காதி வஸ்திராலயமாகவும் காந்தி நினைவகமாகவும் உள்ளது. இந்த வீட்டின் மாடியில் ஒரு அருங்காட்சியகம் அமைக்கும் பணி 15-20 ஆண்டுகளாக விடாமல் நடைபெற்று வருகிறது. 1927, 1934, 1946 என மகாத்மா காந்தி மதுரைக்கு ஐந்து முறை வருகை தந்தார்.

இந்தியா விடுதலை பெற வேண்டும் என்கிற தாகம் ஒரு தனல்போல் மதுரையின் கல்விச்சாலைகளிலும் கனன்று கிடந்தது. மதுரை அமெரிக்கன் கல்லூரியின் மாணவர் மன்றத்தில் அரசியல் தலைவர்கள் பலர் வந்து உரையாற்றினார்கள். இந்த ஒவ்வோர் உரையும் மாணவர்கள் மத்தியில் தேசிய மனநிலையைக் கட்டமைத்தது. 1937-ல் சென்னை மாகாண சட்டமன்றத் தேர்தல்

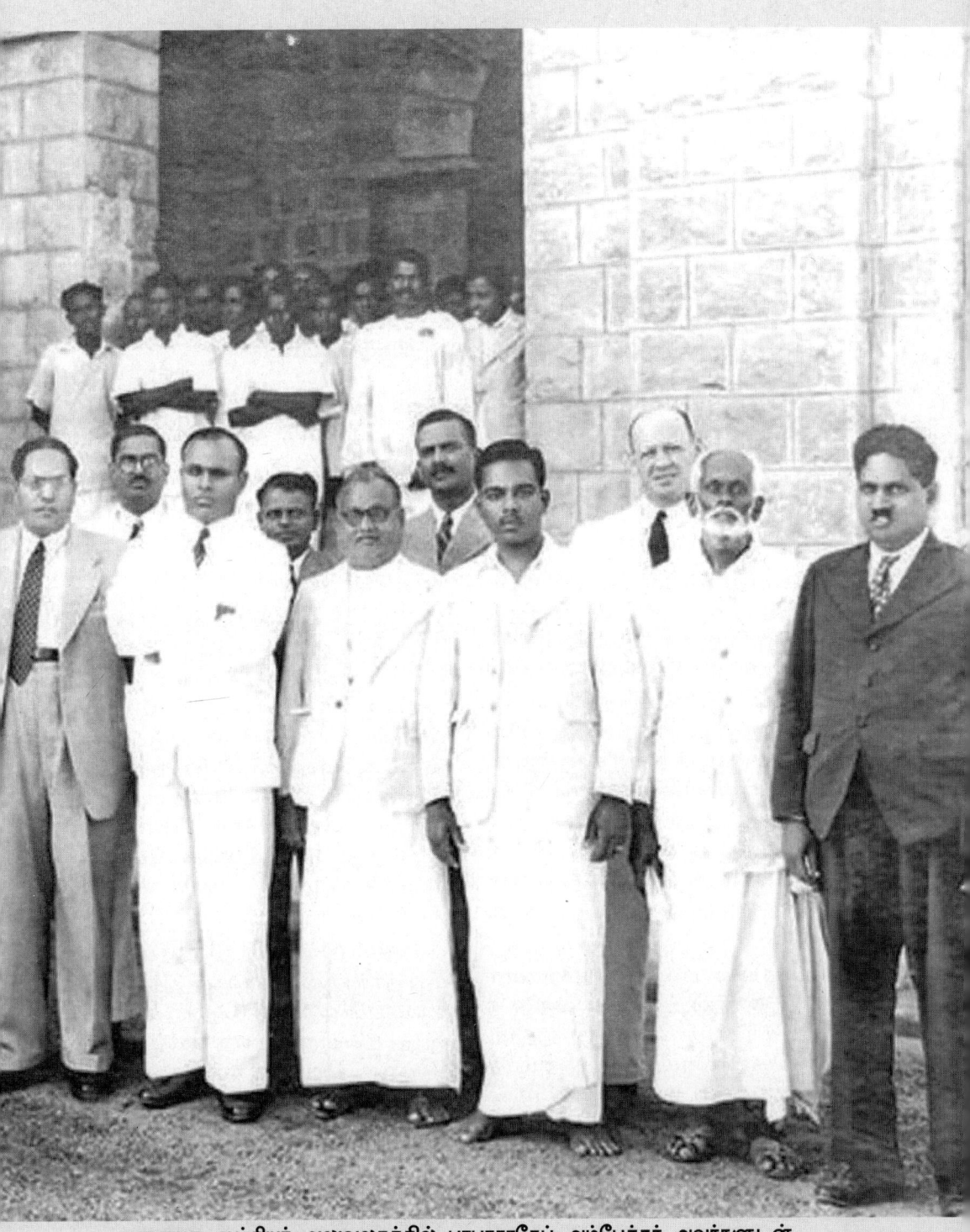

மதுரை ஆட்சியர் அலுவலகத்தில் பாபாசாகேப் அம்பேத்கர் அவர்களுடன் அன்னை மீனாம்பாள் சிவராஜ், டபிள்யூ.பி.சவுந்திரபாண்டியனார், பி.டி.ராஜன், போடி மீனாட்சிபுரம் செல்வராஜ் ஆகியோர்.

> **மாணவர்களை, தொழிலாளர் தலைவர்களைக் கைது செய்து சிறையில் அடைப்பது வாடிக்கையாக இருந்தது. ஒவ்வொரு முறையும் கைதுகளின்போதும் விடுதலையின் போதும் மதுரை மக்கள் பெரும் திரளாகக் கூடினர்.**

நடைபெற்றது. மதுரையில் காங்கிரஸ் கட்சியின் சார்பாக என்.எம்.ஆர். சுப்புராமனும் நீதிக் கட்சியின் சார்பாக இ.எம்.கோபாலகிருஷ்ணகோனும் போட்டியிட்டனர். இந்தத் தேர்தல் நடைபெற்றபோது மதுரையில் இருக்கும் படித்தவர்களுக்கும், சொத்து உள்ளவர்களுக்கும் மட்டுமே வாக்குரிமை இருந்தது. ஆனாலும் இந்தத் தேர்தலுக்காக நடைபெற்ற பிரசாரக் கூட்டங்களில் மாணவர்கள் பெரிய எண்ணிக்கையில் கலந்து கொண்டனர்.

மதுரையில் பல தொழிலாளர் சங்கங்களில் தலைவராக முத்துராமலிங்கத் தேவர் இருந்தார். அவரது தலைமையில் அஹிம்சா இன்சூரன்ஸ் நிறுவனமும் செயல்பட்டு வந்தது. பல தொழிலாளர் சங்கங்களில் அவர் தலைவராக இருந்தபோதும் அவர் பைக்காரா மகாலட்சுமி மில் மற்றும் என்.என்.ஆர். நிட்டங் நிறுவனத்தில் இயங்கிய சங்கங்களை முழுமையாக கவனித்து வந்தார்.

1938-ல் மதுரையில் மாணவர் சங்கம் தொடங்கப்பட்டது. ரீகல் டாக்கிஸில் நடைபெற்ற பெரிய விழாவில் மாணவர் சங்கத்தை பாரிஸ்டர் மோகன் குமாரமங்கலம் தொடங்கிவைத்தார். மாணவர் சங்கம் மதுரையில் உள்ள மாணவர்களின் கோரிக்கைகளுக்கு வேலைகள் செய்தது. அதேநேரம் மக்கள் மத்தியில் எழுத்தறிவு இயக்கத்தையும் நடத்தியது.

1939-ல் இங்கிலாந்து ஜெர்மனியின் மீது தாக்குதல் தொடுத்து இரண்டாம் உலகப்போரைத் தொடங்கியது. இந்தப் போருக்கு எதிராகப் பெரும் வேலை நிறுத்தங்கள் மதுரையில் நடைபெற்றன. மதுரையில் அமெரிக்கன் கல்லூரி மாணவர்கள் கல்லூரியில் இருந்து தொடங்கி யானைக்கல் வழியாக கீழமாசி வீதி, தெற்குமாசி வீதி வழியாக ஜான்சி ராணி பூங்காவை அடைந்து பெரிய போராட்டத்தை நடத்தினார்கள்.

வைத்தியநாத ஐயர்

கே.பி.ஜானகியம்மாள்

என்.சங்கரய்யா

ஐ.மாயாண்டி பாரதி

அன்றைய காலத்தில் மதுரையின் முக்கியப் பொதுக்கூட்டங்கள் ஜான்சி ராணி பூங்கா திடலில்தான் நடைபெற்றன. இப்படியான பெரிய ஊர்வலங்களில் மதுரையின் அனைத்து உயர்நிலைப் பள்ளி, இன்டர்மீடியேட், கல்லூரி மாணவர்கள் இணைந்துகொண்டனர். ஊர்வலங்கள் செல்லச் செல்ல ஒவ்வொரு கல்விச்சாலையாக இணைந்து ஒரு பெரும் நதியாக மக்கள் திரள் மாசிவீதிகளைத் திக்குமுக்காடச் செய்யும்.

1939 செப்டம்பர் 4-ம் தேதி அன்று நேதாஜி சுபாஸ் சந்திர போஸ் மதுரைக்கு ரயிலில் வந்தார். அவரை மாணவர் சங்கத்தின் சார்பாக சங்கரய்யா அவர்கள் வரவேற்றார். அன்று நேதாஜி மதுரையில் உள்ள மாணவர் சங்க உறுப்பினர்கள் மத்தியில் உரையாற்றினார். அந்தப் பெரும் கூட்டம் மதுரை சென்ட்ரல் தியேட்டரில் நடைபெற்றது. அன்று மதுரையில் பல இடங்களில் தேசியக் கொடியை ஏற்றிவிட்டு இரவில் நடைபெற்ற பெரும் பொதுக்கூட்டத்தில் மக்கள் மத்தியில் நேதாஜி உரையாற்றினார்.

காங்கிரஸ் சோசலிஸ்ட் கட்சி இந்தியா முழுவதும் பெரும் அரசியல் அலையைத் தோற்றுவித்த காலம் அது. இந்த இயக்கத்தின் மதுரை மாவட்ட ஊழியர்களுக்கு அரசியல் பயிற்சி அளிக்க ஒரு முகாம் நடத்துவது என்று திட்டமிடப்பட்டது. இந்த முகாம் திருப்பரங்குன்றம் அருகே உள்ள மொட்டையரசில் நடைபெற்றது. மலபாரில் இருந்து வந்த தோழர் ராகவ மாரார் அனைவருக்கும் தொண்டர்படை பயிற்சிகளை வழங்கினார். சுதந்திரப் போராட்டத்திற்கு தேச பக்தர்களைப் பக்குவமடையச் செய்வதுதான் இந்த முகாமின் பிரதான நோக்கம். இந்த முகாமின் நோக்க உரையை ஏ.கே.கோபாலன் நிகழ்த்தினார். காந்தியவாதிகளான வைத்தியநாத அய்யர், ஜில்லா போர்டு தலைவர் குமாரசாமி ராஜா, காமராஜர், ராமமூர்த்தி ஆகியோர் இந்த முகாமை நடத்துவதில் உதவிபுரிந்தனர்.

மொட்டையரசு முகாமின் தொடர்ச்சியாக அடுத்த முகாம் நாகமலை புல்லூற்றில் நடைபெற்றது. இந்த இரு முகாம்களும் பிரிட்டிஷ் அரசுக்குத் தெரியாமல் நடைபெற்ற ரகசிய முகாம்கள். மொட்டையரசு முகாமிற்கு நிதி திரட்டினால் இந்தச் செய்திகள் வெளியே வரும் என்பதால் கே.பி.ஜானகியம்மாள் அவர்கள் தன்னுடைய நகைகளை விற்று இந்த முகாமை நடத்தினார்.

1942-ல் பம்பாயில் நடைபெற்ற அகில இந்திய காங்கிரஸ் கமிட்டியின்

மதுரைக்கு காந்தி ரயிலில்
வந்திறங்கியபோது...

மாநாடு 'செய் அல்லது செத்து மடி' என்கிற முழக்கத்தை முன்வைத்தது. இப்படி தேசிய அளவில் விடப்பட்ட ஒவ்வோர் அறைகூவலுக்கும் மதுரை செவிசாய்த்தது. மதுரையின் கல்லூரி விடுதிகளை, பஞ்சாலைத் தொழிலாளர் சங்கங்களைக் காவல்துறை முற்றுகையிடுவதும், துண்டுப்பிரசுரங்களுடன் மாணவர்களை, தொழிலாளர் தலைவர்களைக்கைதுசெய்துசிறையில் அடைப்பதும் வாடிக்கையாக இருந்தது. ஒவ்வொரு முறையும் கைதுகளின்போதும் விடுதலையின் போதும் மதுரை மக்கள் பெரும் திரளாகக் கூடினர். இந்த மக்கள் திரளின் முழக்கங்களில் இருந்து பல தலைவர்கள் உருவானார்கள். கதர் சட்டை, வேட்டி சேலை அணிந்தாலே போலீசார் லத்தியைச் சுழற்றிய நேரம் சொர்ணத்தம்மாள் கதர் சேலை உடுத்திக்கொண்டு கிராமம் கிராமமாகச் சென்று 'வந்தே மாதரம்' முழக்கங்கள் எழுப்பி மக்கள் மத்தியில் எழுச்சியை ஏற்படுத்தினார்.

1945-ல் பாபாசாகேப் அம்பேத்கர் அவர்கள் (29.12.1945) மதுரைக்கு வருகை தந்தார். திடீர் நகர்ப் பகுதியில் வசித்த மக்கள் மத்தியில் சென்று அம்பேத்கர் உரையாற்றினார். மதுரை ஆட்சியர் அலுவலகத்தில் நடைபெற்ற ஒரு கூட்டத்தில் அம்பேத்கர் பங்கு கொண்டார், அந்தக் கூட்டத்தில் அம்பேத்கருடன் அன்னை மீனாம்பாள் சிவராஜ், டபிள்யூ .பி. சௌந்திரபாண்டியனார், பி.டி.ராஜன். போடி மீனாட்சிபுரம் செல்வராஜ் ஆகியோர் கலந்து கொண்டனர். இவர்கள் அனைவரும் மதுரை ஆட்சியர் அலுவலக நுழைவாயிலின் அருகில் எடுத்துக்கொண்ட புகைப்படம் ஒன்று மட்டுமே அம்பேத்கரின் மதுரை வருகையின் நினைவாக உள்ளது. அங்கிருந்து நீதிக் கட்சியின் தலைவர்களில் ஒருவரான பி.டி.ராஜன் இல்லத்தில் ஏற்பாடு செய்யப்பட்ட தேநீர் விருந்தில் கலந்துகொண்டார். அங்கிருந்து எட்வர்டு மன்றத்தில் நடைபெற்ற கூட்டத்திலும் அம்பேத்கர் உரையாற்றினார்.

விஸ்வநாததாஸ், மதுரகவி பாஸ்கரதாஸ், கே.பி.ஜானகியம்மாள் என நாடக அலை ஒன்று மதுரையைத் தன்வசம் வைத்திருந்தது. எந்த

நாடகமாக இருப்பினும் அதன் ஊடே தற்காலச் சூழலும், இந்தியா அடிமைப்பட்டிருக்கும் நிலை குறித்தும் வசனங்கள் இடம்பெறும். நாடகங்கள் சுதந்திர உணர்வை மக்களிடம் கொண்டு செல்லும் பெரும் அரசியல் கருவியாக இருந்தது. கே.பி.ஜானகியம்மாள் நாடகங்களில் நடிப்பார். அவர் நாடகங்களின் மூலம் சுதந்திர உணர்வை மக்களிடம் விதைத்தார். விடுதலைப் போராட்ட வீரருக்குரிய ஓய்வூதியத்தை நிராகரித்து இறுதி வரை தியாக வாழ்வு வாழ்ந்தார்.

1942-ல் காந்தியடிகளின் வெள்ளையனே வெளியேறு இயக்கம் மூலம், அவரது வேண்டுகோளான, செய் அல்லது செத்து மடி என்பதை உணர்வாகக்கொண்டு சொர்ணத்தம்மாள் மதுரையில் தெருத் தெருவாக இறங்கி மக்களிடையே சுதந்திரத்தீயை மூட்டினார். நெல்லை சதி வழக்கு தொடங்கி ஏராளமான வழக்குகளைச் சந்தித்த மாயாண்டி பாரதி அவர்கள், 'ஏறினால் ரயில் இறங்கினால் ஜெயில்' என்று விவரிக்கும் அளவிற்கு சிறைவாசத்தை அனுபவித்தார். தொடர்ந்து ஒரு பேச்சாளராக, இதழாளராக தனது 98-வது வயதில் அவர் காலமானார்.

மதுரை சதி வழக்கில் கைது செய்யப்பட்ட சங்கரய்யா 1947, ஆகஸ்ட் 14 நள்ளிரவு 12 மணிக்கு விடுதலை செய்யப்பட்டார், சுதந்திரப் போராட்டத்தில் ஈடுபட்ட ஏனைய தலைவர்களுடன் மத்திய சிறையில் இருந்து ஜெயில் ரோட்டில் பெரும் ஊர்வலமாக வந்தனர். மதுரா கோட்ஸ் மில் வழியாக அவர்கள் திலகர் திடல் வந்தடைந்து அங்கு மிகப்பெரும் பொதுக்கூட்டம் நடைபெற்றது. சுதந்திர இந்தியாவில் மதுரையில் நடைபெற்ற முதல் கூட்டம் அது. மதுரை மக்கள் பெரும் திரளாக வீதிகளில் இறங்கி நாடு சுதந்திரம் பெற்றதைக் கொண்டாடினார்கள். மதுரை எங்கும் பொங்கல் வைத்து

காந்தி கதர் உடைக்கு மாறிய கட்டடத்தில் அறிவிப்புப் பலகை

வீட்டு வாசலில் கோலமிட்டு மதுரை மக்கள் மகிழ்ந்தனர். அரசாங்கம் சுதந்திரத்திற்கு ஐந்து நாள்கள் விடுமுறை அறிவித்தது.

ஓரளவிற்கு வாசிப்பு என்னுள் ஒரு விழிப்பை ஏற்படுத்திய பின்பு மதுரையில் நான் பல நாள்கள் வைத்தியநாத அய்யர் அவர்களின் மகன் வை.சங்கரன் அவர்களைச் சந்தித்துப் பேசியிருக்கிறேன். அவரது சொற்களின் வழியே சுதந்திரப் போராட்டத்தின் பல காட்சிகளை நேரடி விவரிப்பில் கேட்டிருக்கிறேன். சொர்ணத்தம்மாள் அவர்களை தீச்சட்டி கோவிந்தனின் லத்தி பதம் பார்த்தது எப்படி அவரது காது கேட்காமல் போனது என்பதையும், அவர் எவ்வாறு தீச்சட்டி கோவிந்தனால் நிர்வாணப்படுத்தப்பட்டார் என்பதையும் வை.சங்கரன் அவர்கள் கூறக் கேட்டிருக்கிறேன். 1992-ல் கே.பி.ஜானகியம்மாளின் இறுதி ஊர்வலத்தில் நானும் கலந்து கொண்டேன். ஐ.மாயாண்டி பாரதி அவர்களுடன் தொடர்ந்து உரையாடியிருக்கிறேன். அவர் மேல மாசி வீதியில் இருந்த மாடி வீட்டில் பல நாள்கள் என் பொழுது கழிந்துள்ளது. அவரது பேச்சு இன்னும் என் காதுகளில் ஒலித்துக் கொண்டேயிருக்கிறது.

என் தாத்தா ஆர்.எம்.பெருமாள் அவர்கள் நேதாஜியின் இந்திய தேசிய ராணுவத்தில் இருந்த ஒரு வீரர். அவருடன் மதுரை ஐ.என்.ஏ அலுவலகத்திற்கு 1988 முதல் தொடர்ந்து சென்று வருகிறேன். ஐ.என்.ஏ-வின் காரியதரிசி வைத்தியலிங்கம் அவர்களைப் பார்ப்பது எனக்கு நேதாஜியைப் பார்த்த உணர்வை ஒவ்வொரு முறையும் தரும். தன் இறப்பு வரை ஒவ்வொரு விழாவின்போதும் அவரது ராணுவ உடையில் வருவார்.

மதுரை மேல அனுமந்தராயர் தெருவில் இருக்கும் அலுவலகத்திற்கு தினசரி காலை வரும்போது அவர் முதலில் ஜான்சி ராணி பூங்காவில் இருக்கும் நேதாஜி சிலைக்குச் சென்று ஒரு 'ஜெய் இந்து' சலாம் வைத்துவிட்டுத்தான் வருவார். என் தாத்தா ஆர்.எம்.பெருமாள் மற்றும் அவரது நண்பர் வைத்தியலிங்கம் ஆகியோரின் 75 ஆண்டுக் கால நட்பைப் பற்றி ஆனந்த விகடனில் 'யுத்த நண்பேண்டா' என்ற தலைப்பில் வெளிவந்த கட்டுரை என் நினைவுக்கு வருகிறது.

28

கீழடி - வரலாற்றின் ரகசியம்!

இந்தியத் தொல்பொருள் ஆய்வுத்துறை 2013-14-ம் ஆண்டில் வைகை நதிக்கரையில் ஓர் ஆய்வை மேற்கொண்டது. வெள்ளி மலையில் தொடங்கி தேனி, திண்டுக்கல், மதுரை, சிவகங்கை, ராமநாதபுரம் மாவட்டங்களின் வழியே 250 கி.மீ தூரம் ஓடும் வைகை நதியின் இரு கரைகளிலும் உள்ள 400 கிராமங்களில் இந்த ஆய்வு மேற்கொள்ளப்பட்டது. ஓர் ஆண்டு முழுவதும் இந்த 400 கிராமங்களில் அலைந்து திரிந்து மேற்கொள்ளப்பட்ட ஆய்வுகளில் அவர்கள் 263 புதை மேடுகளையும் 90 வாழ்விடங்களையும் இனம் கண்டார்கள்.

அதில் வாழ்விடங்களான கீழடி, மாரநாடு, சித்தர் நத்தம், டொம்பச்சேரி, அல்லி நகரம், ராஜகம்பீரம், பாண்டிக்கண்மாய், அரசநகரி ஆகிய இடங்களைப் பரிசீலித்து அதில் கீழடி, மாரநாடு, சித்தர் நத்தம் ஆகிய மூன்று கிராமங்களைத் தங்களின் அடுத்த கட்ட ஆய்விற்கு இந்தக் குழுவினர் தேர்வு செய்தனர்.

கீழடி - கொந்தகை ஆகிய இரு கிராமங்கள் 13-ம் நூற்றாண்டில் 'குந்திதேவி சதுர்வேதிமங்கலம்' என்கிற பெயரால் அழைக்கப்பட்டது. சதுர்வேதி மங்கலத்தின் கிழக்கு முனைதான் கீழடி என்று இன்று அழைக்கப்படுகிறது. பின்னாள்களில் சதுர்வேதி மங்கலம் என்கிற வார்த்தை மறுவி கொந்தகையாக மாறியது. கீழடி, கொந்தகை, மணலூர் ஆகிய மூன்று கிராமங்களின் எல்லைகளுள் ஒரு தொல்லியல் மேடு இருப்பதைக் குழுவினர் கண்டறிந்தனர். இந்தத் தொல்லியல் மேட்டின் பெயர்தான் பள்ளிச்சந்தைத் திடல். இந்தப்

> கீழடியில் வாழ்ந்த பண்டைய மக்கள் ரோமாபுரியுடன் கொண்டிருந்த வணிகத்தொடர்பை உறுதிப்படுத்தும் வகையில் அகேட் மற்றும் கார்னீலியன் (சூதுபவளம்), ரௌலட்ட மட்கலன்கள் கிடைத்துள்ளன.

பள்ளிச்சந்தைத் திடலைத்தான் தங்களின் ஆய்வுக் களமாக முடிவு செய்து இங்கே அகழாய்வை மேற்கொள்ள இந்தியத் தொல்லியல் துறை முடிவு செய்தது.

கடந்த இரு நூற்றாண்டுகளாக வைகை நதிப்பகுதிகளில் பல ஆய்வுகள் நிகழ்த்தப்பட்டுள்ளன. 1888-ல் பரவை, அனுப்பானடி, துவரிமான் பகுதிகள், 1976-ல் தே.கல்லுப்பட்டி, 1980-ல் கோவலன் பொட்டல், 1986-ல் அழகன்குளம், 2007-ல் மாங்குளம் என இந்த அகழாய்வுகளின் வழியே மிக முக்கியக் கண்டுபிடிப்புகள் நிகழ்த்தப்பட்டுள்ளன. வைகை நதிக்கரையில் 1950-களில் முனைவர் கே.வி.ரமணா அவர்கள் பல இடங்களில் ஆய்வுகள் செய்துள்ளார். 2006-ல் முனைவர் கா.ராஜன் மேற்கொண்ட ஆய்வுகளின் வழியேதான் நமக்கு புலிமான்கொம்பை, தாதப்பட்டி நடுகற்கள் கிடைத்தன.

கீழடியில் அகழாய்வுக் குழிகளில் 1.5 மீட்டர் ஆழத்தில் களி மண்ணும் அதற்குக் கீழ் 4.5 மீட்டர் ஆழம் வரை மணலும் இருக்கின்றன. இந்த மணல் வைகை ஆறு இங்கே பாய்ந்ததற்கான சான்றாகவும் பின்னர் ஆறு தனது பாதையை மாற்றியிருப்பதற்கான வாய்ப்புகள் உள்ளன என்பதையும் உறுதிப்படுத்துகிறது. இந்த அகழாய்வு இந்தியத் தொல்லியல் துறையில் தொல்லியல் அறிஞர் அமர்நாத் ராமகிருஷ்ணன் அவர்கள் தலைமையில் தொடங்கியது. கீழடி மற்றும் அருகிலுள்ள கிராமங்களைச் சேர்ந்த தொழிலாளர்கள் அகழாய்வு நிபுணர்களின் மேற்பார்வையில் புதைந்திருக்கும் அரிய பொக்கிஷங்களைக் கண்டெடுத்தார்கள். மூன்று ஆண்டுகள் இந்தியத் தொல்லியல் துறையும் அதனைத் தொடர்ந்து தமிழ்நாடு அரசுத் தொல்லியல் துறையும் தொடர்ச்சியாகக் கீழடியில் அகழாய்வுகளை மேற்கொண்டு வருகின்றன.

கீழடியில் அகழாய்வுகள் தொடங்கிய நாளில் இருந்தே நமக்கு அந்த நிலம் ஆச்சர்யங்களை வழங்கியபடி இருக்கிறது. அங்கு கிடைத்த பொருள்களை வைத்து அங்கு வாழ்ந்தவர்கள் ஒரு வேளாண் சமூகத்தைச் சார்ந்தவர்கள் என்பதும், அவர்கள் கால்நடை வளர்ப்பில் ஈடுபட்டிருந்தார்கள் என்பதையும் தெளிவுபடக் கூறலாம். அவர்களின் வசிப்பிடங்களில் பாவிக்கப்பட்ட கட்டுமானப் பொருள்கள் நமக்குக் கிடைத்துள்ளன. செங்கற்கள், சுண்ணாம்பு சார்ந்த கூரை ஓடுகள், சுடு மண்ணாலான உறை கிணறுகள், இரும்பு ஆணிகள் கிடைத்துள்ளன.

கீழடியில் கிடைத்த பானைகளில் உள்ள கீறல் குறியீடுகள், தமிழி எழுத்துகள் சங்ககாலத் தமிழர்களின் எழுத்தறிவை நமக்குப் பறைசாற்றுகின்றன. 'ஆதன்', 'உதிரன்', 'திசன்', 'குவிரன் ஆத(ன்)' போன்ற பெயர்களைக் குறிப்பிடும் தமிழி எழுத்துகள் பொறிக்கப்பட்ட மண்பாண்ட ஓடுகளும் கிடைத்துள்ளன. தாமிரத்தாலான கண் மை தீட்டும் குச்சி, இரும்பாலான அம்பு முனைகள், எழுத்தாணி, சுடுமண் முத்திரைக் கட்டைகள் உட்பட பல்வேறு அரிய தொல்பொருள்கள் கிடைத்துள்ளன.

அங்கு கிடைத்த சில கைவினைப் பொருள்கள், அவர்கள் கைவினைத் தொழில்களில் தேர்ந்தவர்களாக இருந்தார்கள் என்பதை நிறுவுகின்றன. தக்களிகள், எலும்பினாலான கூர்முனைகள், அரவைக் கல், தந்தத்தினாலான சீப்புகள், நீள் கழுத்து நீர்க்குடுவைகள், மணி வகைகள் என ஏராளமான பொருள்கள் அவர்களின் தொழில் சார் நடவடிக்கைகளையும், கைவினைப் புலமையையும், வாழ்வியலையும் நமக்கு உணர்த்துகின்றன.

கீழடியில் வாழ்ந்த பண்டைய மக்களின் வாழ்க்கை முறையை அங்கு கிடைத்த மதிப்பான அணிகலன்களின் வழியே காண முடிகிறது. தங்கத்தினாலான தொங்கட்டான், மணி, தகடு, வளையம், கண்ணாடி மணிகள் என அழகிய அணிகலன்கள் கிடைத்துள்ளன.

பண்டைய மக்களின் விளையாட்டுப் பொருள்களும் நமக்கு அகழாய்வில் கிடைத்துள்ளன. பகடைக்காய்கள், வட்டச்சில்லுகள், ஆட்டக்காய்கள், தந்தத்தினாலான தாயக்கட்டை என நமக்கு அங்கு பல முக்கியச் சான்றுகள் கிடைத்துள்ளன.

அவர்கள் ரோமாபுரியுடன் கொண்டிருந்த வணிகத் தொடர்பை உறுதிப்படுத்தும் வகையில் கீழடியில் அகேட் மற்றும் கார்னீலியன் (சூதுபவளம்), ரௌலட்ட மட்கலன்கள் கிடைத்துள்ளன. மனித சமூகத்தின் மிகத் தொன்மையான கலை வடிவமான சுடுமண் உருவங்கள், புடைப்பு உருவங்கள் அங்கு கிடைத்துள்ளன. 13 மனித உருவங்களும், 3 விலங்கு உருவங்களும் அகழாய்வில் கிடைத்துள்ளன. செம்பினால் செய்யப்பட்ட அரிய பொருள்களும் நமக்கு அங்கு கிடைத்துள்ளன.

ஒரு நகரத்திற்கு நீர் வழங்குதலும் கழிவுநீர் அகற்றலும் நாகரிக வளர்ச்சியின் முக்கிய அம்சங்களாகக் கருதப்பட்டன. கீழடியில் சுடுமண் குழாய்களால் அமைக்கப்பட்ட கழிவுநீர்க் கால்வாய் வசதியுடன் கட்டடங்கள் இருந்தன என்று கண்டறியப்பட்டுள்ளது. மூன்று உறை கிணறுகள் வெவ்வேறு மட்டங்களில்

கிடைத்துள்ளன. இதைப் பொறுத்து அந்தக் காலத்தில் இருந்த நீர் மட்டங்களின் உயரத்தைக் கணிக்க முடிகிறது. நீர் மட்டம் குறைந்ததால் அடுத்து அடுத்து இன்னும் கூடுதல் ஆழத்திற்கு உறை கிணறுகள் அமைக்கப்பட்டதா என்பதை மண் பரிசோதனைகள் மூலம் அறியலாம். அதுமட்டும் அல்லாது இங்கு கிடைத்த செங்கற்கள் நான்கு அளவுகளில் கிடைத்துள்ளன. 46, 38, 36, 34 சென்டி மீட்டர் அளவுகளில் அவை இருப்பதால், இவை அனைத்தும் வெவ்வேறு காலகட்டங்களைச் சார்ந்தவையாக இருக்கலாம் என்று கணிக்கப்படுகிறது. சங்க காலத்தில் கட்டடங்களே இல்லை என்கிற இதுகாறும் நிலவிவந்த நம்பிக்கையைக் கீழடி அகழாய்வு மாற்றி யமைத்துள்ளது.

வரலாற்றின் தொடக்கக்காலத்தைச் சேர்ந்த கறுப்பு சிவப்பு மண்பாண்ட ஓடுகள், வெள்ளை வண்ணம் பூசப்பட்ட கறுப்பு சிவப்பு மண்பாண்டத் துண்டுகள், செம்பழுப்பு நிறக் கலவை பூசப்பட்ட மண்பாண்டத் துண்டுகள் ஆகியவையும் கிடைத்துள்ளன. தமிழகத்தில் செம்பழுப்பு நிற ரசட் (*russet*) கலவை பூசப்பட்ட பாண்டங்கள் இதுவரை கொங்குப் பகுதியில் மட்டுமே கிடைத்திருப்பதைக்கொண்டு இப்பகுதி கொங்குப் பகுதியுடனும் வாணிபத் தொடர்பிலிருந்ததாகவும் அறிஞர்கள் கருதுகிறார்கள்.

கீழடியில் உள்ள கட்டடங்களின் தரைத்தளங்களும், நீண்டு செல்லும் மதில் சுவர்களும் நகர நாகரிகத்திற்கு வேண்டிய அனைத்துக் கட்டமைப்புகளையும் இந்த நகரம் கொண்டிருந்தது என்பதை உறுதிப்படுத்துகின்றன. 2018-ம் ஆண்டு மேற்கொள்ளப்பட்ட நான்காம் கட்ட அகழாய்வின்போது சேகரிக்கப்பட்ட ஆறு கரிம மாதிரிகள், அமெரிக்க நாட்டின் ஃபுளோரிடா மாகாணம் மியாமி நகரத்தில் அமைந்துள்ள

கீழடியில் பசுமை நடை

பீட்டா பகுப்பாய்வு சோதனை ஆய்வகத்திற்கு அனுப்பப்பட்டன, ஆறு கரிம மாதிரிகளின் காலம் கி.மு 6-ம் நூற்றாண்டுக்கும் கி.மு 3-ம் நூற்றாண்டுக்கும் இடைப்பட்டதாகும். 353 செ.மீ ஆழத்தில் கிடைத்த இந்தக் கரிமத்தின் காலம் கி.மு 6-ம் நூற்றாண்டு என்றும் 200 செ.மீ ஆழத்தில் சேகரிக்கப்பட்ட மற்றொரு கரிமத்தின் காலம் கி.மு 3-ம் நூற்றாண்டு என்றும் கணிக்கப்பட்டது.

கீழடி அகழாய்வில் ஆயிரக்கணக்கான பொருள்களை உறைந்த நிலையில் காலம் பாதுகாத்து நம்மிடம் வழங்கியிருக்கிறது. மதுரை உலக தமிழ்ச் சங்கத்தில் இந்தப் பொருள்களின் பெரும் கண்காட்சி நடைபெற்றது. இப்போது கீழடியில் தொல்லியல் துறையின் சார்பாகப் பெரும் அருங்காட்சியகம் கட்டி முடிக்கப்படும் நிலையில் உள்ளது. இங்கே ஓர் உலகத்தரமான தொல்லியல் அருங்காட்சியகம் மதுரையின் ஒரு மகுடமாக அமைய விருக்கிறது. இதை நாம் மட்டும் கண்டுகளித்தால் போதாது; இந்தப் பொருள்களுக்கு இனி சிறகு முளைத்து அது இந்தியாவின் பல பாகங்களுக்குப் பறக்கத் தொடங்க வேண்டிய நேரமிது. உலகப் புகழ்பெற்ற ஓவியர்களின் ஓவியங்கள் உலகம் முழுவதும் சென்று கண்காட்சிக்கு வைக்கப்படுவதுபோல் கீழடி தொடங்கி தமிழர் நாகரிகத்தின் சான்றுகள் உலகம் முழுவதும் சென்று காட்சிக்கு வைக்கப்படவேண்டும்.

நம் குழந்தைகள் இனி எத்தனை காலம்தான் உலக அரசியல்களைப் பற்றியே பாடம் படிப்பது, இனி அவர்கள் நம் நிலத்தில் உள்ள அதிசயங்களைப் பற்றியும் கற்க

கீழடியின் கட்டட அமைப்பு

வேண்டும். நம் பள்ளி, கல்லூரி மாணவர்கள் இனி வருடம்தோறும் மதுரையைச் சுற்றி உள்ள பாறை ஓவியங்களை, கல்வெட்டுகளை, சமணர் படுகைகளை-குகைகளை, அகழாய்வுத் தளங்களை, புராதனச் சின்னங்களைச் சென்று பார்க்க வேண்டும்.

நம் பண்பாட்டின், மொழியின், நாகரிகத்தின் போற்றத்தக்க விழுமியங்களை அறியவேண்டும். நம் பிள்ளைகள் நாம் ஒரு மூத்த நாகரிகத்தின் தொடர்ச்சி என்கிற பெருமிதத்துடன் உலகம் முழுவதும் வலம் வரவேண்டும்.

தொல்லியல் துறையில் ஆர்வம் கொண்டு தம் வாழ்க்கையை இதற்கு அர்ப்பணித்த நூற்றுக்கணக்கான அறிஞர்கள், ஆர்வலர்கள் தமிழகம் எங்கும் இருக்கிறார்கள். இவர்களின் ஒப்பற்ற உழைப்பின் வழியேதான் கல்வெட்டுகள், நடுகற்கள் முதல் அகழாய்வுகள் வரை எல்லாவற்றையும் இன்று அடைந்திருக்கிறோம். ஐராவதம் மகாதேவன், நாகசாமி, நடனகாசிநாதன், அப்துல் மஜீத், பேரா. சுப்புராயுலு, பேரா. கே.வி. ராமன், பேரா. பி. சண்முகம், சந்திரமூர்த்தி, கே.ஸ்ரீதரன், கே.ராஜன்,

மார்க்சியா காந்தி, பூங்குன்றன், சாந்தலிங்கம், வேதாச்சலம், ராஜேந்திரன், ராஜவேலு, பத்மாவதி, வசந்தி, ஏகாம்பரநாதன், வி.செல்வக்குமார், துளசிராமன், செல்வராஜ் என இந்தப் பட்டியல் முடிவற்று நீள்கிறது. தமிழ்நாட்டுத் தொல்லியல் கழகத்தின் மாநாடுகளில் இவர்களை நான் கடந்த பத்தாண்டுகளாகச் சந்தித்து வருகிறேன்.

தொல்லியலாளர் அமர்நாத் ராமகிருஷ்னன்

பசுமை நடையின் ஒவ்வொரு திருவிழாவிலும் இவர்களை அழைத்துப் பெருமை செய்திருக்கிறோம். வீரராகவன் - மங்கையர்க்கரசி ஆகிய தம்பதிகள் தமிழகத்தின் நடமாடும் அருங்காட்சியகமாகவே திகழ்கிறார்கள். எத்தனை எத்தனை பேர் தொல்லியலை, கல்வெட்டியலை தங்கள் உயிர் மூச்சாக எண்ணி வாழ்ந்திருக்கிறார்கள். ஆனால் இன்று தமிழர்களில் எத்தனை பேர் இவர்களை அறிவோம். நம் குழந்தைகளுக்கு இந்த நாயகர்களை நாம் அறிமுகம் செய்து வைத்திருக்கிறோமா என்கிற கேள்வி இந்தச் சமூகத்தைத் துரத்த வேண்டும். வெற்றுப் பெருமிதங்கள் போதாது என்பதையே இன்றைய நிலை உணர்த்துகிறது.

அரிக்கமேடு, அழகன்குளம், காவேரிப்பட்டினம், உறையூர், கரூர், கொடுமணல், தாண்டிக்குடி, கொற்கை, ஆதிச்சநல்லூர், முசிறிப்பட்டினம் என இவை எல்லாம் நம் பண்பாட்டின் முத்திரைகளைத் தாங்கி நின்ற நிலங்கள். இந்த இடங்கள் எல்லாம் நாம் செல்லும் சுற்றுலாத் தலங்களாக மாறவேண்டும், இந்த

கீழடியில் சுட்ட மண்ணாலான வடிகால் குழாய்

ஒவ்வோர் இடத்திலும் ஓர் அருங்காட்சியகம் அமைக்கப்பட வேண்டும். நம் பண்பாட்டின் இந்த விலை மதிப்பிட முடியாத பொக்கிஷங்களைப் பற்றி நம் குழந்தைகளின் பாடப் புத்தகங்களில் இடம் பெறவேண்டும்.

தொல்லியல் அறிஞர் சாந்தலிங்கம்

கீழடிக்கும் சிந்துவெளி நாகரிகத்திற்குமான தொடர்புகள் பற்றி இன்னும் விரிவான ஆய்வுகள் மேற்கொள்ளப்பட வேண்டும். கீழடி மற்றும் தமிழகமெங்கும் கிடைத்த பொக்கிஷங்கள் நம் சங்க இலக்கியங்களில் வரும் விவரணைகள் பலவற்றுடன் துல்லியமாக ஒத்துப்போகின்றன. சங்க இலக்கியங்கள் வெறும் புனைவு அல்ல, அவை இந்த நாகரிகத்தின் வாழ்விலிருந்து முகிழ்த்தவை என்பது நிரூபணமாகி வரும் காலமிது. கீழடி பாண்டியர்களின் தொல்நகரான 'பெருமணலூராக' இருக்கலாம் என்றும் கருதப்படுகிறது.

மதுரையின் வரலாற்றைக் காட்சிப்படுத்தும் தூங்காநகர நினைவுகள் எனும் இந்த நூல் நெடுகிலும் புனைவுகளை நான் எங்கும் துணைக்கு அழைக்கவில்லை. மாறாக, பாறை ஓவியங்கள், கல்வெட்டுகள் முதல் அகழாய்வுகள் வரை எல்லாம் இன்றைய உலகம் ஏற்கும் அறிவியல் சான்றுகளின் வழியேதான் இந்த நூல் பயணிக்கிறது.ல

இதில் நாம் பயணித்து வந்த சங்க கால மதுரை அச்சு அசலாக நமக்குக் கீழடியில் கிடைத்துள்ளது என்பது கூடுதல் பெருமிதமே. கீழடியில் நம் பண்டைய மக்கள் இயற்கையை வணங்கியிருக்கிறார்கள், சாதிய ஏற்றத்தாழ்வுகளற்ற சமூகமாக அது இருந்துள்ளது. உலகின் மூத்த நகரங்களில் ஒன்றாக, 3,000 ஆண்டுகள் தொடர்ச்சியாக மனிதர்கள் வசித்த நகரமாக, தொல் நகரமாக மதுரை இருந்துள்ளது என்பதற்குக் கீழடியைவிட வேறு என்ன சான்று வேண்டும்?

29

முடிவற்ற மதுரையின் வரலாறு!

நெடுந்தொடர் எழுதும் திட்டம் எல்லாம் எனக்கில்லைதான். ஆனால் ஒரு நகரத்திற்குள் செல்ல வேண்டும், அந்த நகரம் எங்கெல்லாம் அழைக்கிறதோ அங்கெல்லாம் செல்ல வேண்டும் என்றே பயணிக்கத் தொடங்கினேன். இந்த நகரம் ஏற்படுத்தி வைத்திருக்கும் நினைவுகளுள் நீந்தத் தொடங்கினேன், அந்த நீச்சல் என்னை மிகத் தாழ்வில் உள்ள வரலாற்றின் அடுக்குகளுக்குள் அழைத்துச் சென்றது. மதுரையின் பாறை ஓவியங்களில் தொடங்கிய இந்தப் பயணம் இங்கு சுதந்திரப் போராட்டத்தை எட்டிப்பிடித்திருக்கிறது.

இன்னும்கூட இதே காலகட்டத்திற்குள் மீண்டும் கூர்ந்து பார்க்கிறேன். 'பீட்டர் பாண்டியன்' என்று மக்களால் அழைக்கப்பட்ட ரௌஸ் பீட்டர் (Rous Peter) நகைக்கடை பஜார் நேதாஜி ரோடு சந்திப்பில் உள்ள புனித ஜார்ஜ் தேவாலயத்தின் அடித்தளத்தில் உறங்கிக்கொண்டிருக்கிறார். மதுரை மாவட்ட ஆட்சியர் உள்ளிட்ட பதவிகளை வகித்த கிழக்கிந்திய கம்பெனி அலுவலரான அவர், மேற்குத் தொடர்ச்சி மலைகளிலிருந்து கம்பம் பகுதிக்கு வந்த காட்டு யானைகளை விரட்டியடித்து மக்களை நிம்மதியடையச் செய்ததற்கும், மீனாட்சியம்மன் கோயில் கள்ளழகர் கோயிலுக்குக் கொடைகள் வழங்கியதற்கும் பாராட்டு தெரிவிக்கும் வகையில் பீட்டர் பாண்டியன் அம்மானை என்கிற நாட்டுப்புறப் பாடல் இன்றும் வழங்கிவருகிறது. பீட்டர் பாண்டியன் மீனாட்சி அம்மனுக்கு மாணிக்கக் கற்கள் பதித்த தங்க அங்கவடிகளைக் கொடையாக அளித்தார்.

நேதாஜி ரோட்டில் இருந்து மேல மாசி வீதி வழியாக வடக்கு வெளி வீதிக்கு நடந்து செல்கிறேன். அங்கே ஸ்பென்சர் சூப்பர் மார்க்கெட் நவீனத்தின் பெரிய அடையாளமாக கம்பீரமாக நிற்கிறது. மதுரா கோட்ஸ் மில்லின் அதிகாரிகள், பிரிட்டிஷ் அதிகாரிகள், ரயில்வே ஊழியர்கள்-அதிகாரிகள், அமெரிக்க மிஷனரிகளுக்குக்காகவே ஸ்பென்சரின் கிளை மதுரைக்கு வந்தது.

ஸ்பென்சர் சுருட்டுகளுக்கு என்றே வண்டிப்பெரியாறில் பீர்மேட்டில் புகையிலை விளைவித்தார்கள். ஸ்பென்சர் சுருட்டுகளுக்கு உலகம் முழுவதுமே ரசிகர்கள் இருந்தார்கள். ஸ்பென்சர் சுருட்டை ஒரு முறையேனும் வாழ்நாளில் புகைத்துவிட வேண்டும் என்கிற லட்சியத்துடன் பணம் சேமித்தவர்களை மதுரையில் பார்த்திருக்கிறேன்.

பென்சில்கள், ரப்பர்கள் முதல் பதப்படுத்தப்பட்ட பன்றி இறைச்சி, மாட்டிறைச்சி, பாலாடைக் கட்டி என எல்லாம் ஐரோப்பா, ஆஸ்திரேலியாவில் இருந்து கப்பல் ஏறி சென்னைத் துறைமுகம் வழியே மதுரைக்கு வந்து சேரும். பெர்மிட் வைத்திருக்கும் வெள்ளை அதிகாரிகளுக்கு மட்டுமே அங்கு மது விற்பனை செய்யப்பட்டது.

வடக்கு வெளியிலிருந்து ரயில் நிலையம் வருகிறேன். மங்கம்மா சத்திரம் அருகில் இருக்கும் டி.வி.எஸ் நிறுவனத்தின் பெரும் கல் கட்டடம் என்னை ஈர்க்கிறது. ஒரு தகப்பனார் தன் மகனை ஒரு குமாஸ்தாவாக்கி அழகு பார்க்க வேண்டும் என்று நினைத்தபோது டி.வி. சுந்தரம் ஐயங்கார் வழக்கறிஞர் நார்ட்டனின் கருத்தால் ஈர்க்கப்பட்டு, தொழில் தொடங்குவது என்று முடிவு செய்தார். டி.வி. சுந்தரம் ஐயங்கார், காதர் நயாஸ் அவர்களுடன் இணைந்து மதுரையில் மொபசல் பேருந்து சேவையைத் தொடங்கினார். இந்தத் தொழில்தான் அவரது வெற்றிக்குப் பெரும் தொடக்கமாக அமைந்தது. இன்று டி.வி.எஸ் இந்தியாவின் நட்சத்திர நிறுவனங்களில் ஒன்றாக மிளிர்கிறது. இரண்டாம் உலகப்போரில் பெட்ரோல் டீசல் தட்டுப்பாடு ஏற்பட்டபோது, நிலக்கரியால் இயங்கும் பேருந்துகளின் உதவியோடு தடையில்லாப் பேருந்து சேவையை டி.வி.எஸ் மதுரையில் நிகழ்த்திக் காட்டியது.

ரயில் நிலையத்திலிருந்து மதுரா கல்லூரியைக் கடந்து ஆண்டாள்புரம் வருகிறேன். அங்கே மீனாட்சி மில்லின் சங்கொலி என் காதில் விழுகிறது. கருமுத்து தியாகராஜன் செட்டியார் அவர்கள் 1925-ம் ஆண்டில் மதுரையில் மீனாட்சி மில் என்ற தொழில் நிறுவனத்தை நிறுவுகிறார். தனித் தமிழ் மீது பற்றுடையவராக இருந்த இவர் சோமசுந்தர பாரதியாரும், பெரியார் ஈ.வெ.ராவும் இந்தி எதிர்ப்பு இயக்கம் நடத்தியபோது அவர்களுக்கு உறுதுணையாக இருந்தார். ஏராளமான கல்லூரிகள், பள்ளிகள் தொடங்கி கல்விப் பணியாற்றினார். 'தமிழ்நாடு' என்ற நாளிதழைப் பல ஆண்டுகள் நடத்தினார். தியாகராஜர் குழுமம் நடத்திய பஞ்சாலைகள், பொறியியல் கல்லூரிகள், கலைக்கல்லூரிகள் மதுரையின் அடையாளமாகத் திகழ்கின்றன.

கோச்சடை பக்கம் செல்கிறேன். அங்கே உலகின் புகழ்பெற்ற

செல்லூர் தறி நெசவு

பொய்கரைப்பட்டியில் சமைக்கும் முதியவர்

கட்டடக்கலை நிபுணர் ஜெப்ரீ பாவாவின் கைவண்ணத்தில் கட்டப்பட்ட மதுரா கோட்ஸ் அதிகாரிகளின் விருந்தினர் விடுதியும் கிளப்பும் என் கண்களில் படுகின்றன, மதுரையில் உள்ள ஆக முக்கியக் கட்டடங்களில் ஒன்று. இன்று அது ஹெரிட்டேஜ் ஹோட்டலாகச் செயல்பட்டு வருகிறது.

மஞ்சணக்காரத் தெருவில் இருந்து ஆடி மாசம் மகாலிங்கம் மலைக்குச் செல்ல சாரைசாரையாக மக்கள் லாரி செட்டுகளின் வாசல்களில் காத்திருக்கிறார்கள். ஒவ்வொரு லாரி நிரம்பியதும் அடுத்த லாரிகள் ஆட்களை ஏற்றத் தயாராக நிற்கின்றன. கரகாட்டம், பம்பை, உருமி என மகாலிங்கம் மலையடிவாரமே கதிகலங்கி நிற்கிறது. தாணிப்பாறையில் எங்கு திரும்பினாலும் விருந்து நடைபெற்றுக்கொண்டிருக்கிறது.

சித்திரைத் திருவிழாவில் பதினெட்டாம்படி கருப்புவுக்கு கிடா வெட்டி விட்டு அழகர் கோவிலிலிருந்து மதுரைக்கு வரும் மாட்டு வண்டிகளில் சீரியல் செட்டு போல் உப்புக்கண்டம் தொங்குகிறது. எதிர்சேவை தோப்பரையில் இருந்து பீய்ச்சியடிக்கப்படும் நீர் வெளி எங்கும் நிரம்புகிறது.

மதுரை பொன்னகரத்திற்குள் நுழைகிறேன். அங்கே புதுமைப் பித்தன் தன் ‘பொன்னகரம்’ கதையை ஒரு ஜன்னல் அருகில் அமர்ந்து எழுதிக்கொண்டிருக்கிறார். பாரதியார் தன் தலைப்பாகையுடன் எதையோ கற்பனை செய்தபடி கிருஷ்ணராயர் தெப்பம் பக்கம் நடந்து செல்கிறார். பா.சிங்காரம் சிலருடன் பேசிக்கொண்டே மேல மாசி வீதிப் பக்கம் தேநீர் அருந்தச் சென்றுகொண்டிருக்கிறார். டவுன் ஹால் ரோட்டில் ஒருவர் நடந்துவருகிறார். வேறு யார், ஜீ.நாகராஜன்தான். அன்றைய அவரது பகிர்வைக் கேட்க அவர் நண்பர்கள் குழுவே காத்திருக்கிறது.

கடந்த முப்பது ஆண்டுகளாக தமிழ் சினிமா தொடர்ந்து மதுரையை ஒரு வன்முறையின் நகரமாகச் சித்திரித்து வருகிறது. மதுரையை அறியாதவர்களுக்கு மதுரை என்றாலே வன்முறை என்கிற ஒரு பிம்பம் தொடர்ந்து ஊட்டப்பட்டு வருகிறது. இங்கே அனைவரும் காலை எழுந்ததும் டீ குடிக்கவே அரிவாளுடன் செல்வார்கள் என்கிற ரீதியில் சென்னை வாசிகள் நம்மிடமே விசாரிக்கும்போது,

கீழ ஆவணி மூலவீதி சந்தனக்கடை

கீழக்குயில்குடி டீ கடையில்

மனதில் பெரும் வலி ஏற்படும். மதுரை என்கிற நகரம் பற்றி எத்தனை பொய்யான பிம்பம் இது. மதுரை என்றாலே அனைவரையும் தனதாக்கிக்கொள்ளும் ஒரு அன்பான ஊர்தானே. மதுரைக்கு ஒரு முறை வந்த அனைவரையும் அது மீண்டும் மீண்டும் அழைக்கும் ஊர்தானே. வசீகரம் செய்யும் ஊர்தானே. வரலாறு நெடுகிலும் உலகத்தவர்களை ஈர்த்த ஊரின் மீது இப்படி ஓர் அபாண்டமான வன்முறை பிம்பத்தைச் சுமத்த நாம் அனுமதிக்கலாமா?

மதுரை என்றாலே வரலாறுதானே, மதுரை என்றாலே பண்பாடு தானே, மதுரை இந்த உலகத்தில் தொடர்ச்சியாக மனிதர்கள் வசித்து வரும் மிக அபூர்வமான நகரங்களில் ஒன்றுதானே. பின் ஏன் மதுரையின் வரலாறு முறையாக ஆவணப்படுத்தப்படவில்லை? அது தமிழர்களுக்கும் உலகத்தவர்களுக்கும் ஏன் கொண்டு சேர்க்கப்படவில்லை?

மதுரை குறித்த நூல்களின் தேடல் இந்தப் புள்ளியில் இருந்துதான் தீவிரப்பட்டது. மதுரை குறித்து இதுவரை வெளிவந்துள்ள 100க்கு மேற்பட்ட நூல்களைத் தேடித் தேடி வாசிக்கத் தொடங்கினேன், ஒவ்வொரு நூலும் ஒரு துறை சார்ந்த நூலாக இருந்தது. தொல்லியல், கல்வெட்டியல், வரலாறு, பிரித்தானிய ஆவணங்கள், பயணக்குறிப்புகள், தல வரலாறு, நாவல், சிறுகதை, சிறுபான்மையினர் வரலாறு எனப் பல தலைப்புகளில் மதுரையின் வரலாறு பொதிந்திருந்தது. இவற்றை வாசிக்க வாசிக்க, மக்களிடம் கள ஆய்வுக்குச் செல்லச் செல்ல வரலாற்றை ஆழமாக உள்வாங்க என்னை அழைத்துச் சென்றது. கடல் உள்வாங்கும்போது அதன் அடித்தளம் நம் கண்களில் படுவது போல, மதுரை என்னைத் தன்னுள் அழைத்துச் சென்றது, அதன் ரகசியங்களை எனக்குக் காட்டியது.

தமிழகத்தில் ஆண், பெண் ஆகிய இருபால் துறவிகளுக்கும் சமணப் பள்ளிகள் அமைக்கப்பட்டிருந்த செய்திகளைச் சிலப்பதிகாரமும் மணிமேகலையும் கூறுகின்றன. பெண் ஆசிரியர்கள் 1200 ஆண்டுகளுக்கு முன்பே மதுரையில் இருந்திருக்கிறார்கள் என்பது எத்தனை நவீனமான செய்தி.

இந்த !;கரத்தைப் பற்றிய பிம்பங்கள் இன்னும் என் மனதில் அலைமோதுகிறது. இங்கே நான் எழுதியிருப்பது என் மதுரையை, நான்

> "மதுரையின் ஒவ்வொரு கல்லிலும் சரித்திரம் இருக்கிறது. மதுரையின் ஒவ்வொரு திருப்பத்திலும் வரலாறு பொதிந்திருக்கிறது. மதுரையின் முதியவர்கள் ஒவ்வொருவரின் நாவிலும் வரலாற்றின் விதைகள் இருக்கின்றன.

அறிந்துகொண்ட மதுரையை, நான் தேடியடைந்த என் மதுரையைத்தான்.

ஒவ்வொரு மாவட்டத்திலும் வசிக்கும் மக்கள் அவர்களின் மாவட்டத்தின் வரலாற்றை அறிந்து கொள்வது அவசியம்தானே? அந்த அந்த மாவட்டத்தில் பயிலும் மாணவர்கள் அவர்களின் மாவட்டத்தை அறிந்துகொள்வது அவசியம்தானே? மாவட்டங்கள் இல்லாமல் எப்படி ஒரு தேசம் மட்டும் மலர முடியும்? மாவட்டங்களின் நிலப்பகுதிகளின் இனங்களின் வரலாறுதானே ஒரு நாட்டின் வரலாறாக உருப்பெறுகிறது. ஒரு நாடு கொண்டாடப்பட வேண்டும் எனில் முதலில் அதன் ஒவ்வோர் இனமும், மொழியும் நிலமும் பண்பாடும்தானே முதலில் அங்கீகரிக்கப்பட வேண்டும், கொண்டாடப் பட வேண்டும்.

நான் எழுதியிருப்பது மதுரையின் வரலாறா என்கிற கேள்வி பல நேரங்களில் மனதில் எழவே செய்தது. இது மதுரையின் வரலாறு மட்டும்தானா? இது தமிழ்நாட்டின் வரலாறும்தானே, இந்த நிலம் மொத்தத்தின் வரலாறு தானே? இந்தச் சமூகத்தில் ஏற்பட்டுள்ள முக்கிய மாற்றங்களின் வரலாறும்தானே? இந்தக் கேள்வியை உங்களிடத்தில் விட்டுவிடுகிறேன்.

இத்தாலி நாட்டைச் சேர்ந்த கான்ஸ்டன்டைன் ஜோசப் பெஸ்கியை (Constantine Joseph Beschi) வீரமாமுனிவராக மாற்றிய ஊர் அல்லவா இது. பிரான்சில் பிறந்த ஜார்ஜ் கஸ்த் எப்படி மதுரையால் ஈர்க்கப்பட்டாரோ அவ்வாறே என் சம காலத்திலும் பெல்ஜியம் நாட்டைச் சேர்ந்த ஹெங்க் தனது பெயரையே ஹெங்க் ஒச்சப்பன் (Henk

ஹெங்க் ஒச்சப்பன்

கீழக்குயில்குடியில் பால் கேன் கழுவுதல்

கீழமாசி வீதி பலசரக்குக் கடை

Oochappan) என்று மாற்றிக்கொண்டு மதுரையே கெதி எனக் கிடக்கிறார். வருடத்தில் ஆறு மாதங்கள் அவர் மதுரையைச் சுற்றி வருகிறார். அவர் அளவிற்கு மதுரையின் வாழ்வியலை ஆவணப்படுத்திவர்களை நான் பார்த்ததில்லை.

உலகத்துக் கலைஞர்கள் பலர் மதுரை நோக்கி வந்துகொண்டேயிருக்கிறார்கள், காலம்தோறும் பயணப்பட்டபடியே இருக்கிறார்கள். நானும் என் 14 -வது வயதில்தான் மதுரைக்கு வந்தேன், 21 வயது வரை தமிழ் எழுதப் படிக்கத் தெரியாமல் சுற்றித்திரிந்தேன். ஆனால் இந்த ஊரும் அதன் கல்சந்துகளும், மனிதர்களும் என்னுடன் உரையாடி உரையாடி என்னை ஒரு மதுரைக்காரனாக மாற்றிவிட்டார்கள். மதுரையின் ரசவாதத்தை முற்றிலும் உணர்ந்தவன் நான், அதன் சுவையை ருசித்தவன் நான்.

மதுரையின் ஒவ்வொரு கல்லிலும் சரித்திரம் இருக்கிறது. மதுரையின் ஒவ்வொரு திருப்பத்திலும் வரலாறு பொதிந்திருக்கிறது. மதுரையின் முதியவர்கள் ஒவ்வொருவரின் நாவிலும் வரலாற்றின் விதைகள் இருக்கின்றன. மதுரை நகரத்தில் நடக்கும் உரையாடல்களின் வழியே மீண்டும் மீண்டும் வரலாறு தன்னைத்தானே எழுதிக்கொள்கிறது. மதுரை நகரம் கதைகளின் விளைநிலம், மதுரையின் வரலாறு சாசுவதமானது, தொடர்ச்சியானது, முடிவற்றது. நவீன மதுரையின் மாந்தர்களுடன் கதைகளுடன் மீண்டும் சந்திப்போம்.

●

துணைநூற்பட்டியல்

1. அச்சுதராயாப்பபுதயம்.
2. அமிர்குஸ்ரூ நாட்குறிப்புகள்.
3. அறியப்படாத மதுரை - ந.பாண்டுரங்கன்.
4. கங்கா தேவி- மதுரா விஜயம்.
5. கத்யகர்ணாமிர்தம்.
6. கான் சாகிபுச் சண்டை - நா.வானமாமலை.
7. கிருஷ்ண தேவராயரின் உதயம்பாக்கம் செப்பேடுகள்.
8. கும்மந்தன் கான் சாகிப் - ந.சஞ்சிவி.
9. கொலம்பியா பல்கலைக்கழகம் ஆவணக் காப்பகம், நியூயார்க்.
10. சங்கரதாஸ் சுவாமிகள் நாடகத் திரட்டு.
11. சமணரைக் கழுவேற்றிய படலம் – பெரியபுராணம்.
12. சாயாவுத்தீன் பர்ணி குறிப்புகள்.
13. தமிழ் இணையக் கல்விக்கழகம்.
14. தமிழக வரலாறு - மக்களும் பண்பாடும் -கே.கே.பிள்ளை.
15. தாது வருசத்து கரிப்பு கும்மி.
16. தென்னிந்தியாவைப் பற்றிய வெளிநாட்டினர் குறிப்புகள் - கே.ஏ.நீலகண்ட சாஸ்திரி.
17. திருவிழாக்களின் தலைநகரம் மதுரை – சித்திரை வீதிக்காரன்.
18. “தோற்றவர் கழுவிலேறித்...” - பெரிய புராணம் 2754.
19. நாராயணி விலாசம்.
20. மதுரகவி பாஸ்கரதாஸின் நாட்குறிப்புகள்.
21. மதுரை ஸ்தானிகர் தல வரலாறு.
22. மதுரைக் காஞ்சி - மாங்குடி மருதனார்.
23. மதுரை தல வரலாறு.
24 மதுரையின் அரசியல் வரலாறு 1868 - தமிழில் ச.சரவணன்.
25. மதுரையில் சமணம் - முனைவர் சொ.சாந்தலிங்கம்.
26. பஞ்சந் தவிர்க்க வந்த பஞ்சாபீஸ் பரிமளச்சிந்து: வெள்ளியம்பல வித்வான் சந்தச்சரபம் ஷண்முக தாஸ் (பதிப்பு-பேராசிரியர் தொ.பரமசிவன் மற்றும் பேராசிரியர் சுந்தர்காளி).
27. பஞ்சலட்சணத் திருமுக விலாசம் – வில்லியப்பர்.
28. பண்பாட்டு அசைவுகள் - அறிஞர் தொ.பரமசிவன்.
29. பசுமலை வரலாற்றுக் கதைகள் - டி. தேவராஜ்.
30. பிரிட்டிஷ் நூலகம், லண்டன்.
31. வ.உ.சி. வாழ்வும் பணியும் - ஆ.சிவசுப்பிர மணியன்.
32. வீரமுரசு சுப்பிரமணிய சிவா - பெ.சு.மணி.

33. Ambedkar, B.R., The Untouchables: Who were they and why they Became.
34. Anand Pandian, Cultivating Virtue in South India.
35. Andrew, W.P., (1884), Indian Railways - London: W.H Allen
36. Anne Viguier, An improbable reconstruction, the transformation of Madurai (1837-1847)
37. Beth Fowkes, 'Picturesque Ruins, Decaying Empires, and British Imperial Character in Hodges's Travels in India.' Colonizing Nature: The Tropics in British Arts and Letters, Tobin.
38. Bhatia, B.M., Famines in India.
39. Burton Stein, A History of India.
40. CHILL, S., YUSUF KHAN.
41. Daniell's India: Views from the Eighteenth Century - Archives in India Hostorical Reprints.
42. Francis. W., Madras District Gazetteer.
43. Geert De Neve, Patronage and 'Community': The Role of a Tamil 'Village' Festival in the Integration of a Town.
44. Geoffrey., The Post Office of India and its story, New York Clarke.
45. Gourcuff Gradenigo, GEORGES GASTE Un Orient Sans Mirages.
46. Holderness, T.W., Narrative of the Famine In India in 1896-97.
47. Jeyachandran, A. V., MADURAI TEMPLE COMPLEX .
48. Kerr, Ian J., Building the Railways of the Raj: OUP.
49. Lewandowsi Susan. J., Changing Form and Function in the Ceremonial and the Colonial Port City in India: An historical Analysis of Madurai and Madras.
50. Mackenzie, A.T., History of Periyar River Project.
51. Markham, C. R., Travels in Peru and India.
52. Mazumdar, Mohini Lal., Early History and Growth of Postal System in India, Calcutta.
53. Mohini Lal., The Imperial Post Offices of British India -Mazumdar.
54. NELSON, J.H., THE MADURA COUNTRY MANUAL.
55. Pennant, Thomas, The View of Hindoostan. Vol. 2. London, 1798-1800. Eighteenth Century Collections.
56. Seventy-Five Years in the Madura Mission: A History of the Mission in South India Under the American Board of Commissioners for Foreign Missions.
57. South Indian Railway Co. - Illustrated Guide to the South Indian Railway Company, London.
58. Tony Joseph, The Early Indians.
59. William Dalrymple, The Anarchy: The East India Company, Corporate Violence, and the Pillage of an Empire.
60. William Daniel and Thomas Daniel, Picturesque Voyage to India.